ఒక 'రా' ఏజెంట్ నవల

విక్రమ్

దేశమే ముఖ్యం

మొదటి భాగం

AA000685

రచయిత

తేజోరామ్ చామర్తి

All Rights Reserved.
No part of this publication may be reproduced, stored in or introduced into a retrieval system, or transmitted, in any form by any means may it be electronically, mechanical, optical, chemical, manual, photocopying, or recording without prior written permission of the Publisher/ Author.

Vikram (Part1)
by
Tejoram Chamarthi

Mobile: +91 89856 03910
Email: chamarthitejoram@gmail.com

Copy Right: Tejoram Chamarthi

Cover Page Design by
Dhanalakshmi Gurram

Proof Reading:
Sandhaya Adigopuula

ISBN (Paperback): **978-81-987108-2-6**

First Edition
Aug 2025

Print On Demand

Published By: Kasturi Vijayam
Ph:0091-9515054998
Email: Kasturivijayam@gmail.com

Book Available
@
Amazon (WorldWide), flipkart

అంకితం

నా వెన్నంటి ఉండి నా ప్రతి రచనను ప్రోత్సహించే నా తల్లితండ్రులు

సత్యనారాయణ శాస్త్రి, సూర్య లక్ష్మి దంపతులకి

ఈ పుస్తకం అంకితం ఇస్తున్నాను.

తేజోరామ్ చామర్తి

ముందుమాట 1

ఎప్పుడు ప్రేమ కథలతో అలరించి అప్పుడప్పుడు కొంచం థ్రిల్ ని రుచి చూపించిన రచయిత కలం ఒక్కసారిగా మరో రూపాన్ని ఆవిష్కరించింది అంటే ఆశ్చర్యం లేదేమో మరి.

ప్రస్తుతం ఉన్న పరిస్థితులనే కాదు మనం రోజు చూసే సంఘటనలు మాత్రమే కాదు అంతకు మించి ఉంటుంది అన్నట్టు రాసిన ప్రతి నవల నుండి ఓ కొత్త కోణం ఆవిష్కరించటం మనలని ఆశ్చర్యానికి గురి చేస్తుంది... అలానే ఆలోచింప చేస్తుంది.

తేజోరామ్ గారి కలం నుండి వెలువడిన ఓ భిన్నమైన కథ ప్రయాణం అనటంలో ఎటువంటి సందేహం లేదు. కథలో నడిపిస్తూ... చదివే పాఠకుడి ఆలోచనలో ఓ రూపాన్ని కలిగిస్తూ తరువాత ఏంటి అన్న ఆలోచన దగ్గర ఓ ఆశ్చర్యకరమైన దృశ్యాన్ని చూపిస్తుంది.

ప్రతి కథలో ఓ భిన్న శైలి...

ఏదోక మూలర్థం...

నిగూఢమైన సందేశం...

ఆలోచన కలిగించే సారాంశం...

మనసుని హత్తుకునే భావం...

అన్నిటిని కలగలిపి రంగరించిన అందమైన రంగవల్లి అనటం లో అతిశయోక్తి కాదు. కనబడి కనబడని భావం మనసుని కదిలించే సన్నివేశం అక్షరాల దారుల్లో అద్భుతంగా ఓ దృశ్యాన్ని నిర్మించేస్తారు.

ప్రస్తుత నవల పఠనం లో ఇంతవరకు చూసిన ప్రేమ, కుటుంబం, బంధం విలువలు మాత్రమే కాదు ఇంకో మెట్టు పైకి అన్నట్టు గా అడుగడున ఆశ్చర్యానికి గురి చేసేలా కథని అందంగా అల్లేసారు.

మన ఆలోచన ఓ పరిధి వరకే అన్నట్టు మనం మన చుట్టు అంటూ కొంత మేరకే

ఉండిపోతాము. మన పరిధిని దాటి లేదా మన ప్రహరీని దాటి ఎప్పుడో కానీ ఆలోచన చేయము. ఎప్పుడో ఒకసారి మాత్రం కచ్చితంగా దేశం దేశ పరిరక్షణ లోని సైనికులు అంటూ తలచుకుంటాము. కానీ దేశానికి సైన్యానికి మధ్య కనబడని ఓ గీత పని చేసే ఓ యుద్ధం (సైన్యం) ఉంది అంటే ఒప్పుకోక తప్పదు.

ఎంతో ఆలోచన...ఆసక్తి... అభిమానం...మాటలవరకే కాదు చేతల్లో ఉంటే రక్షణ ఎలా ఉంటుంది అన్నది కళ్ళకు కట్టినట్టు చూపించారు అనటంలో అతిశయోక్తి లేదు.

మనసుల మధ్య ప్రేమని మనుషుల మధ్య బంధాన్ని వాటికీ విలువ ఇస్తూ కట్టుకునే కుటుంబాన్ని... కుటుంబం అంటే ఇంటి వరకే కాదు నా దేశంలో ఉన్న ప్రతి ఒక్కరు నా వారే అన్నట్టు నిరూపించే ఆలోచన మనసుని హత్తుకుంటుంది.

మనసు లోనయే అసంకల్పిత ఉద్వేగం... ఆశ్చర్యం రుచి చూడాలి అనుకుంటే మాత్రం కచ్చితంగా ఈ నవల మీకు అందిస్తుంది అని అనటం లో ఎలాంటి సందేహం లేదు.

మనసుని తడుతుంది...మనిషిని మేల్కొలుపుతుంది... ఆలోచనని నడుపుతుంది... అందమైన కావ్యాన్ని చూపిస్తుంది...మధురమైన రుచిని ఆస్వాదించే లా చేస్తుంది... మనసుని కదిలించేలా...ఆలోచన చేసేలారాయటం మీకు మాత్రమే సాధ్యం

ఇలాంటి మరిన్ని కథలు మీ కలం నుండి రావాలి అని మనస్ఫూర్తిగా కోరుకునే

మీ -అభిమాని...

జయ.

ముందుమాట 2

రచయిత తేజోరామ్ గారి కలం నుండి జాలువారిన మరొక అద్భుతమైన కథ

"విక్రమ్ 1".

కథ, కథనం అంతా కూడా చాలా ఆసక్తికరంగా రాసారు. ప్రతి పాత్ర, సన్నివేశం, సంభాషణ చాలా బాగా వివరించారు. అఖిల్, అఖిల ప్రేమకథ బాగుంది. ఇద్దరు విభిన్న వ్యక్తుల మధ్య ప్రేమను చాలా చక్కగా, మన కళ్ళముందే జరుగుతుందా అన్నట్టుగా రాసారు.

తేజోరామ్ గారు రాసిన ప్రతి నవల దేనికదే సాటి. ప్రేమ, కోపం, బాధ, సమాజం లోని ప్రతికోణం ను ముక్కుసూటిగా చెప్పే విధానం చాలా బాగుంటుంది.

"విక్రమ్ -1" లో ప్రేమ, ఉద్యోగం, కుటుంబ బాధ్యతలు, కోపం, శృంగారం, బాధ... ఇంకా నవరసాలు చాలా బాగా వ్యక్తం చేసారు. మనతో ప్రేమలో ఉన్న వాళ్ళు బిజీ గా ఉండి, ప్రేమ చూపించకపోతే కలిగే బాధ, మనం ఇష్టపడే వాళ్లు ఇంకొకరికి సొంతం అని తెలిసి కూడా, మనం వాళ్లపై చూపించే ప్రేమని చాలా బాగా తెలిపారు.

"విక్రమ్ - 1" చదువుతున్నంతసేపు నిజంగా సినిమా లో పాత్రల్లా, మన కళ్ళముందే జరుగుతున్నాయా అన్నంత అద్భుతం గా వివరించారు ప్రతీ పాత్రనీ కూడా...

చాలా చారిత్రక అంశాలు, పురాణాలు, మన సంస్కృతి, సంప్రదాయాలు, వివిధ ప్రాంతాల పద్ధతులు గురించి కూడా బాగా వివరించారు.

అసలు "రా" విభాగం ఒకటి ఉంటుందని "విక్రమ్ -1" చదివేదాకా తెలియదు నాకు... అందులో పనిచేసే వారి జీవితం గురించి కూడా చాలా బాగా తెలియచేసారు... ప్రతి సన్నివేశం ను కళ్ళకి కట్టినట్టుగా వివరించారు...

ఇంకా చాలా అద్భుతమైన ప్రేమ సన్నివేశాలు, రొమాన్స్, ఫైట్స్ యాక్షన్ మూవీ ని దగ్గరగా చూస్తున్నట్టుగా ఊహల్లో ఉండిపోయా నేనైతే... విక్రమ్ యొక్క దేశభక్తి, "రా" ఏజెంట్ గా ఉండి తను పడ్డ కష్టాలు, అన్ని చాలా బాగా రాసారు.

"రా" ఏజెంట్ గా విక్రమ్ చేసిన సాహసాలు, తన ప్రాణాలకు తెగించి ప్రజలను కాపాడిన తీరు, దేశ భద్రత కోసం కోసం తను చేసిన పోరాటాలు, విక్రమ్ యొక్క ధైర్యం, తెలివితేటలు, పని పట్ల అనికితభావం, శ్రద్ధ అన్ని బాగా వివరించారు...

ఇంకా రచయిత గారి గురించి ఎంత చెప్పినా తక్కువే, తేజోరామ్ గారు రాసిన "నిన్నుకోరి", "పోటీ", "ఇంద్రాణి కళ్యాణం", "ప్రేమలోకం" నవలలు వీటికవే సాటిగా నిలిచాయి... ప్రతి నవలను ఎంతో ఆసక్తికరంగా తీర్చిదిద్దారు.

"విక్రమ్-1" కూడా ఇంతకంటే ఎక్కువగా పాఠకుల హృదయాలను హత్తుకుంటుందని గట్టిగా చెప్పగలను... మీ కలం నుండి ఇంకా మరెన్నో కథలు రావాలని, మీరెప్పుడు ఆరోగ్యంగా, ఆనందం గా ఉండాలని మనస్ఫూర్తిగా కోరుకుంటున్నా...

మీఅభిమాని...

అడిగొప్పుల సంధ్య

ముందుమాట 3

దేశ భద్రత కోసం అహర్నిశలు పనిచేస్తూ రా ఏజెంట్ గా గుర్తింపు లేకుండా తమ ప్రాణాలకు తెగించి ఎన్నో ఆపరేషన్స్ విజయవంతం చేసిన ఎందరో వీరులకు ఈ నవల అంకితం అన్నట్లుగా ఈ నవలలో కథానాయకుడు రెండు విభిన్న పాత్రలు పోషించారు.ఈ నవలలో మనకు తెలియని ఎన్నో దేశ భద్రతా విషయాలు ఉగ్రవాదుల దుశ్చర్యలు, ఉత్కంఠ భరిత సన్నివేశాలు, ప్రాణాపాయస్థితి, ఎత్తులకు పైఎత్తులు అన్ని మనం ఫీల్ అవుతాము.అంతేకాదు ప్రేమలో అల్లరి, స్నేహ మాధుర్యం, టీం స్పిరిట్ స్ఫూర్తిదాయకం అన్ని కలిసి ఒక మంచి సినిమా చూసిన అనుభూతి కలుగుతుంది.ఈ పుస్తకం ప్రతి ఒక్కరూ చదివి దేశభక్తిని మనసులో రంగరించుకోవాలని కోరుకుంటున్నాను.

నేటి రోజుల్లో అన్ని ఆన్లైన్ అయినా సందర్భంలో ఈ నవల రచయిత తేజోరామ్ గారిని ప్రేమ కథలు ప్రేమ కవితలకు కేర్ ఆఫ్ అడ్రసు అని చెప్పవచ్చు. తాను రాసిన ప్రతి నవల కుటుంబ సభ్యుల ఆత్మీయత ప్రేమవచ్చింది, ప్రేమ, రొమాన్స్, సమకాలీన అంశాలు అన్నింటిలో పాఠకులు లీనం అవుతారు... అయన రాసిన ఐదవ నవల విక్రమ్ మొదటి భాగం మన ముందుకు వచ్చింది, దేశ భక్తి ఇతి వృత్తంగా ఉన్న ఈ నవల అందర్నీ వేరే లోకంలో తీసుకుని వెళ్తుంది అని చెప్పడం లో ఏ సందేహం లేదు.

ధనలక్ష్మి గుర్రం

అభిమానురాలు (రచయత), ప్రధానోపాధ్యాయురాలు

ముందుమాట 4

ఎన్నో కథలు వింటాము చదువుతాం. కొన్ని కథలే మనసులో మిగిలిపోతాయి. రామ్ గారి నవలలు అన్ని మనసులోకి చోటు సంపాదించుకుంటాయి.

"పోటీ", "ఇంద్రాణి కళ్యాణం" "నిన్ను కోరి ", "ప్రేమలోకం" పుస్తక రూపంలో ప్రచురితం అయ్యాయి నవలలు. అయన రాసిన ఐదవ నవల విక్రమ్ మొదటి భాగం ఇప్పుడు ప్రచురితం ఐంది.

పాఠకుల కోసం విలువైన కొత్త కథనం రచయిత రాయటం పాఠకుడికి కూడా సంతోషం. అలాంటి కథే ప్రేమ, విలువలు, మెడికల్‌గా ఈ మధ్య జరుగుతున్న అద్దె గర్భాలు, క్రైమ్ తో పాటు కథ ప్రతి భాగం సరికొత్తగా సంతరించుకున్నది. ఉగ్రవాదంతో పోరాడే విషయవిశేషాలు ఎన్నో జ్ఞానమైన విజ్ఞానం అనే సాధనాలతో ఓ మనిషి ఎలా పోరాడాడు దేశం కోసం, ఒక మనిషి విజయాన్ని ఎలా సాధించారో 100% అన్ని కోణాలు **విక్రమ్** కథలో చూపించారు

కన్నులలో తారాడేలా అద్భుతమైన ఈ నవలను అందరూ ఆదరించాలి అని కోరుతూ ఇలాంటి విజయాలు సాధించాలి అని నా మనస్ఫూర్తిగా కోరుకుంటూ రచయిత తేజోరామ్ గారికి శుభాభినందనలు.

- అభిమానురాలు (రచయిత)

రాధిక పోకల "కారుణ్య"

ముందుమాట 5

తేజో రామ్ గారి నుంచీ వచ్చే ఐదవ నవల *విక్రమ్* ముందుగా రామ్ గారికి అభినందనలు. సాఫ్ట్వేర్ ఎంప్లాయస్ ఎంతో బిజీ గా ఉంటారు అని నేను విన్నాను. కొందరు సమయం ఉన్నప్పుడు టైం పాస్ కి కథలు రాస్తారు... కానీ... మనసుకు నచ్చినట్టు కథలు కాదు... సిరీస్ లు రాయడం, అది ఎంతో సస్పెన్స్ తో రాయడం సాఫ్ట్వేర్ ఎంప్లాయ్ అయ్యిన రామ్ గారికే చెల్లింది. అలా ఆయన నవలలకి నాతో సహా ఎంతో మంది ఫాన్స్ గా మారిపోయారు. ఇది రామ్ గారు సాధించిన అద్భుతమైన విజయం.

తెలుగులో ఆయన రాసిన నాలుగు పుస్తకాలు... వందల కాపీస్ అమ్ముడుపోయాయి అంటే ఆయన రైటింగ్ కెపాసిటీని మనం అర్థం చేసుకోవచ్చు. లెక్కలేనన్ని ట్విస్ట్ లు, రొమాన్స్ ప్రేమే కాదు... ఎంతో ఇన్ఫర్మేషన్ దాగి ఉంటుంది ఆయన నవల చదివితే.

ఇక ఇప్పుడు రాబోయే ఈ విక్రమ్ మొదటి భాగం కథ దేనికి సంబంధించింది అంటే... ఇది అని చెప్పలేము. ఈ విక్రమ్ నవలలో ప్రేమ ఉంది, రొమాన్స్ ఉంది, ఇద్దరు వ్యక్తులు పెళ్లి చేసుకున్న తర్వాత... తల్లితండ్రులుగా మారకపోతే ఎదురయ్యే సమస్య గురించి తెలియజేయడం ఉంది... అన్నిటికంటే ముఖ్యంగా... మన ఇండియన్ raw ఎలా పోరాడుతుంది అనే విషయాలను ఈ నవలలో చర్చించారు. అలానే ఈ సిరీస్ లో విక్రమ్ కి అఖిల్ కి మధ్య డిఫరెన్స్ ఏంటో మీకు చదివితే తెలుస్తుంది. ఇన్ని రకాల జోన్స్ ఒకే నవల లో ఉందా అని ఆశ్చర్యపోకుండా...ఈ విక్రమ్ నవల చదివేయండి.

ఇంతకంటే ఎక్కువ రివీల్ చేయడం కరెక్ట్ కాదు. ఈ విక్రమ్ కథని పాఠకులు చదివి ఆదరిస్తారు అని మనస్ఫూర్తిగా కోరుకుంటున్నాను. అలాగే రామ్ గారికి అభినందనలు తెలుపుతున్నాను.

- సౌజన్య రామకృష్ణ (రచయిత)

నా (రచయత) మాట

ప్రియమైన పాఠకులు అందరికి నా నమస్కారాలు. నా పేరు తేజోరామ్, నేను డిగ్రీ పూర్తి చేసి సాఫ్ట్వేర్ రంగంలో పని చేస్తున్నాను. నాకు చదవడం, రాయడం అంటే చాలా ఆసక్తి, అలా వీలు ఉన్నప్పుడల్లా చదవడం రాయడం చేసేవాడిని.

నాకు మన దేశ చరిత్ర పురాణాలూ తెలుసుకోవడం చాల ఇష్టం. అలాగే వివిధ దేశాల చరిత్ర ఇంక వారి జీవన విధానాలు తెలుసుకోవడంలో చాల ఆసక్తి ఎక్కువ. అలా నేను తెల్సుకున్న విషయాలు కూడా నా రచనల్లో పొందు పరుస్తూ ఉంటాను.

చరిత్రతో జీవనం చేస్తే తప్ప చరిత్ర గొప్పతనం తెలీదు అంటారు కదా, అలాగే మన చరిత్ర గొప్పతనం తెలుసుకోవడానికి నేను నా వంతు ప్రయత్నం చేస్తాను, నాకు దొరికిన కొద్దీ సమయంలో రచనలు చేయడంతో పాటు బాడ్మింటన్ ఆడుతూ కాలం గడుపుతాను.

అలాగే నాకు భౌతిక శాస్త్రం లోతుగా తెలుసుకోవడం ఇష్టం, అలాగే భూగోళ శాస్త్రం కూడా, నా రచనల్లో వీటి ప్రస్తావన కూడా ఉంటుంది.

అలాగే ప్రేమ గురించి నాకు అర్థం అయింది నా రచనల్లో రాస్తూ ఉంటాను, ఎంతఅర్థం చేసుకున్నా అర్థం కానిది ప్రేమ అని దాన్ని శోధించి సాధించే అనుభవం నాకు లేదు అని నాకు తెల్సు, కానీ నాకు అర్థమైంది నా రచనల్లో మేళవిస్తూ ఉంటాను.

నా ఆలోచనలను, అభిప్రాయాలను చిన్న కథలు, కవితల రూపంలో మొదట రాస్తూ ఉండేవాడిని. ఒక మూడు సంవత్సరాల కాలంగా ప్రతిలిపిలో కథలు, కవితలు, నవలలు రాయడం జరిగింది. దేశం గురించి నాకు ఉన్న కొంచెం అవగాహనతో ఈ నవల రెండు భాగాలుగా రాయడం జరిగింది

నేను రాసిన "విక్రమ్ (మొదటి భాగం) - దేశమే ముఖ్యం" నవల పూర్తిగా నా సొంతం అని దేనికి కాపీ కాదు అని అలాగే ఇందులో పాత్రలు సన్నివేశాలు అన్ని కల్పితం అని నేను తెలియజేస్తున్నాను.

తేజోరామ్ చామర్తి

ఒక రా ఏజెంట్ నవల

విక్రమ్

దేశమే ముఖ్యం

మొదటి భాగం

"ఒసేయ్ అఖిల! లేవవే, రాత్రి అంత నెట్‌ఫ్లిక్స్ లో పనికిమాలిన వెబ్ సిరీస్ లు చూడడం రోజు ఉదయాన్నే ఆఫీస్ కి లేట్ పోవడం, పోనీ ఆఫీస్ లో అన్నా పని మీద దృష్టి పెడతావా...? ఎప్పుడు చూసినా ఆ అఖిల్ ని చూస్తూ కూర్చుంటావు" అంది శ్రావ్య.

"వాడు చాలా అందంగా ఉంటాడు, నేను చూసే వెబ్ సిరీస్‌లో హీరో మాదిరి, మనం సూపర్ హాట్ అందంగా కూడా ఉంటాము, మరి మా జోడి చాలా బాగుంటుంది కదా, అసలే నేను చూసేవి అన్ని రొమాంటిక్ వెబ్ సిరీస్, మరి ఆ సన్నివేశాల్లో మమ్మల్ని ఊహించుకోవాలి కదా" అంది అఖిల.

"అంటే ఊహించుకోవాలి అంటే పని మానేసి చూస్తూ కూర్చుంటావా? ఐనా చూసే బదులు ఆ అఖిల్ బాబుకి చెప్తే మంచం మీద నీ పక్కన నాకు బదులు వాడు ఉండేవాడు, నీ కాళ్ళ రుద్దుడు భరించలేక చస్తున్నా, త్వరగా పోయి చెప్పు" అంది శ్రావ్య.

"అబ్బా! అంటే అన్నావ్ కానీ, ఆ ఊహ ఎంత బాగుందో, వాడ్ని చూస్తే నాకు జేమ్స్ బాండ్ గుర్తుకు వస్తాడు, ఆ సిరీస్ లో

గోల్డెన్ ఐ మూవీ సీన్ గుర్తు వస్తోంది నువ్వు చెప్తుంటే" అంది అఖిల.

"అఘోరించావులే, వాడు రా ఏజెంట్ కాదు, సాఫ్ట్వేర్ ఇంజనీర్. నువ్వు ముందు ఆ పిచ్చి సిరీస్ లు చూడడం మాని, నీ మనసులో ఉన్న విషయం వాడికి చెప్పు, ఆ తరవాత గోల్డెన్ ఐ కాదు ఏది కావాలంటే అది చేసుకోవచ్చు, అన్ని మానేసి ఊహల్లో ఉండకే" అంది శ్రావ్య.

"ఒసేయ్ కలకి పరిమితులు ఏంటే? నిజమే వాడి టాలెంట్ కి సాఫ్ట్ వేరే కరెక్ట్, అందుకే మూడు సంవత్సరాలలో టీం లీడ్ అయ్యాడు. కానీ, వాడి శరీరాకృతికి మాత్రం పోలీస్, ఇంకా బాండ్ లాగా రా ఏజెంట్, నేనేమో బాండ్ గర్ల్, ఇంకా వాడి వాయిస్ ఎంత బాగుంటుంది చెప్పు" అంది అఖిల.

"నువ్వు నాలాంటి వాళ్ళని అడుగుతూ ఉండు ఎవత్తో తన్నుకుపోతుంది" అంది శ్రావ్య.

"ఏం చేయమంటావే మరి?" అంది అఖిల.

"ఈ ఏడుపు నా దగ్గర కాదు, వాడి దగ్గర ఏడిస్తే కనీసం ఒక ముద్దు అన్నా దక్కేది" అంది శ్రావ్య.

"అంటే స్టార్ వార్స్ లో హాన్ అండ్ ప్రిన్సెస్ లీయ కిస్ లా అదిరిపోతోంది అంటావా ముద్దు" అంది అఖిల.

"ఒసేయ్ ఇంకోసారి ఇంగ్లీష్ మూవీస్ ఫ్రెంచ్ కిస్సెస్ అన్నావ్ అంటే నిన్ను ఇంటికి పార్సెల్ చేస్తా" అంది శ్రావ్య.

"పోనీ ఫ్రెంచ్ మూవీస్ ఇంగ్లీష్ ముద్దులు అంటే అప్పుడు" అని ముఖం తిప్పుతూ అడిగింది అఖిల.

"ఒసేయ్ ఇంత తింగరిగా, క్యూట్ గా ఉంటావు నిన్ను వాడు ఎందుకు వద్దు అంటాడు, ఇదే ఫ్లో లో వెళ్లి చెప్పేసెయ్ డార్లింగ్ నా వల్ల కావడమే లేదు" అంది శ్రావ్య.

"చెప్పచ్చు, కానీ వాడు కనీసం కావాలని నా వైపు కూడా చూడడం లేదు. కానీ కలలో మాత్రం అన్ని చేస్తాడు" అంది అఖిల.

"ఇంకోసారి కల అన్నావ్ అంటే నిన్ను చంపి నేను చస్తా ముందు వాడికి చెప్పు" అంది శ్రావ్య.

"సరే! నాకోసం కాకపోయినా, నీ కోసం అన్న చెప్తాను సఖి" అంది అఖిల

"సఖినా? ఏమైందే నీకు" అంది శ్రావ్య.

"జానపదాల్లో రాకుమారి తన స్నేహితులని బాగా ఇష్టమైన చెలికత్తెలని అలాగే పిలుస్తుంది సఖి" అంది అఖిల. "కొట్టానంటేనా! అయితే అల్ట్రా మోడరన్ మూవీస్ లేదా ఆ పాత మధురాలు తప్ప మన లోకంలో ఉన్నవి చూడవా నువ్వు" అంది శ్రావ్య.

"మనం ఎలాగూ ఉన్నాం, అలాంటి సినిమాలు చూస్తే ఏం థ్రిల్ ఉంటుంది, చేయనివి చూస్తే మంచి కలలు వస్తాయి" అంది అఖిల.

"హా... వస్తాయి వస్తాయి అలాగే కలలు కంటూ ఊహల్లో ఉంటూ ఉన్న జీవితంని మర్చిపోతావ్ జాగ్రత్త " అంది శ్రావ్య. "అలా మరిచినపుడే ఎవరో ఒకరు మనల్ని దారిలో పెడతారు కదా, లార్డ్ అఫ్ ది రింగ్స్ మూవీ లో లాగా" అంది అఖిల.

"అమ్మా! తల్లి నాకో వరం ఇస్తావా" అంది శ్రావ్య.

"కోరుకో భక్తురాలా" అని అభయ హస్తం చూపింది అఖిల.

"త్వరగా నీ ప్రేమ విషయం ఆ అఖిల్ కి చెప్పి పుణ్యం కట్టుకో తల్లి" అంది శ్రావ్య.

"సరే భక్తురాలా, అయినా నా ప్రేమ కోసం ఇంత ఆలోచిస్తూ ఉన్నావు, నా మీద నీకు ఉన్న అభిమానానికి ధన్యవాదాలు" అంది అఖిల.

"అభిమానమా, ఇంకా ఏమ్మన్నానా రోజు నీ సోది వినలేక చస్తున్నా, వాడు ప్రేమలో పడితే నాకు ఓ గోల తప్పుతుంది. వాడు వింటాడు కదా" అంది శ్రావ్య. "వాడు వినే రకం కాదే" అంది అఖిల.

"అవన్నీ ప్రేమలో పడేదాకా నే, పడితే చచ్చినట్టు వింటారు" అంది శ్రావ్య.

"సరే అయితే చెప్పేద్దాం" అంది అఖిల. "ముందు లేచి రెడీ అవ్వు, అక్కడ మీ బాబు ఇప్పటికి ఆఫీస్ కి స్టార్ట్ అవుతూ ఉంటాడు" అంది శ్రావ్య. "అవునే నా అఖిల్ బాబు సమయపాలన కి చిహ్నం లాంటి వాడు" అంది అఖిల. "తమరు బద్దకానికి బ్రాండ్ అంబాసిడర్ కదా పర్లేదా" అంది శ్రావ్య. "ఏమోనే ఎలా మేనేజ్ చేయాలి అంటావ్?" అని అడిగింది అఖిల.

"ఒసేయ్! ముందు నువ్వు రెడీ అవ్వలేదు అనుకో అక్కడ మీ వాడికి సంజాయిషీ ఇచ్చుకోవాలి, నీకేం... వాడ్ని చూస్తూ మెలికలు తిరుగుతావ్, నాకేమో మొహం ఎక్కడ పెట్టుకోవాలో కూడా తెలీదు" అంది శ్రావ్య.

ఇంక తప్పదు అని రెడీ అవ్వడం మొదలు పెట్టింది అఖిల.

అదండీ విషయం, అది హైదరాబాద్ మహానగరంలో ఒక సాఫ్ట్వేర్ కంపెనీ కి అతి దగ్గరలో ఉన్న ఒక అపార్ట్మెంట్, అందులో ఇద్దరు పెళ్ళి కాని అమ్మాయిలు ఉంటారు. వాళ్లే శ్రావ్య, అఖిల. చాలా చిన్నది ఐన, కంపెనీ కి చాలా దగ్గర కాబట్టి అద్దె చాలా ఎక్కువ మరి. అద్దె ఎక్కువ ఇస్తారు

కాబట్టి, వీళ్ళు ఎలా ఉన్న యజమానులకి అనవసరం మరి. వీళ్ళ టీం లీడ్ అఖిల్ అంటే అఖిల కి ఇష్టం, ఇంకా ఎక్కువే అని మీకు ఈపాటికి క్లారిటీ వచ్చి ఉంటుంది, అంతే కాక అఖిల కి మూవీ పిచ్చి కూడా అని అర్థం అయి ఉంటుంది.

మరి మన లీడ్, అదే లీడ్ రోల్ ఇచ్చిన అఖిల్ బాబు ఏం చేస్తున్నాడో చూద్దాం.

అదే సాఫ్ట్ వేర్ కంపెనీ కి అవతల పక్క ఉన్న ఇంకో అపార్ట్మెంట్, అందులో అఖిల్ తన ఫ్రెండ్ మాధవ్ తో ఉంటున్నాడు, ఇక్కడ కూడా గదులు చిన్న, అద్దెలు పెద్ద. తప్పదు మరి, కొన్ని పరిమితులు కూడా ఉంటాయి, ఎందుకంటే ఉండేది అబ్బాయిలు కదా, ఎంత మంచిగా ఉన్నా పరిమితులు విధిస్తూ ఉంటారు యజమానులు, అలా అని అద్దెలో ఏమాత్రం తగ్గేది ఉండదు మరి.

అక్కడ శ్రావ్య, అఖిల ని లేపేసరికి అఖిల్ లేచి రెడీ అయ్యి మాధవ్ కి కూడా కాఫీ కలిపి ఇచ్చి లేపాడు.

“అసలు టీం లీడ్ అని లేకుండా ఎంత చక్కగా కాఫీ ఇస్తావ్ రా” అన్నాడు మాధవ్. “అంత కంటే ముందు నీ ఫ్రెండ్ ని రా నేను” అన్నాడు అఖిల్, “థాంక్స్ రా బావ” అన్నాడు మాధవ్.

“థాంక్స్ సరే కానీ, ఇంకోసారి తాగి రూమ్ కి వస్తే కాఫీ లో షుగర్ కి బదులు విషం వేస్తా” అన్నాడు అఖిల్. “ఒరేయ్! మా నాన్న కూడా ఇంతలా భయపెట్టలేదురా, ఇంకోసారి తాగి రావడం కాదు అసలు తాగను రా” అన్నాడు మాధవ్. “అది అలా ఉండాలి” అన్నాడు అఖిల్.

హో...ఒకసారి రూమ్ లు అన్ని కలియచూసాడు మాధవ్.

“ఒరేయ్ బావ... ఈ ప్రపంచంలో ఎవరైనా ఇది బ్యాచిలర్ ఉండే రూమ్ అంటే నమ్ముతారా?” అన్నాడు మాధవ్. “ఏమైంది రా?” అన్నాడు అఖిల్. “మరి, ఇంత చక్కగా సర్దితే ఎలా రా బావ?” అన్నాడు మాధవ్. “ఏదో అలవాటు అయ్యింది లేరా, సరే రెడీ అవ్వు వెళ్లి టిఫిన్ చేద్దాం “అన్నాడు అఖిల్.

“ఒరేయ్...ఇల్లు క్లీన్ చేసావ్, కాఫీ చేసావు, మరి అల్పాహారం కూడా నువ్వే చేయుచ్చు కదా!” అన్నాడు మాధవ్, “అది నాకు రాదు వచ్చినా చేయాలనీ లేదు, వంట జోలికి నేను వెళ్ళను, వెళ్లినా ఇంకొకరికి చేసి పెట్టను” అన్నాడు అఖిల్.

“రేపు నీ పెళ్ళానికి వంట రాకుంటే?” అన్నాడు మాధవ్.

“తనకి బాగా వచ్చు” అన్నాడు అఖిల్.

"ఏంటి" అన్నాడు మాధవ్.

"వచ్చే ఉంటుంది అని, ఒకవేళ రాకుంటే ఇద్దరం ఆర్డర్ పెట్టుకుంటాం, లేదా ఇపుడు మనం పోయి తింటున్నట్టే తింటాం". అన్నాడు అఖిల్.

"అవునా! అఖిల కి వంట రాదు అంది" అన్నాడు మాధవ్.

అఖిల్ ముఖం మాడిపోయింది, "నేను అఖిల అంటే ఇష్టం అని ఎప్పుడైనా చెప్పానా అసలు, అలా ఎప్పుడైనా ప్రవర్తిస్తున్నానా, ఎందుకు ఇలా అంటున్నారు అంతా?" అన్నాడు గట్టిగ అఖిల్

"ఒరేయ్, ఆటిట్యూడ్ ఉండచ్చు కానీ మరి అంత ఉండకూడదు రా...ఎందుకు ఆ అఖిల ని అంత ఏడిపిస్తున్నావ్?" అని అడిగాడు మాధవ్.

"నేను ఎప్పుడు ఏడిపించానురా?", అన్నాడు అఖిల్.

"తాను నిన్ను చూడాలి అని, నీతో మాట్లాడాలి అని, తన ప్రేమ చెప్పాలి అని, ఎంతగానో ఎదురు చూస్తూ ఉంటుంది. ఆ విషయం నీకు తెలీదా, నిజం చెప్పు" అన్నాడు మాధవ్.

"తెలుసు కాబట్టే దూరం పెడుతున్నా, ఆమెకి ఉన్న ఇష్టం నాకు ఉండాలి కదరా!" అన్నాడు అఖిల్.

"ఆమెకేంటిరా, అన్ని మంచి లక్షణాలు, అంత అందగత్తె కూడా." అన్నాడు మాధవ్.

"అయితే, సరే నాకు ఇష్టమైన స్వీట్ ఏంటి?" అన్నాడు అఖిల్. "పూతరేకులు కదా! వాటి రుచి నువ్వు అద్భుతంగా వర్ణిస్తావు" అన్నాడు మాధవ్. "మరి నువ్వు వాటిని తింటావా?" అని అడిగాడు అఖిల్.

తల దించుకున్నాడు మాధవ్. "మనకి నచ్చలేదు అంటే ఆ స్వీట్ కి రుచి లేదు అని కాదు అది మనకి పడదు అని, అలాగే, మనము వద్దు అనుకుంటున్నాం అంటే వాళ్ళు తక్కువ అని కాదు వాళ్ళు మనకి సరిపడరు అని" అన్నాడు అఖిల్.

"అసలు అఖిలతో నీ సమస్య ఏంటిరా?" అన్నాడు మాధవ్.

"నాకేం సమస్య ఉందిరా...!" అన్నాడు అఖిల్.

"అంటే, అందరితో కొంచెం బాగానే మాట్లాడతావ్ కానీ అఖిల అనేసరికి దూరం పెడతావు" అన్నాడు మాధవ్.

"నేను ఎప్పుడు పెట్టాను రా, తాను ఏం అడిగినా సమాధానం ఇస్తా కదా" అన్నాడు అఖిల్.

"నీ నవ్వు చాలా బాగుంటుంది రా" అన్నాడు మాధవ్.

"అయితే?" అన్నాడు అఖిల్.

"కాస్త అఖిలని కూడా చూడనివ్వు" అన్నాడు మాధవ్.

"మనం పని చేస్తే చాలురా నవ్వులు, మీటింగ్, కలిసి కాఫీ తాగడాలు అవసరం లేదు" అన్నాడు అఖిల్. "మిగతావాళ్ళకు చూపించడం అవసరం మరి" అన్నాడు మాధవ్.

"ఒరేయ్... నా మనసుకు నచ్చింది చేస్తాను, ఐనా అఖిల నేనంటే ఇష్టం అని నాకు ఏనాడూ చెప్పలేదు, నాకు తన మీద అలాంటి అభిప్రాయం లేదు అది కూడా... తనతో నవ్వుతూ మాట్లాడాలి అని కూడా నాకు అనిపించడం లేదు" అన్నాడు అఖిల్.

"తనకి నువ్వు అంటే ఇష్టం అని నీకు తప్ప ఒడిసి (ఆఫ్షోర్ డెలివరీ సెంటర్ - సాఫ్ట్వేర్ లో ఇండియా నుంచి డెలివరీ అయ్యే ప్లేస్ ఇంజనీర్స్ అంతా వర్క్ చేసే ప్లేస్) లో అందరికి తెల్సురా" అన్నాడు మాధవ్. "కానీ నాకు తెలీదు కదా" అన్నాడు అఖిల్. "ఎలారా నువ్వు ఇలా మాట్లాడితే" అన్నాడు మాధవ్.

"ముందు నువ్వు రెడీ అవ్వు, లేదంటే ఇద్దరం అల్పాహారం మాని ఆఫీస్ లో అడుగు పెట్టాల్సి వస్తుంది" అన్నాడు అఖిల్.

"ఒరేయ్... నువ్వే రా లీడ్, నువ్వు ముందు, వెనక వెళ్లినా పెద్ద నష్టం లేదు రా" అన్నాడు మాధవ్.

"మంచి పాయింట్ రా బావ, సరే నువ్వు ఒక విషయం తెల్సుకోవాలి, నేను లీడర్ ని... బాస్ ని కాదు, లీడర్ తన టీం కి స్ఫూర్తిని ఇవ్వాలి, అందుకే నేను సమయపాలన పాటిస్తేనే వాళ్ళు పాటిస్తారు" అన్నాడు అఖిల్. "ఒరేయ... బాస్ కి, లీడర్ కి తేడా ఏంటిరా?" అని అడిగాడు మాధవ్.

"సరే చెప్తా విను" అన్నాడు అఖిల్. అఖిల్ చెప్పడం మొదలుపెట్టాడు, శ్రద్ధగా వినసాగాడు మాధవ్.

"ముందు బాస్ ఎలా ఉంటాడో చూద్దాం...

- "బాస్ ప్రతి అంశంపై తాము నిపుణుడిగా భావిస్తారు.

- బాస్ జట్టు ఎదుర్కొంటున్న సమస్యలతో సంబంధం లేకుండా ఉంటారు.

- బాస్ అభిప్రాయం ఎక్కువ ప్రేరణ కలిగించేదిగా ఉండదు, ఎక్కువగా తప్పులు చూపి నిరుత్సాహపడే విధంగా ఉంటుంది.

-ఎప్పుడు తప్పులు వెతకడం లో ఎక్కువ దృష్టి ఉంటుంది... ఎక్కడ కూడా కొత్త లక్ష్యాలను ఏర్పాటు చేసుకునేలా ఉండదు అసలు.

-బాస్ వల్ల స్వయంప్రతిపత్తి అనే విషయం చాల తక్కువ కనిపిస్తూ ఉంటుంది... కార్యాలయ ఉద్యోగులలో.

-బాస్ వ్యక్తిత్వం తన తప్పులు ఒప్పుకోలేరు, అలాగే తన నిర్ణయాల వల్ల తప్పులు దొర్లినా, అది ఒప్పుకోవడం జరగదు..., ఎదుటివారిని నిందించడం మీదే ఎప్పుడు దృష్టి ఉంటుంది".

-బాస్ ఎప్పుడు వాళ్ళ ఎదుగుదల, లక్ష్యాలు పైనే దృష్టి పెడతారు.

-బాస్ ఏమాత్రం సహకారం ఇవ్వకుండా ఉద్యోగి నుండి చాలా ఫలితాలు ఆశిస్తారు, కావాల్సిన సౌకర్యాలు కోసం పెద్దగా దృష్టి ఉండదు".

అలా చెప్పడం ఆపాడు అఖిల్.

"ఓహో...! బాస్ ఇలా ఉంటాడు, మరి లీడర్ ఎలా ఉంటాడో?" అన్నాడు మాధవ్.

"అక్కడికే వస్తున్నారా" అన్నాడు అఖిల్, "సరే, రా..." అంటూ మళ్ళా వినడానికి సిద్ధం అయ్యాడు మాధవ్, అఖిల్ మళ్ళా చెప్తున్నాడు.

"-లీడర్ ఎప్పటికప్పుడు నేర్చుకోవడానికి ఇష్టపడతాడు, అందరిలో ఉన్న నైపుణ్యాన్ని అంచనా వేస్తాడు, వీలైతే నేర్చుకుంటాడు...

- లీడర్ టీం అవసరాలను శ్రద్ధగా వింటాడు, రెండు వైపులా అభివృద్ధి జరిగేలా చూస్తాడు, టీం అంచనా ఏంటో వింటాడు, అలాగే సంస్థ అంచనాలు స్పష్టంగా చెప్తాడు.

- లీడర్ ఎప్పుడు టీంని స్ఫూర్తి నింపేలా మాట్లాడతాడు, ఎక్కడ కూడా టీం లో ధైర్యం పోకుండా చూసుకుంటాడు.

- లీడర్ ఉద్యోగుల బలాలను గుర్తు చేస్తాడు... మరియు, వారికి మార్గనిర్దేశం చేయడంలో సహాయపడతాడు.

- లీడర్ టీం ప్రతి సమస్యకి పరిష్కారం కనుగోవడానికి సహాయం చేస్తాడు.

- లీడర్ టీం చేసిన తప్పులు చెప్తూనే, వాటిని ఎలా అధిగమించాలి, వాటి నుండి ఏం

నేర్చుకోవాలి కూడా చెప్తాడు, మళ్ళా అవి పునరావృతం కాకుండా ఎలా చూసుకోవాలో నేర్పిస్తాడు.

- లీడర్ తన ఎదుగుదలకి మాత్రమే కాదు, టీం ఎదుగుదల కోసం కష్టపడతాడు, టీం తో పాటు నేను, అన్న దృక్పథంతో ఉంటాడు, అలా పైకి వస్తాడు టీం ని పైకి తీసుకువస్తాడు.

- లీడర్ ప్రతి విషయం లో టీం తనని ఉదారణగ తీసుకునేలా వ్యవహరిస్తాడు. టీం కు కావాల్సిన మార్గదర్శకత్వం ఎప్పుడు అందజేస్తూ ఉంటాడు". ఆపాడు అఖిల్.

"అన్ని బానే ఉన్నాయి కానీ, ఒకవేళ లీడ్ అమ్మాయి అయితే మరి...?" అన్నాడు మాధవ్.

"ఒరేయ్... మొత్తం విన్నాక ఇదా నీకు వచ్చిన సందేహం...!" అని తల కొట్టుకుని "నేను చెప్పిన వాటిలో "డు" " తీసి "ది" " పెట్టుకోరా" అన్నాడు అఖిల్.

"అవును కదా...!" అన్నాడు మాధవ్. తల కొట్టుకున్నాడు అఖిల్. "మరీ అంత తల కొట్టుకోకు, నీకు ఉన్న తెలివితేటలు నాకు ఉండి ఉంటే నాలుగు సంవత్సరాలుగా ఎక్కడ వేసిన గొంగళి అక్కడే అన్నట్టు ఇలాగే ఎందుకు ఉంటా, నా రిఫరెన్స్ తో జాయిన్ అయ్యి రెండేళ్లలో టీం లీడ్ ఐన నీ టీం లో ఎందుకు పని చేస్తా...?" అన్నాడు మాధవ్.

"సరేలే బావ, ఆ మీనాక్షి మీద పెట్టిన శ్రద్ధ మన పని మీద పెట్టి ఉంటే ఎప్పుడో మేనేజర్ అయ్యేవాడివి" అన్నాడు అఖిల్.

"ఒరేయ్ బావ...! ఆ మీనాక్షిని గుర్తు చేయకు. ఎప్పుడు తనతో మీటింగ్ చాటింగ్ అని తిరుగుతున్నా సరే, ఒక రెండు రోజులు వేరే పనిలో ఉండి తనతో సరిగా మాట్లాడలేదు అంతే, ఆ రాహుల్ గాడు మా మధ్య పెను తూఫాన్ లేవదీశాడు. ఇప్పుడు మీనాక్షి నా జీవితంలో లేకుండా పోయింది" అన్నాడు మాధవ్.

"ఒరేయ్ బావ..., నువ్వు ఇలా అంటుంటే నీకు ఇంకో విషయం చెప్పాలి అని ఉంది కానీ బ్రేక్ఫాస్ట్ కి టైం అవుతోంది, మళ్ళా మాట్లాడదాం" అన్నాడు అఖిల్. "ఈ ఒక్క పూట టిఫిన్ మానేస్తే నేను చావను, నువ్వు చావవు. టాపిక్ నాకు చాల ఆసక్తిగా ఉంది...చెప్పు బావ" అన్నాడు మాధవ్.

"తప్పదా...! మరి, నో బ్రేక్ఫాస్ట్" అన్నాడు అఖిల్. "సరే మహాశయా...! ముందు విషయం చెప్పు అన్నాడు" మాధవ్. "కొంత మంది అమ్మాయిలుకి ఖాళీ ఉంటే ఎవరితో ఒకరితో

మాట్లాడుతూ ఉండాలి, అబ్బాయిలికి ఈ విషయం బాగా తెల్సు అందుకే, అమ్మాయిలు అడిగితే ఎంత బిజీ ఉన్నా వాళ్ళ టైం పక్కన పెట్టి మాట్లాడుతూ ఉంటారు. ఎందుకు అంటే, వీళ్ళు మాట్లాడకుంటే వేరే ఎవరు ఖాళీగా ఉన్నారో చూసి వాళ్ళతో కాసేపు టైం పాస్ చేద్దాం అనుకుంటారు కొంత మంది అమ్మాయిలు...కానీ దుదృష్టవశాత్తు అప్పుడు వేరే అబ్బాయితో మాట్లాడితే ఆ చనువును కొంత మంది అబ్బాయిలు వారి ప్రేమలో చిచ్చు పెట్టి తమ ప్రేమ కోసం వాడుకుంటారు. వారు టైంపాస్ కోసం చేసే పని కాస్త ప్రేమ మీద అనుమానంగా మారుతుంది, కొన్నిసార్లు సరిదిద్దుకునే వారు, కొన్నిసార్లు విడిపోయేవారు ఉంటారు. నీ విషయం లో మీనాక్షి చేసింది అదే, నువ్వు బిజీగా ఉన్నావు రాహుల్తో మాట కలిపింది, అంతే వాడు అల్లుకుపోయాడు" అన్నాడు అఖిల్.

“ఇప్పుడు వాడు బిజీగా ఉంటే? అన్నాడు మాధవ్, “అందుకేగా వాడు వెంటనే పెళ్లి చేసుకున్నాడు, ఇప్పుడు వాడు బిజీగా ఉండి ఆమె మాటలు కలిపినా మొగుణ్ణి మార్చలేదు, మార్చేలోపు వచ్చి సెట్ చేసుకుంటాడు" అన్నాడు అఖిల్. “అయినా, ఒక్కసారి బిజీ అంటే అర్థం చేసుకోవాలి కదా అన్నాడు మాధవ్. అర్థం చేసుకుంది కదా అందుకే వేరే వాళ్ళతో మాట్లాడింది" అన్నాడు అఖిల్. “మరి తాను బిజీ, నేను ఖాళీ ఉన్నపుడు నేనేమి వెళ్లి వేరే వాళ్ళతో పులిహోర కలపలేదు" అన్నాడు మాధవ్.

“తాను మాట్లాడాలి అనుకుంది, పులిహోర కలిపేవాడు దొరికాడు, తాను కలపాల్సి వచ్చింది" అన్నాడు అఖిల్. “తాను నా లాగే చేయచ్చు కదా...! “అన్నాడు మాధవ్. “నువ్వేం చేసావు?" అన్నాడు అఖిల్. “మా ఇద్దరి అందమైన చాట్ మళ్ళా మళ్ళా చదువుకునేవాడిని, తన అందమైన చిత్రాన్ని పదే పదే చూసుకునేవాడిని. ఇద్దరు ఉన్న జ్ఞాపకాలు తల్చుకునేవాడిని" అన్నాడు మాధవ్.

“అది వ్యక్తిత్వం మీద ఆధారపడి ఉంటుంది, సరే నువ్వు రెడీ అయితే బయలుదేరదాము" అన్నాడు అఖిల్. ఇద్దరు రెడీ అయ్యి ఆఫీస్ కి బయలుదేరారు, శ్రావ్య, అఖిల కూడా ఆఫీస్ కి బయలుదేరారు.

అఖిల్ అనుకున్నట్టుగానే సమయానికి ఆఫీస్ కి వెళ్లి తన ప్లేస్ లో కూర్చుని పని మొదలుపెట్టాడు.

అఖిల్ తో పాటు వచ్చాడు కాబట్టి, మాధవ్ కూడా సమయానికి పని మొదలు పెట్టాడు... కానీ, మాధవ్ కి కడుపులో ఎలుకలు పరుగు పెట్టడం మొదలుపెట్టాయి. అప్పుడే వచ్చారు శ్రావ్య, అఖిల...

“ఏంటి లేట్?” అని అడిగాడు అఖిల్, ట్రాఫిక్ అంటూ సమాధానం ఇచ్చింది శ్రావ్య. సరే రేపటినుంచి త్వరగా బయలుదేరండి... అంటూ వర్క్ కోసం మాట్లాడుతున్నాడు అఖిల్.

“ఇవన్నీ బ్రేక్ఫాస్ట్ చేసి కూడా మాట్లాడుకోవచ్చు... తినకుండా అంత మంచిది కాదు” అన్నాడు మాధవ్ వచ్చి. ఒక్కసారి కోపంగా చూసిన... అఖిల్... “నువ్వు వెళ్లి తినేసిరా” అన్నాడు అఖిల్ మాధవ్తో. “ఏంటి నువ్వు తినవా?” గట్టిగ అరిచింది అఖిల.

“ఇప్పుడు క్లయింట్ మీటింగ్ ఉంది, టీం అంతా తినడానికి పోయినా నేను అటెండ్ కావాలి, లేకుంటే రేపు వర్క్ లో మీకు సందేహం వచ్చి నన్ను అడిగినట్టు నేను వాళ్ళని అడిగితే ప్రాజెక్ట్ రద్దు చేస్తారు. నిజానికి మీటింగ్ అందరికి ఉంది, మీరు ఆకలితో ఉన్నారు అని వెళ్ళమన్నాను, రేపటినుంచి టైం కి రెడీ అవ్వండి, నేను మీటింగ్ అయ్యాక వెళ్లి తింటాను” అన్నాడు అఖిల్. “అవునా...! నువ్వు పస్తులు ఉంటే మేము పండగ చేసుకుంటూ పోయి తింటాం అనుకున్నావా? మేము కూడా మీటింగ్ అయ్యాక తింటాము, రా మాధవ్ అన్నయ్య వర్క్ చేసుకుందాం” అంటుంది అఖిల.

సరే అని అఖిల వెంట నడిచాడు మాధవ్, “ఏమ్మా! మీరు తినలేదా? అని అడిగాడు మాధవ్, ఎందుకు తినలేదు శుభ్రంగా తిన్నాం కదా” అంది శ్రావ్య. “మరి అక్కడ నా బ్రేక్ఫాస్ట్ కోసం మాట్లాడుతుంటే నువ్వు ఎందుకు మధ్యలో వచ్చి అలా “అన్నాడు మాధవ్.

“అంటే అఖిల్ తినలేదు, అని ముందు బాధ వచ్చినా అఖిల్తో కొంచెం సమయం గడిపే ఛాన్స్ కోసం అలా చెప్పా అన్నయ్య” అంది అఖిల. “మరి నా తిండికి ఎందుకు ఎసరు పెట్టావ్?” అన్నాడు మాధవ్. “అంటే మీ స్నేహితుడు తినకుండా నువ్వు ఎలా తింటావ్” అని అంది అఖిల.

“ఇప్పుడు నిజం చెప్పు” అన్నాడు మాధవ్.

“నువ్వు లేకుండా ఒంటరిగా వాడు నాతో మాట్లాడటం లేదు కదా అన్న, మీ బావ కి ఇంత అందం నచ్చడం లేదు ఏంటో మరి, డేస్ అఫ్ బీయింగ్ వైల్డ్ లో యడ్డి ల అయ్యాడు ఎంత ప్రేమ చూపినా మారడం లేదు” అంది అఖిల. “ఏమ్మన్నావ్ అర్థం కాలేదు...!” అన్నాడు మాధవ్.

"అది చూసిన ఇంగ్లీష్ మూవీ లు అన్నింటికి అఖిల్ ని దాన్ని ఊహించుకుంటూ ఉంటుంది లే అది" అంది శ్రావ్య. "సరేలెయ్... అన్నాడు" మాధవ్. "ఇది మనం కూడా మీటింగ్ లో అంది వాళ్ళు చెప్పేది నాకు అర్థం కాదు, ఇవాళ మీనా కూడా లీవ్ ఎలా మరి...?" అంది శ్రావ్య.

"ఏం కాదు లే అఖిల్ ఉన్నాడు కదా" అంది అఖిల. "ఒసేయ్... తాను లీడ్, పైగా మీటింగ్ రెండు గంటలు ఉంటుంది, నువ్వు వాడి కోసం మమల్ని బలి చేస్తున్నావ్" అంది శ్రావ్య.

"మరేమో మేము రోమియో జూలియట్ కావాలంటే షేక్ స్పియర్ తో పాటు నీ హెల్ప్ కావాలి కదా...!" అంది అఖిల. "నువ్వు ఆపు ఇంకా, మీటింగ్ స్టార్ట్ ఐంది విను అన్నాడు" మాధవ్.

అందరు వినడం మొదలు పెట్టారు.

ఆ మీటింగ్ చాలా బోర్ గా ఉంది అందరికి, వాళ్ళు చెప్పేది అర్థం కాక నిద్రలోకి జారుకున్నారు శ్రావ్య, మాధవ్, అఖిల మాత్రం అఖిల్ ని జేమ్స్ బాండ్ లా ఊహించుకుని ఊహల్లోకి వెళ్ళింది.

కానీ, "అఖిల, అఖిల" అని మూడు సార్లు క్లయింట్ మేనేజర్ పిలవడంతో ఈ లోకంలోకి వచ్చింది. గట్టిగ 'సారీ' అని చెప్పడం వల్ల శ్రావ్య, మాధవ్ నిద్ర లేచారు, అప్పుడే వింటున్నారు.

క్లయింట్ మేనేజర్ "లాస్ట్ డిజైన్ మీద డెవలప్మెంట్ వర్క్ నువ్వు, మీనా నే కదా చేస్తున్నారు దాని పురోగతి ఎక్కడ దాకా వచ్చింది...?" అని అడిగారు అఖిలని. అఖిల వెంటనే స్పందించనందుకు ముందుగా సారీ చెప్పి తర్వాత "దాని పురోగతి నాకు తెలీదు, అది మీనా మాత్రమే చెప్పాలి" అంది.

వెంటనే క్లయింట్ మేనేజర్ "అఖిల్తో మీ స్క్రమ్ మీటింగ్ లో దీని మీద ఏం చర్చ జరగలేదా? టీం లో ఇద్దరు పని చేసేటప్పుడు పురోగతి ఇద్దరికీ తెలియాలి కదా, ఇంకా ముఖ్యంగా లీడర్ వి నీకు కూడా తెలియాలి. అసలు ఏం జరుగుతోంది ఇక్కడ...?" అని కోపంగా అన్నాడు.

అఖిల, మాధవ్ ఇంకా శ్రావ్య స్థాణువులా ఉండిపోయారు.

అఖిల్ మాత్రం చెప్పడం మొదలు పెట్టాడు, "మనం అన్ని డిజైన్లు agile మోడ్లో చేయడం లేదు, మీ దగ్గరనుంచి మాకు 8 ప్రాజెక్ట్స్ ఉన్నాయ్, అందులో 4 నేనే లీడ్ చేస్తున్న. అందులో రెండు మాత్రమే agile మోడ్ లో ఉన్నాయ్ తప్ప మిగతా రెండు వాటర్ఫాల్ మోడ్, అందుకే

వాటికీ వారానికి ఒకసారి మాత్రమే మీటింగ్ జరుగుతోంది. క్రితం వారం పురోగతి మీకు మెయిల్ ద్వారా పంపడం జరిగింది, తర్వాతి వారం పురోగతి పంపడానికి రేపటి వరకు సమయం ఉంది. రేపు మా టీం మీటింగ్ అయ్యాక ఆ ప్రాజెక్ట్ వివరాలు పంపుతాం. ఇక్కడ టీం లో ఇద్దరు ఉన్నా అఖిలకి, మీనా కి ఇద్దరికీ నేను వర్క్ విభజించి ఇచ్చాను. ఎవరి వర్క్ మీద వారికే క్లారిటీ ఉంది. ఈసారి నుంచి ఇద్దరు క్రాస్ కమ్యూనికేషన్ చేసుకునేలా చూస్తాను. నా తప్పుకి మన్నించండి. అలాగే ఈ ప్రాజెక్ట్ స్క్రమ్ లో చేసేంత బడ్జెట్(time+resources) మనకి లేదు కాబట్టి, వారానికి ఒకసారి మాత్రమే మీటింగ్ పెట్టుకుని మీకు మెయిల్ పంపుతాం. ఈ ప్రాసెస్ లో ఏమైనా మార్పులు చేయాలా...?" అని అడిగాడు అఖిల్.

ఆకస్మికంగా చాలా తెలివిగా అఖిల్ ఇచ్చిన సమాధానం కి ముచ్చట వేసింది శ్రావ్య, మాధవ్ కి. అఖిల కి ఆనందంగా ఉన్నా, ఎన్నిసార్లు క్రాస్ కమ్యూనికేషన్ చేయమన్నా తాను చేయని కారణంగా అఖిల్ సారీ చెప్పాల్సి వచ్చింది అని బాధపడింది. ఇంకా క్లయింట్ మేనేజర్ ఏమి మాట్లాడలేదు. "సరే రేపు ఇమెయిల్ లో నే అడిగిన సమాచారం మొత్తం పంపు అఖిల్" అని మిగతా ప్రాజెక్ట్స్ డీటెయిల్స్ చెప్పి మీటింగ్ క్లోజ్ చేసారు.

మీటింగ్ అయ్యాక అఖిల అఖిల్ దగ్గరకి వచ్చి "ఐ యాం సారీ" అని చెప్పింది, "నువ్వు ఒక పని బాగా చేసావు అఖిల" అన్నాడు... అఖిల "ఏంటి అది...?" అని అంది అఖిల. "అది నువ్వు నిద్రపోతున్నపుడు క్లయింట్ మూడు సార్లు పిలిచినా తర్వాత పలికావు కానీ, నీ సమాధానం చెప్పే ముందు క్షమాపణ కోరావు అది నాకు నచ్చింది. కానీ, నేను ఎన్ని సార్లు క్రాస్ కమ్యూనికేషన్ నేర్చుకోమన్నా నేర్చుకోలేదు. మనం చేసే టీం లో ఎవరు ఏం చేస్తున్నారో తెలుస్కోవడం చాల ముఖ్యం, అది మనల్ని పైకి తీసుకువస్తుంది. రేపు పొద్దునే నాకు ఆక్సిడెంట్ అయి నే పోతే చేసే నాలుగు ప్రాజెక్ట్స్ కి ఇబ్బంది రాకూడదు కదా...!" అన్నాడు అఖిల్.

"నన్ను క్షమించు అఖిల్ ఇంకెప్పుడు ఇలా చేయను" అంది అఖిల. "సరే సరే కూల్" అన్నాడు అఖిల్ నవ్వుతూ. ఆ నవ్వు చూసి లోకాన్ని మరిచింది అఖిల. "నవ్వితే ఇంత బాగుంటున్నావ్ కదా! నవ్వచ్చు కదా అంది అఖిల". "ఎప్పుడో ఒకసారి నవ్వితేనే బాగుంటాం అఖిల, అస్తమాను నవ్వితే బోర్ కొడతాం" అన్నాడు అఖిల్. "అర్థం కాలేదు" అంది అఖిల. "అవునా! సరే రా చూపిస్తా" అని మాధవ్ టేబుల్ దగ్గరకి తీసుకువెళ్లాడు అఖిల్. మాధవ్ కాల్

మాట్లాడుతున్నాడు "ఎవరు రా...?" అని అడిగాడు అఖిల్.

"కామాక్షి రా" అన్నాడు మాధవ్. పక్క ఒడిసి ఆమె, బైట కాఫీ తాగుతూ కాల్ చేసింది, కానీ మళ్ళా చేస్తా అర్జెంటు కాల్ అని పెట్టేసింది. "సరే మనం కాఫీ కి వెళ్దామా...?" అని అడిగాడు అఖిల మాధవ్ లని అఖిల్.

"సరే" అని కాఫీ కి వెళ్లారు ముగ్గురు, శ్రావ్య కూడా. అఖిల పక్కకి చేరి "మీ వాడు లీడ్ అంటే
ఏంటో చూపించాడు" అంది. నవ్వుకుంది అఖిల.

అఖిల్ అఖిలతో వెళ్లి కామాక్షి దగ్గరకి వెళ్లి ఎవరితో మాట్లాడుతోందో చూడు అన్నాడు. అఖిల వెళ్లి చూసింది, ఎవరో వరుణ్ అని కనపడింది. వచ్చి చెప్పింది. తర్వాత మాధవ్ ఫోన్ ట్రై చేసాడు, గంట వరకు బిజీ వచ్చింది. తర్వాత ఎత్తింది, "అయ్యాయా మీ పిచ్చాపాటి కబుర్లు వరుణ్ తో" అన్నాడు మాధవ్. "అంటే తాను ఎప్పుడో ఒకసారి చేస్తాడు, మనం మళ్లీ మాట్లాడుకోవచ్చు కదా అని కాల్ కట్ చేశాను" అంది ఆమె. "సరే బాయ్! నేను కూడా బిజీ నే" అని ఫోన్ పెట్టేసాడు మాధవ్. అది చూసిన అఖిల్ అఖిలతో "ఎప్పుడూ అందుబాటులో ఉండేవారు చులకన అవుతారు, ఎప్పుడో ఒకసారి అందుబాటులో ఉండేవారు ప్రధానం అవుతారు, ఎందుకంటే వీరు ఎక్కడికి పోరు అనే భావం, వాళ్ళని మిస్ అవుతారు అనే భావం. నిజానికి వీళ్లు లేకుంటే వాళ్ళు ఉన్నా లేకున్నా పెద్ద తేడా ఉండదు" అన్నాడు. అఖిల "ఇప్పుడు అర్థం ఐంది" అని చెప్పింది.

"సరే మీనా ఎక్కడ?" అని అడిగాడు అఖిల్. "ఏమో తనకి ప్రెగ్నన్సీ సమస్యలు ఉన్నాయ్, వాళ్ళ అయన డాక్టర్ కదా ఆయనతో కలిసి ఫెర్టిలిటీ సెంటర్ కి వెళ్తా అని క్రితం వారము చెప్పింది. కానీ ఇప్పటికి రాలేదు ఆఫీస్ కి. డైలీ మాత్రం లీవ్ మెయిల్ వస్తోంది" అని చెప్పింది అఖిల.

"అయితే సాయంత్రం మనం వెళ్లి చూసి వద్దాం" అన్నాడు అఖిల్. మనం అనే మాట రాగానే "ఓకే..." అంటూ ఆనందంగా చెప్పింది అఖిల.

***

అది పశ్చిమ బంగ్లాదేశ్ లో ఖుల్నా ప్రాంతం, చాల మంది ఉగ్రవాద నేతలు భేటీ అయ్యారు, మనం మన వాళ్ళని బోట్స్ ద్వారా బాంగ్లాదేశ్ కాందిశీకుల వలే భారతదేశం లోకి పంపిస్తున్నాం.

అలాగే కొంతమంది భారతీయులు ఈ ఆపరేషన్ లో పాలు పంచుకుంటారు. మనవాళ్ళు కేవలం నడిపిస్తారు అంతే అని చెప్పాడు ఒక నాయకుడు.

"అసలు వాళ్ళు దేనికి మనకి హెల్ప్ చేస్తారు?" అని అడిగాడు ఒక ఉగ్రవాది.

"ఎందుకంటే, అక్కడికి పంపిన మనవాళ్ళు చావడానికి రెడీ అయ్యి

వెళ్లారు. మనం ఆర్డర్స్ పంపే వరకు వాళ్ళు అక్కడ మనుషుల్లో కలిసిపోయి ఉంటారు. వాళ్ళు వెళ్లి ఆరు సంవత్సరాలు అవుతోంది, కొన్ని వందల మంది, అందులో ఒక ఎనిమిది మంది ఈ నెల 30 న హైదరాబాద్ లో ఎటాక్ చేస్తారు. దానికి ఇంకా పది రోజులు టైం ఉంది" అని అన్నాడు లీడర్.

"వాళ్ళు అందరు కలిసి మన ప్లాన్ వర్కౌట్ చేస్తారా?" అని అడిగాడు ఇంకో ఉగ్రవాది. "లేదు వాళ్లలో ఒకరికి ఒకరికి అసలు సంబంధం లేదు, ఎవరు ఎలాంటివారో కూడా తెలీదు. వాళ్లలో డాక్టర్స్, ఇంజనీర్స్, సాఫ్ట్వేర్ ఉద్యోగులు, న్యాయవాదులు, మహిళలు ఇంకా కార్మికులు అందరు ఉన్నారు. వాళ్ళ కుంటుంబం వదిలేసి బతుకుతున్నారు. వాళ్ళు మనం ఆర్డర్ ఇవ్వగానే చెప్పిన చోట మనం పంపిన బాంబు బ్లాస్ట్ చేస్తారు" అని చెప్పాడు లీడర్. "అంత మంది ఎందుకు మన మాటే వింటారు బ్లాస్ట్ లో వాళ్ళు చనిపోతాం అని ఎందుకు బాధపడరు" అన్నాడు ఇంకో ఉగ్రవాది.

"దానికి మూడు కారణాలు ఉన్నాయి. వాళ్ళని పాకిస్తాన్ లో పుట్టినపుడు నుంచి కూడా జిహాద్ కోసం పుట్టావు అంటూ తయారు చేస్తాము. రెండు, వాళ్ళు కోరినంత డబ్బు వారి కుటుంబం కి ఇస్తాము. మూడు, వాళ్ళు చేసేది తప్పు అని వాళ్ళకి అనిపించి మధ్యలో మానేద్దాం అనుకుంటే వెంటనే వాళ్ళ కుటుంబం ని చిత్రవధ చేస్తాం". అని చెప్పాడు లీడర్. "కానీ మనకి భారతీయులు ఎందుకు సహాయం చేస్తారు, మనం వద్దు అని విడిపోయిన బాంగ్లాదేశ్ లో మనం ఎందుకు సమావేశం అవుతున్నాం?" అని అడిగాడు ఇంకో ఉగ్రవాది.

"మంచి ప్రశ్నలు!, భారత దేశంలో నిజాయితీని డబ్బు కోసం అమ్మే అధికారులు కొంతమంది ఉన్నారు, అలాగే దేశం కంటే మతం ముఖ్యం అనుకునే వాళ్ళు ఉన్నారు, వారు మనకి సహాయం చేస్తారు" అన్నాడు ఆ లీడర్.

"అదే భారతదేశం లో ప్రాణాల కంటే కూడా, దేశం గొప్పది అనుకునే వాళ్ళు అలాగే, మతం అధికారం కంటే కూడా దేశం కోసం ప్రాణాలు ఇచ్చేవాళ్ళు కూడా ఉన్నారు" అంటూ గట్టిగా అరుస్తూ పైకి లేచాడు ఒక ఉగ్రవాది. "ఉండి ఉండచ్చు కానీ, మనం సృష్టించే మారణ హోమాన్ని ఎవరు ఆపలేరు" అని అన్నాడు ఆ లీడర్.

"ఆపుతాం, మేమంతా ఆపుతాం, మీ ప్లాన్ భారత దేశం చేరిపోయింది, ఇక మీ ఎనిమిది వందల మంది చిట్టా పట్టుకు తీరతారు" అంటూ ఆ లీడర్స్ లో ఒకడ్ని కాల్చేశాడు ఆ ఉగ్రవాది. వెంటనే ఆ ఉగ్రవాదిని అందరు కలిసి "ఎవడురా నువ్వు...? అంటూ అతన్ని గట్టిగ పట్టుకున్నారు.

వాడు వాళ్ళని వదిలించుకోవడానికి ప్రయత్నించకుండా, "చావు ఎదురుగా వచ్చినపుడు ముఖం మీద చిరునవ్వు చెరగకుండా దేశం కోసం ప్రాణాల్ని సైతం ఆనందంగా ఇచ్చేవాళ్ళని చూడలేదా రా ఎప్పుడు...?" అన్నాడు అతను. అప్పుడే ఒక ఉగ్రవాది లేచి "ఇతను మనలో కలిసిపోయిన హిందుస్తానీ జీ" అన్నాడు. "ఇప్పుడు అర్థమైందా రా, భారతీయులు అంటే ఏంటో? మీ వాడే చెప్పాడు కదా, నువ్వే కాదు రా ఎన్ని మారణహోమాలు చేసినా తిప్పి కొడుతూనే ఉంటాము, పైకి ఎదుగుతూనే ఉంటాము" అనగానే అతని శరీరంలోకి వందల బుల్లెట్స్ దిగబడ్డాయి.

అతను "జై హింద్" అంటూ నవ్వుతూ ప్రాణాలు విడిచాడు. ఆ లీడర్, "ఇలాంటి పిచ్చి వాళ్ళు ఇదివరకు ఎక్కువ ఉండేవారు, ఇప్పుడు అక్కడ అక్కడ ఉన్నారు లే, ఇంకా ఈ కాలం లో కొంచెం తగ్గారు" అన్నాడు లీడ్. "కానీ, వీడు మనం మాట్లాడుకున్నది పంపివేసాడు అన్నాడు. అసలు ఎలా పంపినట్టు...? అన్నాడు ఇంకో ఉగ్రవాది. "వాడి దగ్గర ఎలాంటి సమాచార సాధనాలు లేవు, అంటే బాడీ లో ట్రాన్స్మిటర్ ఉండి ఉండాలి. ఒకవేళ దాని ద్వారా పంపితే ఇప్పటికి వాడి ప్రాణం పోయిన విషయం వాళ్ళకి తెల్సి ఉండాలి. వాడు చాల కంగారు మనిషిలా ఉన్నాడు, ఇది భారతీయులకి ఉన్న ఇంకో లక్షణం. కానీ ధైర్యంతో మన దగ్గరకి వచ్చి ఉన్నాడు, నిజంగా గొప్పవాడు" అని వాడి శరీరంలో ఉన్న ట్రాన్స్మిటర్ కనిపెట్టి తీసేసాడు.

అప్పుడే ఆ లీడర్ "నువ్వు ఇందాక అడిగావు కదా! ఎందుకు బాంగ్లాదేశ్ అని, ఇక్కడ మనతో పోరాడి గెలవడానికి భారత్ వీళ్ళ ప్రభుత్వానికి సాయం చేసింది కరెక్ట్. కానీ ఇక్కడి వాళ్ళు మనకి స్నేహితులు, మనం ఇక్కడ నుండి చాల సులభంగా ఎన్నో పేలుడు పదార్థాలు, ఇంకా

తుపాకులు, కావలసిన బాంబ్స్, ఇతర సమాచారం ఇండియా లో ఉన్న మనవాళ్ళకి పంపగలము. పాకిస్తాన్ నుండి సముద్ర మార్గం ద్వారా ఇక్కడికి రావడం సులభం, ఇక్కడ నుండి భారత్ వెళ్లడం సులభం. ఏదయినా ముంబై, వైజాగ్ పోర్ట్స్ ద్వారా మన సామాన్లు, మనుషులు భారత్ పోతారు, ఎటాక్ మాత్రం హైదరాబాద్ లో జరుగుతుంది" అని చెప్పాడు.

"ఇంకో విషయం మనం ప్రదేశం మారుస్తున్నాం. ఖుల్నా మనకి ఇంకా మంచి ప్రదేశం కాదు, ఇక్కడ మన స్థావరం దంస్వం చేయండి. మళ్ళా ఎక్కడ కలవాలో నేను సమాచారం ఇస్తాను..." అని ముగించాడు లీడర్." జీహాద్" అనుకుంటూ వెళ్లిపోయారు అందరు.

***

సాయంత్రం అఖిల్, మాధవ్, అఖిల, శ్రావ్య కలిసి మీనా ని చూడడానికి వెళ్లారు.

అఖిల, అఖిల్ బైక్ ఎక్కుతా, అనడంతో ఇంకా శ్రావ్య ని మాధవ్ బైక్ ఎక్కించుకోవాల్సి వచ్చింది.

అఖిల, అఖిల్ ని పట్టుకుని కూర్చుంది, "మరీ ఇలా పట్టుకు కూర్చోకు, నాకు ఇబ్బందిగా ఉంది" అన్నాడు అఖిల్. "ఏంటో టీం లీడర్ గారికి ఇబ్బంది" అంది అఖిల. "ఎంత లీడర్ అయినా సరే, నువ్వు అమ్మాయివి, నేను అబ్బాయిని, అలా అమ్మాయి దగ్గరకి వస్తే హార్మోన్స్ ఎఫెక్ట్ అవుతాయి కదా. అమ్మాయిలకి కొంచెం సమయం పడుతుంది, అబ్బాయిలు కి వెంటనే" అన్నాడు అఖిల్.

"అబ్బా! నాకేం ఇబ్బంది? ఇంకా దగ్గరకి ఉండాలి అనిపిస్తోంది, గట్టిగ వాటేసుకుని కూర్చోవాలి అనిపిస్తోంది" అంది అఖిల. "అవునా, ఆ తర్వాత నాకు మూడ్ వస్తుంది, బైక్ ఆపి నిన్ను బెడ్ రూమ్ కి తీసుకుపోవాలి అనిపిస్తుంది" అన్నాడు అఖిల్.

"హమ్మో! నాకు ఎందుకో ఇప్పుడు అలా ఇష్టం లేదు" అంది అఖిల. "నాకు ఇప్పుడు ఇలా ఇష్టం లేదు మరి, నాకు ఫీలింగ్స్ కలిగించి దూరం పోతా అంటే ఒప్పుకోను నేను. నీకు కావాల్సింది నీకు ఇస్తే, నాకు కావాల్సింది నాకు ఇవ్వాలి" అన్నాడు అఖిల్.

"మరి ఇప్పుడు ఏం చేయాలి...?" అంటూ అమాయకంగా ఫేస్ పెడుతూ అడిగింది అఖిల.

ఆ ఫేస్ అద్దంలో చూసిన అఖిల్కు ఎంత వద్దు అనుకున్నా, నవ్వు అసలు ఆగలేదు. అలా చూస్తూ ఉండిపోయాడు. "ఓయ్ సారూ... మిమ్మల్నే అడిగేది అండి, ఏం చేయమంటారు...?" అని అఖిల్ని ఊపుతూ అడిగింది అఖిల.

"ఓయ్, ఓయ్! అలా ఊపకు, ఇద్దరం పడతాం తప్పదు, మళ్ళా హాస్పిటల్ పోవాలి. కొంచెం దూరంగా ఇంకాస్త సైలెంట్గా కూర్చో" అన్నాడు అఖిల్. "దూరం అంటే ఓకే, ఎలాగోలా సర్దుకుంటా, సైలెంట్గా అంటే అసలు నా వల్ల అయ్యే పనేనా అబ్బాయి అసలు, అలా అంటావు, నోరు మూసుకుని కూర్చునే సామర్థ్యం నాకు దేవుడు ఇవ్వలేదు మరి ఏం చేయాలి, ఏదో ఇలా గడుపుకు వస్తుంటే, ఐనా మన సీఈఓ ని అనాలి అంది" అఖిల.

"మధ్యలో ఆయన ఏం చేసారు?" అన్నాడు అఖిల్. "ఇంత హ్యాండ్సమ్ని చిన్న వయస్సులో టీం లీడ్ చేసారు. ఇంత తెలివితేటలూ, మంచితనం, అందం పెట్టుకుని నా పక్కనే ఉంటే, పోనీ పని మానేసి నిన్ను డైరెక్ట్ చూడచ్చు. ఇప్పుడు అలా చూస్తే పని ఎందుకు సరిగా చేయడం లేదు అని నీకే సమాధానం చెప్పాలి, ఎన్ని తిప్పలు వచ్చాయి. మెదడు వద్దు అన్నా మనసు మాత్రం నీ వైపే వస్తుంది. కన్నులు నిన్ను వెతుకుతూనే ఉంటాయి. ఇంకా నిద్రపోతే ఆరోజు చూసిన మూవీస్ అన్నింటిలోనూ నువ్వు హీరో, నేను హీరోయిన్. అవే సీన్స్ మన మధ్యలో..." అని చెప్పుకుంటూ పోతోంది అఖిల. "ఇదుగో అమ్మాయి, అసలు నీకు ఏం కావాలి?" అని అడిగాడు బండి ఆపి అఖిల్.

"నువ్వే కావాలి అఖిల్, నీ మీద నాకు ఉన్నది ప్రేమో ఏమో తెలీదు కానీ, నాకు మాత్రం నిన్ను చూస్తూ ఉండాలనీ, మాట్లాడుతూ ఉండాలనీ, నీతో కలిసి తినాలనీ, చందమామని చూస్తూ కబుర్లు చెప్పుకోవాలనీ, బాధ, సంతోషంలో ఉండాలనీ ఉంది... పెళ్లి చేసుకుందాం, అప్పుడు నువ్వు అన్నట్టు రొమాన్స్ లో కూడా మునిగి తేలచ్చు" అంది అఖిల.

"అబ్బో! ఇవ్వన్నీ నీ ఇష్టాలు, నాకు ఇష్టం ఉండద్దా?" అన్నాడు అఖిల్. "నేను బాగాలేనా... నీకు సెట్ కానా..." అంది అఖిల, "నువ్వు మంచిదానివి, అందగత్తెవు కానీ, నాకు నీ మీద అటువంటి ఉద్దేశం లేదు" అన్నాడు అఖిల్.

ఒక్క క్షణం అలాగే ఉండిపోయింది అఖిల, ఏం మాట్లాడాలి ఆమెకి తెలీలేదు. అసలు, అసలు తనలో ఉన్న సమస్య తనకి తెలీలేదు ఏడ్పు వచ్చేసింది. వెక్కి వెక్కి ఏడుస్తోంది అఖిల.

"ఎందుకు అలా ఏడుస్తున్నావ్? మళ్ళా ఎవరన్నా చూస్తే నీ మీద అఘాయిత్యం ఏమైనా చేస్తున్నాను అనుకుంటారు అంతా..." అన్నాడు అఖిల్.

"అబ్బో అలాంటివి చేయాలి అనిపిస్తోంది కానీ, ప్రేమించాలి అనిపించడం లేదు అన్నమాట" అంది అఖిల, పెద్ద కళ్ళు చిన్నగా తుడుచుకుంటూ రెప్పలు తిప్పుతూ. అలా చూసిన అఖిల్కి ఆమె చిన్న పిల్ల లానే కనపడింది. ఓయ్... నే ఎప్పుడు అలా అన్నాను? జనం అంతా అలా అనుకుంటారు అని మాత్రం అన్నాను. నువ్వు అలా వెక్కి వెక్కి ఏడిస్తే జనం అనుకుంటారు" అన్నాడు అఖిల్.

"పదే పదే అంటున్నావ్... నీకు ఆ ఉద్దేశం కానీ ఉందా ఏంటి, ఉంటే చెప్పు వెంటనే పెళ్లి చేసుకుందాం. అప్పుడు ఎంచక్కా ఒరిజినల్ సీన్ మూవీ లో ఏంజిలీనా జోలీ, ఆంటోనియో కి సొగసులు పంచి ఇచ్చినట్టు నీకు నేను ఇస్తాను" అంది అఖిల.

"ఓహో అయితే తర్వాత థామస్ తో కలిసి మోసం చేసినట్టు చేస్తావా...? అన్నాడు అఖిల్. "ఎంత మోసం చేసినా ప్రేమ కూడా నిజమే కదా" అంది అఖిల. "కానీ మోసం ఆస్థి కోసం కదా" అన్నాడు అఖిల్. "అవును... కానీ ఆస్థి కొట్టేసింది, ప్రేమ చావలేదు" అంది అఖిల. "సరే ఇప్పుడు ఏమంటావ్...?" అన్నాడు అఖిల్. "నువ్వు కూడా నాలాగే మూవీస్ బాగా చూస్తావ్" అంది అఖిల.

"అబ్బా! ఏంజెలినా జోలీ బాగా చేసింది అంటే చూసాను, నిజంగా బాగా చేసింది" అన్నాడు అఖిల్. "తమరు ఏంజెలినా ని చూడడానికి చూసారో లేక, తన యాక్షన్ చూడడానికి చూసారో తెలుసుకోలేని చిన్న పిల్లలు ఎవరు లేరు ఇక్కడ" అంది అఖిల. "అవును నువ్వేంటి మరి, ఆంటోనీ ని చూడడానికి చూసావా, అన్ని చూడాలి కదా సినిమా అన్నాక" అన్నాడు అఖిల్.

హమ్మో... ఇంకా లాగితే తెగుతుంది అని మనసులో అనుకున్న అఖిల. "సరే ఇప్పుడు ఆ విషయం మనకి ఎందుకు? నువ్వు ఒప్పుకుంటే పెళ్లి చేసుకుని మన ఫస్ట్ నైట్ రోజు మిస్టర్ అండ్ మిస్సెస్ స్మిత్ చూద్దాం మరి... వాళ్ళు ఇద్దరు రా ఏజెంట్స్, నువ్వు బ్రాడ్పిట్, నే ఏంజెలినా. మనం సాఫ్ట్వేర్, వాళ్ళు శత్రు రా ఏజెంట్స్. భలే ప్రేమలో పడి పెళ్లి చేసుకుంటారు కదా" అంది. "వాళ్ళ పోరాటాలు చేస్తూ చేసే రొమాన్స్ బాగుంటుంది" అన్నాడు అఖిల్.

"మరి పెళ్లి చేసుకో కదా... ఇద్దరం అలాగే మాట్లాడుకోవచ్చు, కొట్టుకోవచ్చు ఇంకా పోట్లాడుకోవచ్చు అన్ని రకాలుగా" అంది అఖిల. అంతే అఖిల్ "ఏం మాట్లాడుతున్నావ్...? వాళ్ళు

రా ఏజెంట్స్, వేరే వేరే దేశాల కోసం పని చేసేవారు. మనం ఒకే సంస్థ కోసం పని చేసే సాఫ్ట్వేర్ ఉద్యోగులం, పైపెచ్చు అది సినిమా. నేను సినిమా చూస్తాను కానీ ఆ ఊహలోనే ఉండిపోను. జీవితం సినిమా కాదు కాకూడదు, ఎందుకంటే ఊహకు అంతు ఉండదు కానీ, జీవన ప్రయాణానికి ఉంటుంది. నీ ప్రేమని నీ దగ్గర పెట్టుకుని బండి ఎక్కితే గమ్యం చేరదాం" అన్నాడు అఖిల్.

సైలెంట్ గా బండి ఎక్కి కూర్చుంది అఖిల. ఇద్దరు మళ్ళా బయలుదేరారు. అఖిల కి మాట్లాడే అవకాశం ఇవ్వకుండా ముందుకు పోనిచ్చాడు బండి అఖిల్. ఆ వేగానికి గాలి కూడా స్తంభిస్తుందా అన్న స్పీడ్ లో దూసుకుపోతున్నాడు అఖిల్. ఇంకా అఖిల్ వేగానికి వాళ్ళు శ్రావ్య, మాధవ్ ల కంటే ముందే మీనా ఇంటికి చేరుకున్నారు.

శ్రావ్య, మాధవ్ వచ్చే దాక ఉండి అప్పుడు అంతా కలిసి మీనా ఇంటికి వెళ్లారు. మీనా వాళ్ళ ఆయన సిటీ లో పేరు మోసిన డాక్టర్. వాళ్ళ హాస్పిటల్ ద్వారా కృతిమ విధానాల ద్వారా ఎంతో మందికి తల్లి అయ్యే అదృష్టం కల్పించిన వ్యక్తి గా ఎన్నో అవార్డ్స్ అందుకున్నాడు అతను. కానీ పెళ్లి అయి ఆరు సంవత్సరాలు ఐనా వాళ్ళకి ఇంకా పిల్లలు లేరు. అందుకే మీనా కి కూడా ఈమధ్య కృత్రిమ విధానం మొదలు పెట్టారు. ఆమె కూడా అఖిల్ టీం లో పని చేస్తోంది. ఈ విధానం మొదలు పెట్టినప్పటినుండి ఆమె ఎక్కువ సెలవు పెడుతోంది. ఒక వారం నుంచి అయితే అసలు పత్తా లేదు. వెళ్లి బెల్ కొట్టారు... ఎవరు తీయలేదు, అలా చాలాసేపు కొడుతూనే ఉన్నారు, "అయితే తాను ఊళ్ళో లేదు అన్నమాట, ఎటు వెళ్లి ఉంటుంది" అంది అఖిల. "వాళ్ళ ఆయనతో టూర్ వెళ్లి ఉంటుంది" అన్నాడు మాధవ్. "ఒరేయ్ మాధవ తన ఆరోగ్యం బాలేదు కదా, టూర్ ఏంటి? హాస్పిటల్ వెళ్లి ఉండవచ్చు" అంది శ్రావ్య.

"నువ్వు చెప్పింది కరెక్ట్ శ్రావ్య... తాను టూర్ వెళ్ళలేదు. ఇందాకే వాళ్ళ అయన హాస్పిటల్ బైట ప్రెస్ మీట్ లో మాట్లాడి ఉన్నాడు. అది వైరల్ అయింది. ఈ ఇంటిలో కూడా ఎవరో ఉన్నారు" అని వెళ్లి పక్కనే ఉన్న చెత్త బుట్టని వెతకడం మొదలు పెట్టాడు. దాంట్లో స్విగ్గి ఆర్డర్ కవర్ కనపడింది. అది ఒక గంట క్రితం డెలివర్ అయిన కవర్, దాని ప్రకారం ఫుడ్ ఆర్డర్ తిన్నవాళ్ళు లోపలే ఉన్నారు" అని అన్నాడు అఖిల్.

“మా వాడు చూడడానికే కాదు, చేసే పని కూడా జేమ్స్ బాండ్ లాగే. కానీ అనవసరంగా ఈ సాఫ్ట్వేర్ లో పడ్డాడు బిడ్డ” అంది అఖిల శ్రావ్యతో.

“అందుకే నీకు తగిలాడు, లేదంటే ఏ బాండ్ గర్ల్ ఎత్తుకుపోయేదో” అంది శ్రావ్య. “ఒసేయ్ పిచ్చిమొహం దాన, నాకంటే అందమైన బాండ్ గర్ల్స్ ఉంటారా? వాడు జేమ్స్ బాండ్ అయితే, నేను వాడి గర్ల్ అవుతా కానీ సాఫ్ట్వేర్ లోకి వస్తానా?” అనింది అఖిల.

“అఖిల... ఇందాక వచ్చేప్పుడు చూసా, ఎందుకు ఏడుస్తున్నావ్?” అన్నాడు మాధవ్. “ఓహో చూసేసావా..? అది కూడా...! ఏం చేస్తాం అన్న, మీ బావ కి నీ చెల్లి నచ్చడం లేదు, ప్రపోస్ చేస్తే రిజెక్ట్ చేసాడు మరి” అంది అఖిల. “అవునా, అయినా వాడికి ఇష్టం లేదు అని చెప్తే వదిలేయచ్చు కదా చెల్లెమ్మ” అన్నాడు మాధవ్.

“మీ వాడు నేనంటే ద్వేషం ఉన్నట్టు ఏం మాట్లాడటం లేదు, స్నేహితురాలు లాగే మాట్లాడుతున్నాడు, అలాగే వాడు సింగల్ గా ఉన్నాడు, పెళ్లి ఏం కాలేదు కదా” అంది అఖిల.

“అయితే పెళ్లి అయితే వదిలేస్తావా? అన్నాడు మాధవ్. “పెళ్లి జరిగే ఒక నిమిషం ముందు వరకు నా ప్రయత్నం ఆగదు. ఐనా నీ పిచ్చి కానీ నీ చెల్లి ఉండగా మీ బావని వేరే అమ్మాయి చూస్తే ఊరుకుంటుందా అసలు, ఈమాత్రం లాజిక్ తెలీదా నీకు” అంది అఖిల. “అమ్మో! చెల్లమ్మ చాలా డేంజర్” అనుకున్నాడు మాధవ్.

ఈలోపు అఖిల్ ఎలాగోలా ఒక కిటికీ తెరిచి మీనా ఇంట్లోకి వెళ్ళాడు. అక్కడ మీనా సోఫా లో చాలా టెన్షన్ గా కూర్చుని, కంగారుగా బర్గర్ తింటోంది, ఎక్కడ ఆగడం లేదు అసలు. కళ్ళలో నీళ్లు వస్తున్నాయి, తిండి ఆపడం లేదు. మీనా ముందుకు వచ్చిన అఖిల్ “నిన్ను ఇంత భయపెట్టిన వారు ఎవరు...?” అన్నాడు అఖిల్.

“అఖిల్ నువ్వా, అతను ఎవరో కాదు మా ఆయన” అంది మీనా.

***

ఢిల్లీ లోని ఇండియన్ రా ప్రొటెక్షన్ కంట్రీ కార్యాలయం, చాల మందికి ఇండియాలో ఇలాంటి కేంద్రం ఉందని కూడా తెలీదు ఇది దేశ విఘాత కార్యకలాపాలు చేసేవాళ్ళని గుర్తించడానికి ఉన్న సంస్థ, ఇండియన్ మిలటరీ అనుబంధ సంస్థ. వీళ్ళు ఎక్కువ చేసేది సమాచార సేకరణ. అలా చేసేప్పుడు వాళ్ళ ప్రాణాలు కూడా కోల్పోవచ్చు.

అందులో ఉన్న ముఖ్య అధికారులు అంతా సమావేశం అయ్యారు. భగత్ సింగ్ మాన్, వాళ్ళ అందరికి నాయకుడుగా వ్యవహరిస్తారు. మిలటరీ మరియు రా మధ్య అనుసంధాన కర్త కూడా ఆయనే. బంగ్లాదేశ్ నుంచి వచ్చిన సమాచారాన్ని తన వాళ్ళకి చెప్పడానికి భగత్ ఆ సమావేశం ఏర్పాటు చేసారు. “మన మిత్రుడు, సహోదరుడు ఐన అమర్ (బాంగ్లాదేశ్ లో చనిపోయిన రా ఏజెంట్ పేరు) దేశం కోసం ప్రాణం త్యాగం చేసారు. చేసే ముందు ఆయన తెచ్చిన సమాచారం తేదీన హైదరాబాద్ వేదికగా ఎనిమిది బ్లాస్ట్స్ వాళ్ళు ప్లాన్ చేసారు. దీనికోసం కొన్నేళ్ల క్రితమే చాల మందిని ఇండియా కి పంపేశారు. భవిష్యత్తులో కూడా వాళ్ళు చాలా ఆపరేషన్స్ చేస్తారు... ఎందుకంటే, ఇండియా లో, ఇండియా వాళ్ళ ఐడెంటిటీ తో బ్రతుకుతున్న చాలా మంది పాకిస్తాన్ కి చెందిన వాళ్ళు ఉన్నారు. కానీ ఇప్పుడు మనం ఆపాల్సింది మాత్రం హైదరాబాద్ బ్లాస్ట్ ని, ఆ తర్వాత మిగతా వాళ్ళ సంగతి చూద్దాం” అన్నాడు భగత్.

అందరు దానికి సమ్మతం తెలియజేయడంతో ఇంకా అదే విషయం మిలటరీ కి, మిలటరీ ద్వారా హైదరాబాద్ పోలీసులకి తెల్సింది. పోలీస్ అందరిలో కొద్దిగా టెన్షన్ మొదలు ఐంది. భగత్ సింగ్ ప్రధాన మంత్రి తో మాట్లాడానికి అనుమతి తీసుకున్నాడు.

అది న్యూ ఢిల్లీ లోని ప్రధానమంత్రి కార్యాలయం, భగత్ సింగ్ ప్రధానమంత్రి ఛాంబర్ కి వెళ్లి అధికారిక సెల్యూట్ చేసాడు. “ఏంటి భగత్ సింగ్ గారు, ఏదో అత్యవసర సమావేశం అని మమల్ని కలవాలన్నారు, ఏంటి విషయం?” అని అడిగారు ప్రధాని. “సార్, మన ఏజెంట్ చావు బ్రతుకుల మధ్య పోరాడి ఒక ముఖ్య విషయాన్ని మనకి చేరవేసాడు కానీ, దురదృష్టవశాత్తు అతను చనిపోయాడు” అని చెప్పాడు భగత్ సింగ్.

“అది చాలా చింతించాల్సిన విషయం, అతను చేరవేసిన రహస్యం ఏంటి? అని అడిగారు ప్రధాని.

“సార్ అదేంటి అంటే... పాక్ కి చెందిన ముష్కరులు బంగ్లా లోని ఖుల్నా ప్రాంతాన్ని తమ కార్యకలాపాలకు వేదికగా చేసుకున్నారు. ఆయుధ సరఫరా ఇంకా అక్రమ రవాణా, సమాచార పంపిణి అన్ని అక్కడ నుండి జరుగుతున్నాయి”.

“సరే, వాళ్ళ మార్గాల్లో దాడులు చేసి ఆపరేషన్ ముగించండి, దీనికి నా అనుమతి అవసరం లేదు అని నేను అనుకుంటున్నా” అన్నారు ప్రధాని.

"కానీ వాళ్ళ పథకాలు అమలు చేసేవాళ్ళు ఎనిమిది వందల మంది భారతదేశంలో ఉన్నారు. కేవలం భయం తో డబ్బుకి ఆశపడి పాకిస్తాన్ నుంచి బాంగ్లాదేశ్ కాందిశీకుల్లా ఇండియా లో అడుగు పెట్టారు. వాళ్ళు కేవలం ఆర్డర్ కోసం ఎదురు చూస్తూ ఉంటారు, రాగానే బ్లాస్ట్స్ చేస్తారు. అందులో వాళ్ళు చనిపోవచ్చు, ఒకవేళ బ్రతికితే వారి వృత్తి కొనసాగిస్తారు. వాళ్లలో డాక్టర్స్, ఇంజనీర్స్, లాయర్స్ కూడా ఉన్నారు" అన్నాడు భగత్ సింగ్.

"ఎనిమిది వందల మందా, అలా ఎలా...? అన్నారు ప్రధాని. "అది పశ్చిమ బెంగాల్ లో కాందిశీకులకి స్వాగతం పలికారు. వాళ్ళు దేశం అంతా వ్యాపించారు. ఇదివరకు ముంబై, గుజరాత్, కేరళ నావికా మార్గాల ద్వారా మాత్రమే వచ్చేవారు. కానీ, మనకి తెలీకుండా ఈ దారి ఎంచుకున్నారు" అన్నాడు భగత్ సింగ్.

"సరే మరి ఏం చేద్దాం ఇప్పుడు?" అని అడిగారు ప్రధాని. "సార్, ఈ నెల 30 న వాళ్ళు హైదరాబాద్ లో ఎనిమిది బ్లాస్ట్స్ ప్లాన్ చేసారు. అది ఆపడానికి మేము సిటీ అంతా హై అలెర్ట్ ప్రకటించాము. అంతే కాక ఆ రోజు కర్ఫ్యూ విధించాలని డిసైడ్ అయ్యాము" అన్నాడు భగత్ సింగ్. "సరే ఈ ప్లాన్ మనకి తెల్సింది అని వాళ్ళు వేరే ప్లాన్ చేస్తే వేరే సిటీ, వేరే డేట్, ఇది సరైన పద్ధతి కాదేమో అనిపిస్తోంది మిస్టర్ భగత్" అన్నారు ప్రధాని.

"అవును సార్ కానీ మన చేతిలో ఉన్న విధానం ఇది ఒక్కటే. ఇంకో విధానం ఉంది కానీ, దాన్ని అమలు చెయ్యగలిగే నలుగురు ఏజెంట్స్ చనిపోయారు. ఒక ఏజెంట్ మాత్రం పత్తా లేడు, అతను మన ఏజెన్సీ లోనే ది బెస్ట్ అన్నాడు" భగత్. "అవునా, అసలు ప్లాన్ ఏంటి?" అన్నారు ప్రధాని. "ఏమి లేదు సర్, బాంగ్లాదేశ్ వెళ్లి ఆ ఆర్డర్ ఇచ్చే వ్యక్తి ని మట్టు పెట్టాలి. వెళితే వాళ్ళ స్థావరాన్ని సమాచారాన్ని నాశనం చేయాలి, చాలా సీక్రెట్ గా" అన్నాడు భగత్. "అంటే అతను చేయగలడా?" అన్నారు ప్రధాని. "ఖచ్చితంగా" అన్నాడు భగత్. "సరే అతన్ని వెతకడానికి ఒక టీం ఏర్పాటు చేయండి" అన్నారు ప్రధాని.

"చాలా ధన్యవాదాలు సార్, దానికి మీ అనుమతి అడగాలని వచ్చాను సార్" అన్నాడు భగత్.

"ఓకే, నేను ఆమోదిస్తున్నాను, మీరు వెతికే పనిలో ఉండండి" అన్నారు ప్రధాని.

"తప్పకుండా సార్" అన్నాడు భగత్.

"నేను వెళ్లి వస్తాను" అన్నాడు భగత్. "సరే అల్ ది బెస్ట్" అన్నారు ప్రధాని, నవ్వి ఊరుకున్నాడు భగత్.

"హా భగత్, ఇంతకీ అతని పేరు ఏంటి...?" అని అడిగారు ప్రధాని.

"విక్రమ్ సార్, విక్రమాదిత్య" అన్నాడు భగత్.

"అతను విక్రమ్ నాకు బాగా తెల్సు, చాలా పదునైన వ్యక్తి. కానీ, అతను ఒక ఆపరేషన్ అప్పగిస్తే మధ్యలో ఆపివేయమని ప్రధాని ఆర్డర్ వచ్చినా ఆపడు. అసలు అన్నాళ్ళు ఎలా టీం లో ఉన్నాడు?" అన్నారు ప్రధాని.

"ఎందుకంటే అతను ఒక్కసారి కూడా ఫెయిల్ అవ్వలేదు సార్" అన్నాడు భగత్. "మరి అతను ఎందుకు కన్పించకుండా పోయాడు?" అన్నారు ప్రధాని.

"అది తెలీలేదు సార్. అతను ఆపరేషన్ లో మిస్ అవ్వలేదు కానీ, అతను మీద దాడి జరిగింది. అప్పుడు మిస్ అయ్యాడు" అన్నాడు భగత్.

"అవునా... అప్పుడు అతని పక్కన ఎవరు ఉన్నారు?" అని అడిగారు ప్రధాని. "అతని భార్య ఇప్పుడు ఆమెనే విచారించబోతున్నాం" అన్నాడు భగత్.

"అలాగే మీరు ఆ పనిలో ఉండండి" అని అన్నారు ప్రధాని. "సరే", అని అక్కడ నుండి వెళ్లిపోతూ, "విక్రమ్.... ఎక్కడ నువ్వు?" అంటూ గట్టిగా అరిచాడు భగత్.

***

"ఏమే... పొద్దునే మాతో ప్రాంక్ లు మొదలు పెట్టావా? నీ ప్రాంక్ లు పిచ్చి మాకు తెలియంది కాదు, నీకేదో ఒంట్లో బాలేదు అని చూద్దాం అని మేము వస్తే ఏంటే మాకు ఇది" అంది అఖిల.

"అయ్యో... అమ్మ మీద ఒట్టు నేనేమి ప్రాంక్ చేయలేదు, నిజంగా మా ఆయన వల్ల ఇలా అవుతున్నా" అని అంది మీనా. "మీది ప్రేమ వివాహం కదా..." అంది శ్రావ్య.

"అవును శ్రావ్య... నేనే అతని మంచితనం చూసి వెనక పడ్డాను, అతను నన్ను ముందు వద్దు అనే అన్నాడు కానీ, తర్వాత నా ప్రేమకి కరిగిపోయాడు. మా ప్రేమ ఇంట్లో చెప్పి పెళ్లి చేసుకున్నాం.

అతనికి ఎవరు లేరు, మా ఇంట్లో కష్టపడి ఒప్పించాను. కానీ పెళ్లి తర్వాత అందరూ చాలా సంతోషపడ్డారు. ఎందుకంటే, వైష్ణవ్ నన్ను అంత బాగా చూసుకున్నాడు" అంది మీనా.

"మరి ఇప్పుడు ఏమైంది అని వైష్ణవ్ ని శత్రువు లా చూస్తున్నావ్?" అని అడిగాడు మాధవ్.

"మా పెళ్లి జరిగి నాలుగు సంవత్సరాలు అయింది. ఇప్పటికి పిల్లలు లేరు. నేను, వైష్ణవ్ పరీక్షలు చేయించుకున్నాం, నాకు చాల సమస్యలు ఉన్నాయ్ అని తెలిసింది.

కానీ వైష్ణవ్ చాలా పెద్ద డాక్టర్ కదా, అతను చేసేదే ఇలాంటి సమస్యల పరిష్కారం... అందుకు అండ దానం ద్వారా నాకు పిల్లలు పుట్టేలా ప్లాన్ చేసాడు.

అలా నేను ఆనంద పడ్డాను. నాకు దానం ఇచ్చే ఆమెని చూపించారు, 21 సంవత్సరాలు ఆమె. అందుకే నేనేమి అభ్యంతరం చెప్పలేదు. సరే నువ్వు ఇంటికి వెళ్ళు నేను వర్క్ చూసుకుని వస్తాను అని నన్ను ఇంటికి పంపాడు వైష్ణవ్. బయలుదేరిన నేను తాను భోజనానికి వస్తాడా, రాడా అని కనుక్కోవడానికి వెనక్కి వెళ్ళాను. అక్కడ అతని నిజస్వరూపం అప్పుడే చూసాను. వాళ్ళ సంభాషణ ఇలా ఉంది", అని వాళ్ళ మాటలు చెప్పింది మీనా.

--ఎంతో మందికి గొప్ప బిడ్డలని అందించాను. అలాంటిది నా బిడ్డ ఎంత గొప్పగా ఉండాలి అనుకుంటాను. మీరు మనం తీసుకొచ్చిన 13-16 అమ్మాయిల కి ఇంజక్షన్ ఇచ్చి అండం ఎదిగేలా చేసి అందులో అత్యంత బలంగా వృద్ధి చెందేదాన్ని మీనా కడుపులో పెడదాం, మీనా కి మాత్రం ఏం కావడానికి వీలు లేదు అన్నాడు" వైష్ణవ్.

"సార్ అలా చేస్తే మనం తెచ్చే పిల్లల్ని కోల్పోతాం కదా" ... అన్నాడు ఒక డాక్టర్. "కోల్పోనీ...

డబ్బు నా భార్య, పిల్లల కోసమే కదా. ఇప్పుడు వాళ్ళ మీద డైరెక్ట్ ఇన్వెస్ట్మెంట్ చేస్తున్న" అన్నాడు వైష్ణవ్. "కానీ సార్... ఇంతకుముందు మనం అడ్వాన్స్ తీసుకున్న వాళ్లంతా అండాల కోసం గొడవ చేస్తారు అన్నాడు" ఇంకో డాక్టర్.

"అయితే ఇంకా అమ్మయిలు ని పట్టుకోండి, వెతుకులాట ప్రారంభించండి." అన్నాడు వైష్ణవ్. "సార్ ఇప్పటికి మనం చాలా మంది అమ్మాయిలిని ఎత్తుకొచ్చాము... మనం ఇచ్చే ఇంజెక్షన్స్ వల్ల చాలా మంది చనిపోయారు. పైగా వాళ్ళ శరీర భాగాలు కూడా అమ్మేస్తున్నారు,

ఇది చాల తప్పు సార్, నేను ఇంకా ఇక్కడ పని చేయలేను" అని చెప్పి అక్కడ నుండి వెళ్ళబోయాడు ఇంకో డాక్టర్.

అతను వెన్నులో నాలుగు బుల్లెట్స్ దిగాయి, వైష్ణవ్ క్రూరంగా అతని దగ్గరకి వచ్చి "నా దగ్గర పని చేయడం మొదలు పెడితే నా దగ్గరే చావాలి బాస్ అన్నాడు", మిగతా వాళ్ళని చూసి "ఇంకెవరికైనా ఇలా జాలి పడే హృదయం ఉందా?" అని అడిగాడు.

ఎవరు సమాధానం చెప్పలేదు, --

"అది చూసిన నాకు అప్పటినుండి గుండెలో దడ మొదలు ఐంది. అందుకే ఆఫీస్ కి సెలవు పెడుతున్నా, ఏం చూసినా భయం" అంటూ ఏడ్చింది మీనా.

"మీనా కంగారుపడకు... ఐనా ఇంత మంది పిల్లలు తప్పిపోతూ, చచ్చిపోతూ ఉంటే ఎవరూ ఫిర్యాదు చేయరా?" అంది అఖిల.

"చేయరు..., ఇదో రకం మాఫియా, నా అంచనా సరి అయితే వాళ్లంతా అనాథలు" అన్నాడు అఖిల్. "అవును నాకు అది అర్థం ఐంది" అంది మీనా. "అవునా...! సరే, నీకు ప్రాసెస్ ఎప్పుడు?" అని అడిగాడు అఖిల్. "రేపే" అంది మీనా. "సరే, రేపు మనం వాడ్ని ఉన్న పళంగా పట్టుకుందాం" అన్నాడు అఖిల్. "కానీ అఖిల్... నాకు వైష్ణవ్ కోసం ఇంకో నిజం తెల్సింది" అంది మీనా.

"ఏంటి మీనా... మేము ప్రశాంతగా పడుకోకూడదు అని డిసైడ్ అయ్యావా...!" అని అడిగింది శ్రావ్య.

"అయ్యో... సారీ., నా ఉద్దేశం అది కాదు. నేను మాత్రం ఎవరికీ చెప్పుకుంటా, నాకు చాలా భయం. ఇన్ని చేస్తున్నవారు నా కాల్స్ ట్రాప్ లో పెడితే అనే సందేహం కూడా ఉంది నాకు అందుకే ఎవరికీ కాల్ చేయలేదు. ఇప్పుడు కూడా మీరు వచ్చారు కాబట్టి ధైర్యం వచ్చింది" అంది మీనా.

"మరి ఆఫీస్ కి రావచ్చు కదా, అక్కడకి వచ్చి చెప్పచ్చు కదా" అంది అఖిల.

"చెల్లమ్మా... ఇంగ్లీష్ యాక్షన్ మూవీస్ చూసి నీకు అర్థం కావట్లా కానీ, అసలు మీనా చూసింది చెప్తేనే నాకు వణుకు వస్తోంది ఇంకా మీనా అడుగు బైట వేయాలంటే ఉచ్చ పడే పరిస్థితి అయి ఉంటుంది" అన్నాడు మాధవ్. "ఒరేయ్ ఎక్కడ ఏం మాట్లాడుతున్నావ్...?" అన్నాడు అఖిల్.

"సారీ రా" అన్నాడు మాధవ్. "అఖిల్, మాధవ్ చెప్పింది నిజం. అడుగు బైట పెట్టాలంటే నా పరిస్థితి అదే" అంది మీనా. "సరే నీకు తెల్సిన ఇంకో నిజం ఏంటో చెప్పు" అన్నాడు అఖిల్.

"అదేంటి అంటే, మొన్న నిద్ర పట్టక పొద్దున్న లేచా, ఐదు కూడా అవ్వలేదు. నా పక్కన ఉండాల్సిన వైష్ణవ్ లేడు, లేచి పై గదికి వెళ్లి చూసా. ఆ గది తలుపు గడ వేసి ఉంది, సరే అని వెనక్కి వస్తుంటే కిటికీ లోంచి చూసా, చూసి షాక్ తిన్న". అంది మీనా.

"ఒసేయ్ అనీబెల్లా మూవీ లో కూడా ఇన్ని షాక్లు లేవు కదే, ఏం చూసావో చెప్పి చావు" అంది అఖిల. "అఖిల, ఆమెని చెప్పనియ్" అన్నాడు అఖిల్. "సరే చెప్పు మీనా" అంటూ నవ్వింది అఖిల. "అతను నమాజ్ చేస్తున్నాడే" అని చెప్పింది మీనా.

"దానికి అంత బాధపడడం ఎందుకు? మతం మార్చుకున్నాడో లేదా, అన్ని మతాలు సమానం అనుకుంటున్నాడేమో అనుకోవచ్చు కదా...!" అన్నాడు మాధవ్.

"అనుకోవచ్చు కానీ, అతను భయంకరమైన హిందూ వాది, వేరే మతం అంటే పడనట్టే మాట్లాడతాడు ఎప్పుడు, పైగా అతను చేసే పనులు అంతకు ముందే చూసిన నాకు అతను అన్ని మతాలని సమానంగా చూసేవాడిలా అనిపించలేదు. అప్పటిదాకా మా మీద ప్రేమతో డబ్బు సంపాదన కోసం చిన్న అనాథ పిల్లల్ని హింసించే మృగం అనుకున్న కానీ, వాడ్ని అలా చూసాక పాకిస్తాన్ ఉగ్రవాది లా కనిపించాడు" అంది మీనా.

"నువ్వు చెప్పాక మాకు అలాగే కనపడి చస్తున్నాడు, ఏమైనా నీ మొగుడు మహా కంత్రి వాడు" అంది అఖిల. "అవునే బాబు... నాకే నరాలు బైటకి వస్తున్నాయి, నీ పరిస్థితి తల్చుకుంటే నాకు ఏడుపు వచ్చేస్తోంది" అంది శ్రావ్య.

"అయినా వాడు ఎందుకు ఇక్కడికి వచ్చినట్టు, నిన్ను ప్రేమించి ఎందుకు పెళ్లి చేసుకున్నట్టు...?" అని అన్నాడు మాధవ్.

"మాధవ్ ఇక్కడ రెండు విషయాలు, ఒకటి అతను పాకిస్తాన్ ఉగ్రవాది అయి ఉండవచ్చు అప్పుడు ఇక్కడ వేషం అవసరం కాబట్టి తాను బహుశా డాక్టరు చదివి ఉండవచ్చు. అదే సర్టిఫికెట్ ఇక్కడ తెచ్చుకుని ఏదో పెద్ద ఆపరేషన్ బ్లాస్టింగ్ లాంటిది ప్లాన్ చేసి ఉండవచ్చు. కానీ ఇక్కడ ఎందుకు అడ్డగోలు సంపాదన పెట్టుకున్నాడు, వచ్చిన మనీ ఏం చేస్తున్నాడు అసలు...?" అని

అన్నాడు అఖిల్. "అతను డాక్టర్ చదివింది ఎక్కడో తెలీదు కానీ, స్పెషలైజేషన్ మాత్రం ఇక్కడ చేసాడు, మూడు సంవత్సరాలు మాస్టర్స్... అప్పుడే పరిచయం నాకు" అని చెప్పింది మీనా.

"అవునా... సరే. ఇంకా రెండో విషయం, అతను ఇండియన్ అయి ఉండచ్చు, మోసాలు చేస్తూ అనాథ అమ్మాయిలే లక్ష్యంగా డబ్బు సంపాదిస్తూ ఉండచ్చు కానీ, అతను డబ్బు ఏం చేస్తున్నట్టు, పైగా ముస్లిం అయి ఉండి హిందువుగా ఎందుకు నటిస్తున్నట్టు?" అని అన్నాడు అఖిల్.

"పాపం అభం శుభం తెలియని మీనా ని ప్రేమ పేరుతో ఎందుకు మోసం" అన్నది అఖిల.

"నువ్వు పొరపడుతున్నావ్ అఖిల, మీనా నే వైష్ణవ్ ని ప్రేమించింది, నిజానికి అతను మీనా ని ప్రేమించడం వల్లే మనకి దొరికాడు అనుకుంటున్నా. అతని మనీ లావాదేవీ తెలుసుకుంటే తప్ప మనకి ఒక స్పష్టత రాదు. కానీ మనకు తెల్సింది ఏమంటే, వైష్ణవ్ కి మీనా అంటే ప్రేమ కానీ, అతడు ఒక దుర్మార్గుడు. ఇంత వరకు అర్థం అయింది" అన్నాడు అఖిల్.

"అవును అఖిల్, నేనే ప్రేమ అంటూ వెంట పడి నా ప్రాణం మీదకి తెచ్చుకున్న, ఎంత సైలెంట్, మంచి వ్యక్తి లా ఉన్నాడు, ఇంత దుర్మార్గుడు అయ్యాడు" అంది మీనా.

"కానీ, అతను ఉగ్రవాది అయి ఉంటే అతనికి సైలెంట్ ఉండడం ముఖ్యం మరి. కానీ నీ ప్రేమకి బలి అయ్యి దొరికేసాడు పాపం" అన్నాడు అఖిల్.

"నిజమైన ప్రేమకి దేన్నయినా కరిగించే శక్తి ఉంటుందిట కదా..." అంది శ్రావ్య.

"నిజం" అన్నాడు అఖిల్. "అందుకే ఉగ్రవాది కూడా కరిగాడు" అన్నాడు మాధవ్. "నువ్వు ఫిక్స్ అయ్యావ్ కదరా, ఉగ్రవాది అని" అన్నాడు అఖిల్. "అవును కానీ, నువ్వు కంఫర్మ్ చేయలేదు కదా" అన్నాడు మాధవ్.

"తన లావాదేవీలు చూడాలి" అన్నాడు అఖిల్.

అప్పుడే అఖిల ఒక పక్కకి తిరిగి ఏడవడం మొదలు పెట్టింది. కళ్ళు తుడుచుకుంటూ "నేను వాష్ రూమ్ కి వెళ్లి వస్తా" అంటూ వెళ్ళింది. "సరే" అంది మీనా. అఖిల వాష్ రూమ్ కి వెళ్లి ఏడుపు మొదలు పెట్టింది, "ఏమైంది రా తనకి...?" అని అడిగాడు అఖిల్. "నిజమైన ప్రేమ అంటే తనది కదా అని అనుకుంటుంది కదా" అంది శ్రావ్య.

"అమ్మో ఇదోటి ఉంది కదా" అన్నాడు అఖిల్.

"ఎందుకు దాన్ని ఏడిపిస్తావ్ దానికి ఏం తక్కువ" అంది మీనా.

"ఆ విషయం తర్వాత చూద్దాం కానీ, ముందు ఒకటి చెప్పు మీ ఆయన, అదే వైష్ణవ్ లావాదేవీలు కోసం ఏదయినా తెల్సా?" అని అడిగాడు అఖిల్.

"నెల నెల ఇంటి ఖర్చుల కోసం, నా ఖర్చుల కోసం అరవై వేలు ఇస్తాడు ,లెక్క ఏం అడగడు" అంది మీనా.

"ఒసేయ్... అదేంటి నీ శాలరీ అరవై వేలు ఏం చేస్తావు" అంది శ్రావ్య. "అది నా సేవింగ్ లేదా, నా ఖర్చులు" అంది మీనా. "వాడికి నువ్వంటే ప్రేమ కాదే, పిచ్చి" అంది శ్రావ్య. "అవును బాగా ముంచేసావు" అన్నాడు అఖిల్. "అది ప్రేమ అంటారు సార్, మీలాంటి రాతి హృదయాలకి తెలీదు" అంది వాష్రూమ్ నుంచి వస్తూ అఖిల.

"అఖిల, నీ హద్దులో ఉండి మాట్లాడితే మంచిది. అమ్మాయి అని ఊరుకుంటూ ఉంటే చాలా ఎక్కువ చేస్తున్నావ్. అసలు నా హృదయం, నా ప్రేమ గురించి మాట్లాడే హక్కు నీకు లేదు" అంటూ అరిచాడు అఖిల్.

"అవునా... ఎందుకు లేదు ,నీది రాతి గుండె. ప్రేమంటే ఏంటో తెలీదు అసలు, ఎవర్ని ఎలా చూడాలో తెలీదు, ఎప్పుడు చూడు వర్క్ లేదా మ్మ్ అని ముఖం పెట్టుకుని ఉంటావు. నవ్వితే బాగుంటావ్ అన్నా నవ్వవు అసలు" అంది అఖిల.

"కొన్ని ప్రేమలేని మనుషులు తట్టుకోలేరు అఖిల అవి అర్ధం కావు, ఐనా నీ మీద నాకు ఫీలింగ్స్ లేవు అని చెప్పా కదా "అన్నాడు అఖిల్.

"చూడగానే ఫీలింగ్స్ వచ్చేసి అన్ని మాటలు మాట్లాడానికి ఇదేమి సినిమా కాదు. ఐనా అలా ఎవరి మీద ఎవరికీ రావు, మనమే తెచ్చుకోవాలి. ఎందుకంటే మనం చేసే పనుల వల్ల పుడుతుంది ప్రేమ, మన బాధ్యత వల్ల, ఇంకా మనం చూపే శ్రద్ధ వల్ల, అంతే కానీ చూడగానే స్పందించేది హార్మోన్స్, ప్రేమ కాదు" అంటూ అరిచింది అఖిల.

"నువ్వు చేసే పనులు వల్ల, శ్రద్ధ వల్ల, ఇంకా నాకు ప్రేమ పుట్టలేదు అర్థమైందా...!" అని ఇంకా గట్టిగా అరిచాడు అఖిల్. "ఎందుకు? రీసన్ ఉండాలి కదా...?" అలాగే అరిచింది దగ్గరగా వచ్చి అఖిల. కోపం తారాస్థాయిని తాకింది అఖిల్కు, కొడదాం అన్న కోపం లో చేయి పైకి ఎత్తి మళ్ళా తప్పు అని ఆగి పక్కకి తిరిగాడు అఖిల్.

అక్కడ ఉన్న ఒక పేపర్ అఖిల్ ని ఆకర్షించింది. అఖిల అరుస్తోంది. "ఆగిపోయావే..., కొట్టారా కొట్టు, నేను ప్రేమ అని వెనక తిరుగుతున్నా అనే కదా చులకన నీకు, నాకు అవ్వాల్సిందే. అసలు నా వెనక ఎవరు తిరిగారో తెల్సా నీకు, నిన్ను ప్రేమించి ఇలా ఉండాలి అని రాసి ఉంది నాకు. ఇంకా ఎంత ఏడిపిస్తావో ఏడిపించు, హింసిస్తావా హింసించు, నీకు ప్రేమ అన్నది లేదా. ఫిఫ్టీ షేడ్స్ అఫ్ గ్రె లో జమీ డోర్నాన్ లాగా ప్రేమ అంటూ వచ్చిన వాళ్ళని హింసిస్తూ బ్రతుకుతావా. ప్రేమ లేదు కదా నీకు..., "అలా ఉండడానికి కూడా రెడీ నేను, నీతో ఉండాలి అంతే ఏం చేయాలి చెప్పు" అంటూ ఏడుస్తూ కింద కూలబడింది అఖిల. అదేమీ పట్టించుకోవడం లేదు అఖిల్, అక్కడ ఉన్న పేపర్ ని తరచి చూడడం లో మునిగాడు.

శ్రావ్య వెళ్లి "నువ్వు చాలా ఎక్కువ చేస్తున్నావ్ అఖిల్" అని, "ప్రేమ చూపిస్తే వస్తుంది, ఏడిస్తే బ్రతిమాలితే ఇంకా బెదిరిస్తే కాదు నీ వెనక ఎవరు తిరిగితే ఏమి, అఖిల్ వెనక మాత్రం నువ్వు ఒక్క దానివే పడ్డావా, ఎందుకు ఇలాంటి మాటలు మాట్లాడి నిన్ను నువ్వు తక్కువ చేసుకుంటావ్...?" అంటూ అఖిల ని లేపింది శ్రావ్య.

"మీనా నాకో విషయం చెప్పగలవా అని అడిగాడు" అఖిల్. "అడుగు అఖిల్ తప్పకుండ చెప్తా" అంది మీనా. "మీ ఆయన ఏదయినా సంస్థకి డొనేషన్స్ ద్వారా డబ్బులు పంపుతున్నట్టు నీకు ఏమైనా తెల్సా?" అని అడిగాడు.

"ఒరేయ్ అక్కడ అఖిల అంతలా ఏడుస్తుంటే నీ తిక్క ప్రశ్నలు ఏంటిరా?" అంటూ అరిచాడు మాధవ్. దానికి అఖిల్, "తన ఏడుపు కి, నాకు ఏంటిరా సంబంధం నన్ను ప్రేమిస్తే ప్రేమించేయాలా, నా మనసులో అఖిల ఉండొద్దా?" అన్నాడు.

"నేను నిన్ను రెండు సంవత్సరాలు గా చూస్తున్నా, కనీసం నీ మనసు లో ఎవరు ఉన్నారు కదా, ఆమెతో మాట్లాడం బైటకి వెళ్లడం చూడలేదు, నన్ను ఏమార్చడానికి ఇలా చెప్తున్నావ్ కదా" అంది అఖిల.

"నేను ఎవర్నీ ఏమార్చడం లేదు, అంత అవసరం కూడా నాకు లేదు. నేను ఒక అమ్మాయిని ప్రేమించాను, పెళ్లి కూడా చేసుకున్న. ఆమె పేరు రాధిక, రాధిక మోహన్..." అన్నాడు అఖిల్.

"ఒరేయ్... నీ పక్కనే, నీ రూమ్ లో ఉన్న నాకు తెలీదు కదరా, ఏదో ఉంది" అన్నాడు మాధవ్.

"అవును మా మధ్య గొడవలు ఉన్నాయ్. ఇద్దరం విడిపోయాం, ఆ తర్వాత నేను ఇక్కడ జాయిన్ అయ్యా" అన్నాడు అఖిల్. "సరే విడిపోయారు కదా" అంది అఖిల. "నా మనసు వీడలేదు" అన్నాడు అఖిల్.

"ఒరేయ్ కనీసం నాకు ఎందుకు ఎప్పుడు చెప్పలేదు...?" అన్నాడు మాధవ్.

"ఎప్పుడు అంత అవసరము, అవకాశం లేదు మరి" అన్నాడు అఖిల్. "సరే నాకు నీ భార్య ఫోటో చూపించు" అని అడిగింది అఖిల. "ఏంటో... చూపిస్తే కానీ నమ్మవా?" అన్నాడు అఖిల్.

"నమ్మను" అంది అఖిల. "చూపించచ్చు కదా, ఎందుకు గొడవ" అంది శ్రావ్య.

"అంతేనా" అని తన వాలెట్ ఓపెన్ చేసి అందులో ఉన్న దేవుని పటం వెనక భాగం లో ఉన్న చిన్న క్లోస్డ్ కవర్ లో ఉన్న పిక్ తీసాడు, అది పాస్పోర్ట్ సైజు కంటే చిన్నగా ఉంది. "ఇంత చిన్న పిక్ ఏ ఉందా?" అంది శ్రావ్య. "అవును వాలెట్ లో స్థలం లో లేదు, నా గుండెలో 70MM సైజు లో ఉంది" అన్నాడు అఖిల్.

"అవునా" అంటూ మీనా, అఖిల కూడా ఆ పిక్ చూసారు. అది చూసిన మీనా "ఓయ్ అఖిల్ నువ్వు మాయ చేస్తున్నావ్. మేము కూడా న్యూస్ చానెల్స్ చూస్తాము, ఈమె ప్రముఖ పాత్రికేయురాలు రాధిక మోహన్, ఈమెకి ఇంకా పెళ్లి కాలేదు" అంది.

"అలా అని ఆమె మీతో చెప్పిందా?" అని అడిగాడు అఖిల్.

"సరే, ఆమెనే అడిగి తెల్సుకుందాం" అంది అఖిల. "అల్ ది బెస్ట్, ఇకపోతే మీనా నువ్వు చెప్పు. అదేమిటి నీ భర్త వైష్ణవ్ ఏదయినా సంస్థకి డబ్బు పంపిస్తునట్టు నీకు ఏమైనా సమాచారం ఉందా?" అని అడిగాడు అఖిల్. "అలా అని నాకేమి చెప్పలేదు, వ్యాపార లావాదేవీలు నేనేమీ పట్టించుకోను. ప్రతి నెల నా ఖర్చులకి ఇంటికి ఖర్చులకి డబ్బు ఇస్తాడు, నా శాలరీ దాచేసుకుంటా అంతే" అని నవ్వింది మీనా.

"మా అమ్మే... అందుకే మొగుడు దేశంను దోచినా చాలా మంది మగువలకు తెలీదు అంటే ఏంటో అనుకున్న, ఇదన్నమాట రహస్యం" అన్నాడు మాధవ్.

"ఒరేయ్ నువ్వు ఉండరా, మీనా, సరిగా గుర్తు తెచ్చుకో..., ఏదయినా పెద్ద ఈవెంట్స్ లో డొనేషన్ చేయడం లాంటివి చేస్తాడా వైష్ణవ్, సరే ఇదేంటి ఈ పేపర్ చూడు" అని తనకి దొరికిన పేపర్ ఇచ్చాడు అఖిల్. "అఖిల్! ఇది, ఆ... గుర్తు వచ్చింది. పేద పిల్లలకి చదువు చెప్పే ఒక సంస్థ,

ప్రపంచం మొత్తం పని చేస్తుంది, దుబాయ్ ప్రధాన కేంద్రం. ఒకసారి ఈ పేపర్ తీసుకుని నెట్ లో తెగ సెర్చ్ చేస్తుంటే అడిగా, చిన్న పిల్లలని మంచి పథం లో తీసుకెళ్లే సంస్థ కదా అని నా విరాళాలు ఇస్తున్న అన్నాడు తాను" అని చెప్పింది మీనా.

"తాను తన సీక్రెట్ ఉంచుకునే ప్లేస్, అదే అలమారా లాంటిది ఏమైనా ఉందా?" అని అడిగాడు అఖిల్.

"హా, తన ఆఫీస్ రూమ్ లో ఉంది, దానికి లాకర్ ఉంది" అని చెప్పింది మీనా. "పదండి... అది ఓపెన్ చేస్తే అతను తీవ్రవాదో కాదో తెలుస్తుంది" అని అన్నాడు అఖిల్.

అందరు పైకి వెళ్లారు, అక్కడ ఉన్న బీరువా ఓపెన్ చేసారు. అక్కడ ఉన్న లాకర్ కి కీ ఉంది దాన్ని ఓపెన్ చేయడం అయ్యేలా లేదు. అందరు ట్రై చేసారు ఎవరికీ అవ్వలేదు. అఖిల్ అక్కడ ఉన్న పాటర్న్ ని చూసాడు. అఖిల్, తాను ఏవిధంగా దాన్ని క్రాక్ చేయగలడో ఆలోచించాడు. ఒక పేపర్ పెన్ తీసుకున్నాడు. ఒక గంట ఏవేవో కోడ్స్ వేసుకున్నాడు, చివరికి ఒక లాక్ పాటర్న్ ఫైనల్ చేసాడు. వెళ్లి ఓపెన్ చేసాడు, ఓపెన్ ఐంది.

"ఒరేయ్ నువ్వు ఏం చదివావ్ నిజం చెప్పు" అన్నాడు మాధవ్, "ఒరేయ్ బీటెక్ కంప్యూటర్స్ లో బబుల్ సార్ట్ ఉంటుంది కదరా, దాంతోనే ఇవ్వన్నీ తయారీ చేసేది. చాల షేప్స్ తర్వాత ఉన్న కోడ్స్ కి మ్యాచ్ అయ్యే నాలుగు పాటర్న్ రాసుకున్న మొదటిదే ఓకే ఐంది" అన్నాడు అఖిల్.

"మీ వాడు నాన్నకి ప్రేమతో లో ఎన్టీఆర్ కన్నా తెలివిగా ఉన్నాడు" అంది శ్రావ్య అఖిల చెవిలో మెల్లగా.

"అవును కానీ, మా వాడు కాదు కదా" అంది అఖిల. "అయితే నమ్మేశావా? "అంది శ్రావ్య. "లేదు లేదు నేను వెళ్ళాలి, చూడాలి, అప్పుడే నమ్ముతా" అంది అఖిల. "సరే కానీ, ముందు ఈలోపల ఏముందో చూద్దాం" అని అక్కడ ఉన్నవాటిని బైటపెట్టారు వాళ్ళు అంతా. ఒకటి ఒకటి ఓపెన్ చేసి చదువుతూ ఉంటే, చూస్తూ ఉంటే, వాళ్ళకి మతి పోయినంత పని ఐంది.

***

"మిస్టర్ సారధి... మీరు వెళ్లి ఆ విక్రమ్ వాళ్ళ భార్య ని ఇన్వెస్టిగేషన్ కి తీసుకురండి" అన్నాడు భగత్. "సార్ ఆమె దగ్గరకి నేను మాత్రం వెళ్ళను సార్" అన్నాడు సారధి.

"ఎందుకు అంత భయపడుతున్నారు సారధి అసలు?" అన్నాడు భగత్.

"సార్ ఆ మేడం రూల్స్ మాట్లాడుతుంది, ఎందుకు మనం వచ్చాము అంటుంది, చెప్పాల్సినవన్నీ చెప్పేశా, రిపోర్ట్స్ తిరిగి చూడండి అంటుంది, ఒక పట్టాన వినదు సార్" అన్నాడు.

"అవునా వినకపోతే వినేలా చేయాలి" అన్నాడు భగత్. "సార్, అసలు మీ అనుమానం ఏంటి?" అన్నాడు సారధి. "విక్రమ్ వెళ్ళిపోయినపుడు తన పక్కన ఉన్నది కేవలం తన భార్య నే.

విక్రమ్ ఆపరేషన్ లో ఉన్నపుడు తాను ఎందుకు అక్కడ ఉంది, ఒక వేళ తన వృత్తి రీత్యా వచ్చినా కూడా ఆ ఆపరేషన్ అంత బాగా జరిగాక, అందర్నీ మట్టు పెట్టాక విక్రమ్ ఆఫీస్ కి రావాలి కానీ, పారిపోవడం ఏంటి?" అన్నాడు భగత్.

"సార్ వాళ్ళు ఇద్దరు గొడవ పడ్డారు, అందుకే ఆమెకి విక్రమ్ కనపడను అని పారిపోయాడు అనే కదా ఆమె మనకి చెప్పింది" అన్నాడు సారధి. "ఏమాయ్యా! సారధి అది అసలు నమ్మశక్యంగా ఉందా? వారు ఇద్దరు ప్రేమించుకున్నారు. వారి వివాహం ఎప్పుడు అయింది ఎవరికీ తెలీదు. సరే అది పక్కన పెట్టు. మొగుడు వీరోచిత పోరాటం చేసాడు, శత్రువుల మీద విజయం సాధించాడు, ఎందుకు మరి ఆమె గొడవ పడుతుంది" అన్నాడు భగత్.

"ఎప్పుడు శత్రువుల మీద తప్ప తన మీద దాడి చేయడం లేదు, ఇంటికి సరిగా రాకుండా శత్రువుల ఇళ్ల మీద పడుతున్నాడు అని చెప్పింది కదా ఆమె" అన్నాడు సారధి.

"అదే కదా… దేశ శత్రువుల మీద పోరాడే వాళ్లంటే ఇష్టం ఉండదా పెళ్ళాలకి…?" అన్నాడు భగత్. "తెలీదు సార్" అన్నాడు సారధి.

"ఏది ఏమైనా సరే, నువ్వు ఎప్పటికి అయినా సరే వెళ్లి ఆమె ప్రేమ కథ, పెళ్లి కథ మొత్తం తెల్సుకుని రా…, అది మనం విక్రమ్ ని కనిపెట్టడానికి ఏమైనా సహాయం చేస్తుందా చూడాలి". అన్నాడు భగత్.

"సార్, అదేదో మీరే వెళ్లచ్చు కదా, పులి బోనులోకి నన్ను వదులుతా అంటున్నారు" అన్నాడు సారధి. "షట్ అప్ సారధి" గట్టిగ అరిచాడు భగత్. మళ్ళా వచ్చి సారధి గడ్డం పట్టుకుని "ఈ దేశ భవిష్యత్తు నీ చేతిలో ఉంది వెళ్ళు బాబు" అన్నాడు స్వీటుగా.

"సరే మీరు ఇంతగా బ్రతిమాలుతూ ఉన్నారు… వెళ్తా కానీ తప్పదా" అన్నాడు సారధి.

"ఇంకో మాట మాట్లాడితే పిస్తోలు తీసుకుని కాలుస్తా" అన్నాడు భగత్. "సరే సార్ పోతున్న" అని ముందుకు అడుగు వేసాడు సారధి.

సారధి బైటకి దారి అటు ఇటు కాదు అని ఇంకో వైపు చూపించాడు భగత్ నవ్వుతు. “పరమేశ్వరా...! కాపాడు స్వామి” అంటూ దణ్ణం పెట్టుకుని బయలుదేరాడు సారధి.

విక్రమ్ భార్య ఇంటికి తన మోటారు బైక్ పోనిచ్చాడు. అక్కడే బైట కనపడుతున్న బోర్డు పై ఆమె పేరు ఒకటికీ రెండు సార్లు చదువుకున్నాడు అపుడే అక్కడికి కొత్త కాబ్ వచ్చి ఆగింది, అందులోంచి ఒకామె దిగింది.

రాధిక ఇంటి గేట్ ముందు నిలబడి వెళ్లాలా వద్దా అని ఎదురు చూస్తున్న సారధికి ఆ అమ్మాయి ఎదురుగ వచ్చింది. బ్లూ డెనిమ్ జీన్స్, వైట్ టాప్ వేసుకుని ఒక చేతికి అందమైన గడియారం, ఇంకో చేతికి చిన్న బ్యాండ్ లాంటి గాజు వేసుకుని దగ్గరగా వచ్చింది. అప్పుడు గాలికి ఆమె కురులు ఎగురుతూ ఉంటే, గాలి ఇంకొంచెం సేపు వీస్తే బాగుణ్ణు అని అంత అందంగా ఆమె ముఖం కనపడసాగింది. ఇంకా ఆమె మేని ఛాయ, పొట్టి ముక్కు, ఎర్రని పెదాలు, అందమైన కాటుక తో కూడిన కళ్ళు, పాల చర్మం లా కనపడుతున్న బుగ్గలు చూపరుల్ని చూపు తిప్పుకోనివ్వడం లేదు.

కానీ ఆమె కళ్ళు మాత్రం కోపంతో దహిస్తున్నాయి, అవి ఏదో బాధని చెప్పడానికి ప్రయత్నం చేస్తున్నాయి. అలాగే ఆమె సారధి దగ్గరగా వచ్చింది, “ఏంటి సారధి గారు ఇలా వచ్చారు?” అని అడిగింది ఆమె. ఆ మాటలో ఎక్కడ ఆప్యాయత లేదు, కేవలం కోపం కర్కశత్వం కనపడుతున్నాయి. “అంటే రాధిక గారు... అది, విక్రమ్ సార్ కోసం మాట్లాడానికి వచ్చాను” అన్నాడు సారధి.

అసలే కోపంగా ఉన్న ఆమె కోపం రెండు రెట్లు అయ్యింది. “అసలు ఏమనుకుంటున్నారు మీరు, నాకు అతనికి వివాహం జరిగింది అన్న సంగతి తెల్సింది మీకు, భగత్ గారికి, ఇంకా నా స్నేహితురాలు నిషా కి. ఇప్పుడు మీరు అస్తమాను ఇలా వచ్చి అందరికి తెలియజేయాలి అనుకుంటున్నారా. నేను అప్పుడే చెప్పాను మేము విడిపోయాము అని, గొడవ అయ్యింది అని. ఇంకా ఎందుకు అస్తమాను నన్ను ఏడిపిస్తున్నారు. నేను ఎప్పుడు ఆ జ్ఞాపకాలు నుండి బైటకి వద్దాం అనుకున్నా మీరు నన్ను రానివ్వరా. నేను అతన్ని చూసి రెండు సంవత్సరాల మూడు నెలల తొమ్మిది రోజులు అయ్యింది. ఐనా నన్ను మీరు వదలడం లేదు” అని ఆవేశంగా అంది రాధిక.

"మేడం మీరు విక్రమ్ సార్ ని మరిచిపోవాలని అని అనుకుంటున్నారు, అలాగే మేము అనుకున్నాము. కానీ మీరు ఆయన వెళ్లిన రోజుల్ని లెక్కపెడుతున్నారు, మేము కూడా అంతే. మీకు అయన అవసరం ఉందో, లేదో తెలీదు కానీ దేశానికి ఆయన అవసరం చాలా ఉంది, ఇప్పుడు వచ్చిన విపత్తు చిన్నది ఏమి కాదు, ఆయన లేకుంటే మేమంతా లేమా అని మీరు అనచ్చు, సరి అయిన నాయకుడు ఎప్పుడు మంచి దారి చూపిస్తాడు అన్నది భగత్ సార్ నమ్మకం.నిజానికి సెక్యూరిటీ పెంచడం తప్ప ఇపుడు వచ్చిన ఆపద ఎలా ఎదుర్కోవాలి మాకు తెలీడం లేదు. మీకు బాగా తెల్సు ఉగ్రవాద చర్యల్ని అంచనా వేయడం లో విక్రమ్ సార్ సామర్థ్యం ఏంటో, మీరు ఒక పరిశోధనాత్మక జర్నలిస్ట్, మీరు కూడా దేశానికి సహాయం చేయాలి" అన్నాడు సారధి.

ఒక నిమిషం ఆలోచించింది రాధిక, "సారధి గారు, మీరు నా దగ్గర నుండి ఏం తెల్సుకోవాలి అనుకుంటున్నారు" అని అడిగింది.

"అది మేడం... అసలు విక్రమ్ సార్ ఎందుకు డిపార్ట్మెంట్ వదిలేసారు, దానికి మీ మధ్య జరిగిన గొడవకి కారణం ఏంటి. అది కాక ఆయన ఎక్కడ ఉన్నది మీకు ఎమైనా తెల్సా, పోనీ ఆయన్ని కలిసే మార్గాలు ఏమైనా చెప్పగలరా?" అని అడిగాడు సారధి.

"మా ఇద్దరి మధ్య గొడవ ఏంటి అన్నది నేను మీకు చెప్పలేను, అది పూర్తిగా మా వ్యక్తిగతం. దానికి విక్రమ్ జాబ్ వదలడానికి ఏమైనా సంబంధం ఉందా, లేదా అన్నది కూడా నాకు తెలీదు. విక్రమ్ ఎక్కడ ఉన్నాడో నాకైతే తెలీదు. ఒక విషయం మాత్రం చెప్పగలను విక్రమ్ ఎక్కడ ఉన్నా దేశం ఆపదలో ఉంది అంటే తన వంతు సహాయం చేస్తూ ఉంటాడు. ఎందుకంటే అతనికి దేశం కంటే ఏది ముఖ్యం కాదు, అందులో ఏ సందేహం లేదు" అని చెప్పింది రాధిక.

"సరే, మేడం నే వెళ్లి వస్తాను మాకు సహాయపడగలిగే ఏ విధమైన సమాచారం మీకు తెల్సినా దానిని మాకు అందజేయండి మరి" అని బయలుదేరబోయాడు సారధి.

"సారధి గారు సమాచారం ఏమో కానీ నేను మీకు నేను ఒక ఐడియా అయితే ఇవ్వగలను" అంది. "అది చాలా మంచి విషయం మేడం, చెప్పండి ఐడియా ఏంటో?" అని అడిగాడు సారధి.

"చెప్తాను, మీరు దాన్ని అమలపర్చగలరా...? అసలు దేశం కి వచ్చిన నష్టం ఏంటో మీరు నాకు ముందు చెప్పాలి" అని అడిగింది రాధిక. "అది చాలా రహస్యం... అది మీకు..." అంటూ నసిగాడు సారధి. "అయితే మీరు ఇంకా వెళ్ళచ్చు" అంది రాధిక. "ఒక్క నిమిషం మేడం నేను

భగత్ గారితో మాట్లాడి చెప్తాను" అన్నాడు సారధి.

"ఓకే" అంది రాధిక. ఇద్దరు రాధిక ఇంటి హాల్లో కూర్చున్నారు "హలో సార్, నేను సారధి" అన్నాడు సారధి. "చెప్పు సారధి... ఏమైనా ఆధారాలు దొరికాయా?" అని అడిగాడు భగత్. "అలా కాదు సార్, మన దేశానికి వచ్చిన ప్రమాదం ఏంటో చెప్తే మనకి విక్రమ్ సార్ని వెతికే మార్గం చెప్తా" అన్నారు రాధిక మేడం అన్నాడు సారధి.

"ఫోన్ రాధిక కి ఇవ్వు" అన్నాడు భగత్. "సార్ ఫోన్ స్పీకర్ లో ఉంది మేడం వింటూనే ఉన్నారు సార్" అన్నాడు సారధి. "సరే..., హాయ్ రాధిక ఎలా ఉన్నావు?" అని అడిగాడు భగత్. "సార్ ఇప్పుడు మనం క్షేమ సమాచారాలు తెల్సుకునే పనిలో లేము కదా...!" అంది రాధిక.

"సరే రాధిక, నాకు తెల్సు నువ్వు జర్నలిస్ట్ అని. అంతే కాక ఇప్పుడు నీకు విషయం చెప్తే అది మొత్తం ప్రెస్ కి తెలిసిపోతుంది, అది చాల ప్రమాదకరం. ఎందుకంటే శత్రువులు చాల ముందుకు వచ్చేసారు, ఆ విషయం ప్రజలకి తెలిస్తే వాళ్ళ భయం పెరిగి అల్లకల్లోలం జరుగుతుంది" అన్నాడు భగత్.

"సార్, మీకు తెల్సు నేను ఎలాంటి మనిషి అన్నది. నేను మాట ఇస్తున్నాను, ఈ విషయం మన మధ్య నుంచి బైటకి పోదు. ఇందులో ఎటు వంటి సందేహం లేదు, విషయం ఏంటో తెలిస్తే నేను మీకు సహకరించడానికి కూడా బాగుంటుంది సార్" అని అంది రాధిక.

"సరే" అని చెప్పడం మొదలు పెట్టాడు భగత్. వాళ్ళు తెల్సుకున్న విషయం మొత్తం చెప్పాడు భగత్. "సార్ అంటే వాళ్ళు మొత్తం ఎనిమిది వందల మంది ఎనిమిది సంవత్సరాలుగా ఇక్కడే ఉన్నారు, వాళ్ళు కేవలం పథకాలు అమలు చేయడానికి మాత్రం ఉన్నారు, ఏ రూపాల్లో ఉన్నారో తెలీదు. కానీ దీని కోసం విక్రమ్ దగ్గర కూడా ఏదన్న సమాచారం ఉండచ్చు. వాళ్ళు మొదటి ఎటాక్ హైదరాబాద్ లో ప్లాన్ చేసారు ఇంకో వారంలో అంతే కదా సార్" అంది రాధిక.

"అవును, అందుకే మాకు విక్రమ్ సాయం అవసరం" అన్నాడు భగత్. "సార్ మనకి ఉన్న ఒకే దారి విక్రమ్ కి ఈ సమాచారం చేరవేయడం. కానీ ఆ విషయం ప్రసార సాధనాల్లో చేరవేయలేము, కానీ విక్రమ్ కి మాత్రం అర్థం అయ్యే రీతిలో చెప్పాలి. మీకు ఏమైనా కోడ్ వర్డ్స్ తెలిస్తే అవి మనం ఉపయోగించవచ్చు. నేను అనుకున్న దానికంటే ఈ ఆపద చాల పెద్దది" అంది రాధిక.

"కోడ్ వర్డ్స్ ఉన్నాయ్ కానీ, ఎలా వాడాలి? ఇదే అని ఎలా చెప్పాలి అన్నదాని మీద కసరత్తు చేయాలి, పైగా విక్రమ్ కచ్చితంగా చూడాలి" అన్నాడు భగత్. "ఇంత కంటే మంచి మార్గం ఉంది అంటారా...?" అని అడిగింది రాధిక. "నాకైతే ఏం తోచడం లేదు "కానీ, రేపటి లోపు ఆలోచిద్దాం" అన్నాడు భగత్. "సరే సార్, నాకు ఏమైనా తడితే నేను మీకు చెప్తాను" అంది రాధిక. "వెళ్ళొస్తాను మేడం" అంటూ కదిలాడు సారధి, ఆలోచనలో ఉండిపోయింది రాధిక.

***

అఖిల్ అక్కడ ఉన్నవాటిని అన్నింటిని తీసుకుని ఫొటోస్ తీసుకున్నాడు. "ఎందుకు పిక్స్ తీస్తున్నావ్?, మనం వీటితో పోలీస్ కంప్లైంట్ ఇవ్వచ్చు కదా...!" అంది అఖిల. "అప్పుడు వాడు జాగ్రత్త పడతాడు, వీటిని బట్టి వీడు తీవ్రవాది అని అర్థం అయ్యింది కానీ, ఎందుకు ఈ డబ్బు అడ్డగోలుగా సంపాదిస్తున్నాడో తెలీదు, వాడు మీనా ని అయితే ప్రేమించాడు. అయితే మనం చేయవలసింది అమాయకమైన చాలా మంది పిల్లలని కాపాడడం, అలాగే ఈ ఉగ్రవాదుల ప్లాన్ ఏంటో తెలుసుకోవడం... అందుకే ఎల్లుండి మీనా అండ మార్పిడి కోసం ఆసుపత్రి కి వెళ్తుంది. అక్కడే మనం వాడ్ని పట్టుకుని పిల్లల్ని కాపాడదాం, అలాగే పోలీసు లకి అప్పగిద్దాం" అన్నాడు అఖిల్.

"అది మన పని కాదు కదరా, సమాచారం ఇద్దాం" అన్నాడు మాధవ్. "దేశ రక్షణ అందరి బాధ్యత కదా రా, పైగా చిన్న పిల్లలు కదరా... ఎవరు లేని వాళ్ళని చూసి డబ్బు సంపాదిస్తున్నాడు. నిజానికి వీడిలా పని చేసేవాళ్ళు ఎవరు డబ్బు కోసం ప్రాకులాడరు, వీడికి ఉగ్రవాదంతో పాటు వేరే మోటో ఏవదో ఉంది" అన్నాడు అఖిల్.

"అవును రా బావ, వీడి ఆలోచన ఏంటో నాకు అర్థం కావట్లా..." అన్నాడు మాధవ్. "కంగారుపడకు రా, ఒక మూడు రోజులు ఆగితే మీనా అన్నీ వాడితో చెప్పిస్తుంది" అన్నాడు అఖిల్. "అలా ఎలా?" అంది మీనా. "ప్రేమ మీనా, ప్రేమ... అది ఎంత పనైనా చేయిస్తుంది" అన్నాడు అఖిల్. "అందరు తెల్ల ముఖాలు వేశారు, కంగారపడకండి భక్తులారా, మీకు అర్థం అయ్యేలా చెప్పే పని నాది" అని వాళ్ళకి రెండు పాస్‌పోర్ట్ లు ఇచ్చాడు.

మొదటిది ముస్తాక్ అలీ మొహమెద్ పేరుతో ఉంది, పైగా దుబాయ్ పౌరుడిగా ఉంది. "అంటే వైష్ణవ్ ది "దుబాయా? పాకిస్తాన్ అనుకుని భయపడ్డాం కదా!" అంది శ్రావ్య.

“వాడిది పాకిస్తానే, దుబాయ్ పౌరసత్వం సంపాదించేసాడు. కానీ రెండవ పాస్పోర్ట్ చూడండి” అన్నాడు అఖిల్. ఓపెన్ చేసారు వాళ్ళు, “ఫాతిమా షైక్ సుల్తానా వైఫ్ అఫ్ ముస్తాక్ అలీ మొహమ్మద్” అని ఉంది.

అక్కడ ఉన్న పిక్ చూసి అందరి మతి పోయింది. “ఒసేయ్ మీనా... నువ్వు కూడా టెర్రరిస్ట్ ఏనా, ఐనా నీ తల్లిదండ్రులు కూడా ఎప్పుడు మాకు తెలీదు, అంటే నువ్వు మీ ఆయన కలిసే ఇలా చేసారా, ఇండియా మీద యుద్దానికి వచ్చారా, మరి అక్కడ అండ మార్పిడి లో డబ్బు ఎందుకు వైష్ణవ్ సంపాదిస్తున్నాడు? ఛీ... మళ్ళా వైష్ణవ్ అంటాను, అక్కడ ఉన్నది ముస్తాక్ కదా, నాకు మతి పోతోంది” అని అరుస్తోంది అఖిల.

“ఒసేయ్... నీకు మతి పోయిందా? నా ఊరు మచిలీపట్టణం, నాకు పద్దెనిమిది రాగానే అమ్మ, నాన్న, తాతయ్య చనిపోయారు ఆక్సిడెంట్ లో. ఖర్మ కాలి ఆ ఆక్సిడెంట్ లో నే బ్రతికి ఇప్పుడు ఆ ముస్తాక్ గాడితో ఒక పక్క, ఇటు పక్క నీతో మాటలు పడుతున్న. నే పుట్టిన అప్పుడు నుండి ఉన్న పిక్స్ అన్ని తీసి చూపిస్తా ఉండు”. అంది మీనా.

“అయ్యో సారీ నే, అక్కడ నీ పేరు అలా చూసి షాక్ అయ్యి ఇలా అనేసా” అంది అఖిల.

“ఆపుతారా మీ గోల... అసలు వీడు తీవ్రవాద నాయకుడు కాదు కదా, మీనా ని దుబాయ్ తీసుకెళ్దామని ఇలా ప్లాన్ చేశాడు అంటావా?” అన్నాడు మాధవ్ అఖిల్ ని చూస్తూ. “వాడు నాయకుడా, ఇంకా ఎవరు అన్న విషయం మనకి మీనా నే చెప్తుంది కానీ, అతని పథకం మాత్రం మీనా ని దుబాయ్ తీసుకెళ్లిపోవడమే. అతను బ్రతకలేడు మీనా లేకుంటే, అది నిజం. అందుకే చాలా కష్టపడి మీనా కి కూడా పౌరసత్వం పాస్పోర్ట్ ఏర్పాటు చేసాడు” అన్నాడు అఖిల్.

“అతని గురించి నాకేమి తెలీదు నే ఏం చెప్తా” అంది మీనా. “చెప్తావు మీనా... తెల్సుకుని చెప్తావు, దానికి నా దగ్గర ఒక ప్లాన్ ఉంది” అన్నాడు అఖిల్.

“ఏంటి అఖిల్ ఆ ప్లాన్?” అని అడిగింది మీనా, అఖిల్ చెప్తూ ఉన్నాడు.

***

“అది హైదరాబాద్ లో బషీర్బాగ్ ప్రాంతంలో ఉన్న ఒక మెకానిక్ షెడ్. ఇండియా పాకిస్తాన్ క్రికెట్ మ్యాచ్ జరుగుతోంది. చాలా ఉత్కంఠతో జరుగుతున్న, ఆ మ్యాచ్ లో పాకిస్తాన్ గెలిచింది. అంతే అక్కడ ఉన్న ఇరవై మంది పండగ చేసుకున్నారు, స్వీట్స్ తినిపించుకుంటూ. వాళ్ళు అంతా

20-25 ఏళ్ల కుర్రాళ్లు. అక్కడికి ఒక నడి వయస్సు ఉన్న వ్యక్తి, ఇంకొక బాగా వయస్సు ఉన్న వ్యక్తి వచ్చారు.

ఆ కుర్రాళ్ళలో ఉన్న ఒక చిన్న యువకుడు "భయ్యా ఎందుకు మనం ఉన్న దేశము మీద ద్వేషం చూపిస్తున్నాం, ఇక్కడే పుట్టాము ఇక్కడే పెరిగాము, ఇది మన దేశం కాదా?" అని అడిగాడు.

"ఇది మన దేశం నిజమే కానీ, ఇక్కడ ఉన్నది మన వాళ్ళు కాదు, వాళ్ళు జిహాదీ వ్యతిరేకులు, వాళ్ళకి మనం అంటే గౌరవం లేదు, మన వాళ్ళని తరిమి తరిమి కొట్టిన రోజులు నాకు ఇంకా గుర్తే" అన్నాడు ఆ పెద్దాయన.

"అవునా..., అసలు ఏం జరిగింది, వాళ్ళు అంతలా తరిమి కొడితే మనం ఇంకా ఇక్కడ ఎలా ఉండగలుగుతున్నాం?" అని అడిగాడు ఇంకో అబ్బాయి. "మనకి స్వేచ్ఛ లేదు, అప్పుడు ముస్లిం లీగ్ పాకిస్తాన్ అనే దేశం ఏర్పాటు చేసినపుడు, ఎవరు కావాలనుకున్నా వెళ్ళచ్చు ముస్లిం దేశానికి లేదా ఇక్కడ ఉండచ్చు అన్నారు, పుట్టిన ఊరు విడిచి ఎక్కడ పోతాం అని ఇక్కడే ఉన్నాను.

కానీ అప్పుడు ఎన్ని ఘోరాలు చూసాను" అన్నాడు ఆ పెద్దాయన.

"కానీ ఇప్పుడు మనకి ఇక్కడ అంత ఇబ్బంది ఏమి లేదు కదా. నిజానికి అప్పుడు ఏం జరిగింది తెలీదు, ఇక్కడ ఉన్న మిగతా పౌరులు వలె మేము కూడా చదువుకుంటున్నాం, అందరు మాతో బానే ఉంటున్నారు కదా!" అన్నాడు ఇంకో అబ్బాయి.

"నీకు ఏది అర్థం కాదా, ఇది మనం పవిత్రత కోసం చేసే యుద్ధం మన జాతిని ఎవరు తొక్కకుండా చూసుకునేలా చేసే యుద్ధం. మిమల్ని పాఠశాలలకి, కళాశాలకు పంపేది మీరు అవసరమైన సమాచారం సేకరించడానికి" అని అరిచాడు ఆ పెద్దాయన.

"కానీ భయ్యా... మీరు ఏ ఉద్దేశంతో ఈ యుద్ధం మొదలుపెట్టారో నాకు తెలీదు. కానీ దీని వల్ల మనమే ఎక్కువ నష్టపోతున్నాం అని నాకు అనిపిస్తోంది. ఇక్కడ మనం ఎంత పెద్దగా దాడి చేస్తే అంత పెద్దగా పాకిస్తాన్ ప్రభుత్వ మార్పులు జరుగుతున్నాయి. ఇంకా మనం మనకి సహాయం చేయడానికి అంతర్జాతీయ ఉగ్రవాదానికి సహాయపడుతూ అందరికి చేటు చేస్తున్నాం. వారి లక్ష్యాలు ఎలా ఉన్నాయ్? అందరినీ నాశనం చేసి అధికారం హస్తగతం చేసుకోవాలని,

అయినా సరే దీన్ని జిహాద్ అని అంటారా భయ్యా. ఇంకా మన ఆడపిల్లలు యుద్ధం కోసం మగ పిల్లల్ని కనే యంత్రాల్లా మారిపోయారు, చదువుకోనివ్వరు, బైటకి పోనివ్వరు. ఎందుకు వాళ్ళకి మసీద్ లో స్థానం లేదు, నాకైతే అర్ధం కాదు. వాళ్ళ మీద దాడులు జరుగుతాయి అంటారు. మనమే వారిలో కొంతమందిని బానిసల్లా మారుస్తున్నాం. మనం ఎవరికోసం పని చేస్తామో తెలియని చాలా మంది పేద వాళ్ళకి, మన అనుకునే పేదవాళ్ళకి కూతురు ఉంటే, 14 ఏళ్ళు వచ్చేసరికి దుబాయ్ షేకేకి కి అమ్మేస్తాం, దానికి మనం పెట్టె పేరు పవిత్ర యుద్ధం కోసం త్యాగం. కనీసం ఆ విషయం త్యాగం చేసిన ఆ అమ్మాయికి, ఇంకా వాళ్ళ తల్లిదండ్రులు కూడా తెలీదు. మనం బాంబు పెట్టి చంపుతున్న జనంలో మన సహోదరులు కూడా ఉన్నారు. మనకి ఆదేశాలు ఇచ్చే నాయకులు తమ ప్రతాపం ఇంత, అంత అని చూపించుకోవడానికి ఇలా బ్లాస్ట్స్ ప్లాన్ చేస్తున్నారు. వాళ్ళ చేతిలో ప్రపంచం ఉండాలి, అధికారం వాళ్ళకే ఇవ్వాలి, కానీ పెట్టిన పేరు పవిత్ర యుద్ధం, మనం సమిధులల్లే కాలాలి, అంతేనా భయ్యా" అన్నాడు అక్కడ ఉన్న యువకుల్లో పెద్దవాడైన ఇక్బాల్.

"ఇక్బాల్ ఎవరితో ఏం మాట్లాడుతున్నావో తెల్సా?" అని అడిగాడు అక్కడ ఉన్న మధ్య వయస్సు వ్యక్తి.

"తెల్సు భయ్యా, ఇవాళ మ్యాచ్ లో రెండు టీం లు బాగా ఆడాయి కానీ, పాకిస్తాన్ గెలిచింది, మనం సంబరం చేసుకుంటున్నాం. కానీ నాకు ఏం కనపడుతోంది అంటే, ఇండియా లో మనతో పుట్టి, మనతో పెరిగిన వ్యక్తి కూడా టీం లో ఉన్నాడు, ఆడాడు, అలాగే అతను మనవాడు. మనకి నిజంగా ఏం తక్కువయింది, ఒకవేళ తక్కువైనా ఇక్కడే పోరాడి సాధించవచ్చు కదా. ఇది మీ నేల అని మీరే చెప్పారు మరి, మీ నేల ఎవరో, ఎక్కడో ఉన్నవారికి స్వాధీనం చేయడానికి ఎందుకు మీరు అంత శ్రమిస్తున్నారు? అన్నాడు ఇక్బాల్.

"అక్బర్ భాయ్ (అక్కడ ఉన్న మధ్య వయస్సు వ్యక్తి పేరు) కొన్ని సార్లు మన దారికి అడ్డు పడితే మనవాడిని కూడా మనం కోల్పోవాల్సి వస్తుంది. ఐనా ఇక్కడ ఇప్పుడు మిమల్ని ఉంచింది కేవలం మాకు కావాల్సిన సమాచారం సేకరించడానికి, ఇంకా అవసరం అయినపుడు పవిత్ర యుద్ధం చేయడానికి. మీరు మన ఆడవాళ్ళూ ఇంకా బానిసలుగా వెళ్తున్నవాళ్ళు అందరు కూడా పవిత్ర యుద్ధం కోసం త్యాగం చేస్తున్నారు. అది నీలాంటి వాళ్ళకి ఎంత చెప్పిన అర్థం కాదు.

ఇక్బాల్, నీకు భయం పట్టుకుంది. అందుకే ఈ దేశ అధికారులకి తలొగ్గి పని చేద్దాం అనుకుంటున్నావు. నీలాంటి వాళ్ళకి పవిత్ర యుద్ధంలో చోటు లేదు" అంటూ అతని చేతిలోకి ఆరు బుల్లెట్స్ పంపాడు భయ్యా అని పిలవబడే మజీద్ భాయ్.

ఇక్బాల్ "అమ్మా..." అనుకుంటూ నేల మీద పడ్డాడు, అతనికి మరణం నిమిషాల్లో లభించింది.

అతని చావు చూసి అక్కడ ఉన్న మిగతా యువకులు వణికిపోయారు. కొంత మంది ఇక భయ్యా కి ఎదురు చెప్పకూడదు అని అనుకున్నారు. కానీ ఇక్బాల్ బాటలో నడుద్దాం అని ఇక్బాల్ కంటే ముందు మాట్లాడిన ఇద్దరు కుర్రాళ్లు బాబర్, అజార్ మాత్రం ఇలా మాట్లాడుకోసాగారు.

"ఇక్బాల్ భాయ్ చెప్పినట్టు వాళ్ళు పవిత్ర యుద్ధం చేస్తున్నట్టు నాకు అనిపించడం లేదు" అన్నాడు అజార్. "అవును అభిప్రాయం చెప్తే మాత్రం చంపేస్తారా, తొందరగా ఇక్కడ నుండి తప్పించుకోవాలి" అన్నాడు బాబర్.

"మనం అఖిల్ అన్న దగ్గరకి వెళ్లి ఇక్బాల్ చనిపోయిన విషయం చెపుదాం" అన్నాడు అజార్. "అఖిల్ అన్నకి ఈ విషయాలు ఎందుకు రా? తాను మనకి చదువుకోవడంలో సహాయం చేస్తున్నాడు. ఇంకా మన రాజ్యాంగం కోసం మనకి ఈ దేశం ఇచ్చే వెసులుబాట్లు చెప్తున్నాడు. నిజానికి మనవాళ్ళు అన్నింటిలో ఎదగాలనీ, మన ఆడపిల్లలు చదువుకోవాలనీ, ఇంకా వాళ్ళ బానిసలుగా వేరే దేశాలికి పోకూడదు అనీ, మనకి ఎన్ని విషయాలు చెప్పాడు. ఇప్పుడు మనం చిన్నతనం నుంచి ఇలా ఉగ్రవాదులం అనీ, దేశ ద్రోహానికి పాల్పడుతున్నాం అని తెలిస్తే తాను మన మీద నమ్మకాన్ని కోల్పోతాడు. పైగా మనవాళ్ళ వివరాలు బైట పెట్టవచ్చు" అన్నాడు బాబర్.

"మనవాళ్ళు చేస్తుంది తప్పే కదా...! బైట పెడితే ఏమవుతుంది?" అన్నాడు అజార్. "అజార్ నిజానికి మనకి ఉన్నది ప్రశ్నలు మాత్రమే, వాళ్ళు చేస్తుంది తప్పా, కాదా అన్నది మనకి ఇంకా తెలీదు, తెల్సుకోవడానికి సమయం పడుతుంది" అన్నాడు బాబర్. "కానీ మనవాళ్ళు ఇంకో వారంలో హైదరాబాద్ లో పెద్ద బ్లాస్ట్ లు ఎనిమిది చోట్ల ప్లాన్ చేసారు, అవి ఐనా మనం ఆపాలి కదా, తప్పు ఎవరిదో తేలినప్పుడు" అన్నాడు అజార్. "సరే అజార్ ఇప్పుడు ఏం చేద్దాం అంటావు?" అన్నాడు బాబర్.

"మనం అఖిల్ అన్న దగ్గరికి పోదాం, మన బస్తి లోకి తెలీని వాళ్ళు వచ్చారు అని, వాళ్ళు వారం లో ఏవో బ్లాస్ట్స్ కోసం మాట్లాడుకుంటున్నారు మేము విన్నాం అని చెపుదాం, అప్పుడు మన వాళ్ళు ఎవరో మనం బైట పెట్టినట్టు ఉండదు. ఆ తర్వాత జరిగే పరిణామాలను బట్టి ఎవరిదీ తప్పు ఎవరిదీ ఒప్పు అన్నది మనకి తెలుస్తుంది" అన్నాడు అజార్. "ఈ ఆలోచన బాగుంది" అన్నాడు బాబర్. వాళ్ళు ఇద్దరు అఖిల్ కోసం బయలుదేరారు, కానీ దారిలో బాబర్ కి ఇంకో సందేహం వచ్చింది. "ఒరేయ్ అజార్ నాకో డౌట్" అన్నాడు బాబర్. "ఏంట్రా అది?" అని అడిగాడు అజార్. "అఖిల్ అన్న దగ్గర బెస్ట్ స్టూడెంట్ ఇక్బాల్, మనం ఎప్పుడు ఇక్బాల్తో కలిసే వెళ్తాము. ఇప్పుడు అన్న ఇక్బాల్ ఎక్కడ, అని అడిగితే ఏం చెప్పాలి?" అన్నాడు బాబర్.

కాసేపు ఆలోచన చేసాడు అజార్. "పోనీ అన్నకి ఫోన్ లో చెప్తే..." అన్నాడు అజార్. "ఒరేయ్ అంత కంటే పిచ్చి ఆలోచన ఉండదు, మనం మాట్లాడే కాల్స్ అన్ని పాకిస్తాన్, ఆఫ్ఘనిస్తాన్, సిరియా, ఇరాక్, బాంగ్లాదేశ్ ల లో ట్రాప్ అవుతాయి. ఇప్పుడు మనం అఖిల్ అన్నకి కాల్ చేస్తే మనం, మనతో పాటు అఖిల్ అన్న కూడా ఇబ్బందిలో పడతాడు" అన్నాడు అజార్.

"అవును రా కరెక్టే, ఏం చేయాలో తెలీడం లేదు ఇప్పుడు నాకు" అన్నాడు బాబర్. "మనం ఇక్బాల్ చనిపోయాడు వాళ్ళ మీదకి వెళ్లి, అని చెపుదాం రా" అన్నాడు అజార్. "సరే పద" అని అఖిల్ ఉండే రూమ్ దగ్గరికి వెళ్ళసాగారు వాళ్ళు ఇద్దరు.

అఖిల్ తన ప్లాన్ ఏంటో అఖిల, శ్రావ్య, మీనా ఇంకా మాధవ్ లకి వివరించాడు. మీనా కాస్త భయపడసాగింది. "మీనా నువ్వేమి భయపడకు, తాను నిన్ను ఏమి చేయడు, చేసేవాడు అయితే ఈపాటికే చేయాలి" అన్నాడు అఖిల్. "నాది భయం కాదు అఖిల్ బాధ, ఎంత ప్రేమించా వైష్ణవ్ని, ఇలా మోసం చేస్తాడా" అంది మీనా. "మీనా ఒక విషయం అతనిది ఖచ్చితంగా ప్రేమనే, అతను నిన్ను మోసం చేసింది, నిజం తెలిస్తే నువ్వు వదిలిపోతావ్ అని. నీ పేరు మార్చి నిన్ను దుబాయ్ తీసుకుపోదాం అనుకుంటున్నాడు అంటే, అతను ఎంత కష్టపడి ఉండాలి. నిజానికి ఉగ్రవాదులు కేవలం తమ లక్ష్యం కోసం పని చేస్తారు, కానీ ఇతను నీ ప్రేమ కోసం కూడా, నాకు అర్థమైనంత వరకు అతను నీ మీద ప్రేమతో అడ్డగోలుగా డబ్బు సంపాదించి నిన్ను తీసుకుని దుబాయ్ పోదాం అనుకున్నాడు. అతనికి ప్రేమ లేకుంటే నిన్ను చంపి కూడా పోవచ్చు. అతనికి రెండు లక్ష్యాలు ఉన్నాయ్ ఒకటి మనకి తెలీదు, రెండు నువ్వు ఎప్పుడు అతనితో పాటే ఉండాలి" అన్నాడు అఖిల్.

"అవును నిజమే అఖిల్, నాకు అతని మీద ప్రేమ ఎప్పటికి చావదు" అంది మీనా. "అంటే నువ్వు దేశ సంరక్షణ వదిలేస్తావా" అని అడిగింది శ్రావ్య. "అతని మీద నా ప్రేమ కంటే ఈ దేశం యొక్క భవిష్యత్తు చాల గొప్పది విలువైనది, అందుకే నేను అతని వివరాలు పూర్తిగా తెలుసుకోవడానికి అఖిల్ చెప్పినట్టు చేస్తాను" అంది మీనా.

"మంచిది అఖిల, ప్లాన్ అందరికి అర్థం అయ్యింది కదా, మనం జాగ్రత్తగా ఉండాలి. మనకి ఈ విషయం ముందే తెలిసింది అని ముస్తాక్ కి తెలిస్తే అతను తప్పించుకుంటాడు, అందుకే ఇంట్లో అన్ని ఎక్కడివి అక్కడ పెట్టేద్దాం" అన్నాడు అఖిల్. వాళ్ళు అన్ని ఎక్కడివి అక్కడ సర్దేసారు.

"అఖిల్ మనం పోలీస్ సహాయం తీసుకుంటే మంచిది కదా, ఎందుకు మనమే రిస్క్ చేయడం" అంది అఖిల. "మనకి విషయం తెలిసాక అలాగే చేద్దాం, ఎవరిలో వాడి మనుషులు ఉన్నారో మనకి ఇంకా తెలీదు కదా, అందుకు మనం ఇప్పుడు వాడు ఎవరో తెల్సుకోవాలి" అన్నాడు అఖిల్. "సరే మన ఆపరేషన్ ఎప్పుడు?" అంది అఖిల. "ఎల్లుండి అండ మార్పిడి అన్నాడు కాబట్టి ఆరోజే పెట్టుకుందాం" అన్నాడు అఖిల్. "ఇప్పుడు మనం ఇక్కడే ఉండాలా?" అని అడిగింది శ్రావ్య. "ఖచ్చితంగా ఉండకూడదు, ఎందుకంటే మనం ఉంటే వాడు మీనా కి ఏం చెప్పడు. నేను ఒక మైక్రోచిప్ కొన్నా. ఇపుడే ఈ వీధిలో ఉన్న ఒక ఓయో హోటల్ బుక్ చేశా, అందులో నేను మాధవ్ ఉంటాము, మీరు ఇంటికి వెళ్లిపోండి. నేను మాధవ్ అక్కడికి వెళ్లి ఈ మైక్రో చిప్ ద్వారా ఇక్కడ ఏం జరుగుతోంది గమనిస్తాం" అన్నాడు అఖిల్. ఆ మైక్రోచిప్ ని జాగ్రత్తగా మీనా స్మార్ట్ వాచ్ లో అమర్చాడు.

"అయితే నేను ఎల్లుండి వస్తాను, ఇప్పుడు ఢిల్లీ వెళ్తాను" అని చెప్పింది అఖిల. "ఢిల్లీ ఎందుకు?" అని అడిగాడు మాధవ్. "అన్నయ్య మీ బావ కి, ఫేమస్ జర్నలిస్ట్ రాధికా మోహన్ గారికి ఎప్పుడు పెళ్లి అయింది అని తెలుసుకోవద్దా, వెళ్లి ఆమెతో మాట్లాడి రావాలి" అంది అఖిల.

"ఈ టైం లో అవసరం అంటావా?" అంది శ్రావ్య. "నా జీవితానికి అవసరమే, అసలే సస్పెన్స్ తెలుసుకోపోతే నాకు నిద్ర పట్టదు, నా అకౌంట్ లో ఒక ముప్పై వేలు వేయి అంది" అఖిల. "ఎందుకే అంత డబ్బు?" అంది శ్రావ్య. "అంటే మనం ఈ నెల ఎక్కువ షాపింగ్ చేసి క్రెడిట్ కార్డు లిమిట్ అవ్వగొట్టం అన్నమాట, తిండికి ఇంకా, హాస్టల్ ఇంకా, నా వీడియో ప్లాట్ఫారం సబ్స్క్రిప్షన్ ఇంకా, వీడియోస్ కి మొత్తం శాలరీ అయిపోయింది. అందుకే ఢిల్లీ ఫ్లైట్

అప్పటికి అప్పుడు అంటే చాల మనీ అవుతాయి కదా పైగా తిరిగి రావాలి, అక్కడ ఎక్కడ తిరగాలి, డబ్బులు లేవే" అంది అఖిల. నా దగ్గర కూడా అమౌంట్ లేదు టికెట్స్ నా క్రెడిట్ కార్డు తో బుక్ చేస్కో అంది శ్రావ్య. సరే అని టికెట్ బుక్ చేసుకుని అఖిల్ ని రాధిక అడ్రస్ అడిగింది అఖిల. అడ్రస్ మెసేజ్ చేసి ఒక ఇరవై వేలు అఖల కి గూగుల్ పే చేసాడు అఖిల్. "మనీ ఇచ్చినందుకు థాంక్స్" అని చెప్పింది అఖిల. "థాంక్స్ నాకేం అవసరం లేదు, వచ్చే నెల శాలరీ వచ్చాక నీ ఖర్చులు మానేసి ముందు నాకు మనీ వేయి" అని చెప్పాడు అఖిల్.

"అంటే నీకు మనీ ఇచ్చేయాలి అంతేనా" అని అడిగింది అఖిల. "ఖచ్చితంగా" అన్నాడు అఖిల్, ఏం మాట్లాడకుండా కాబ్ బుక్ చేసుకుని ఎయిర్పోర్ట్ కి వెళ్ళిపోయింది అఖిల.

"ఈ సమయంలో తాను అక్కడికి అవసరమా? డబ్బు ఇచ్చి మరి పంపావు" అని అడిగాడు మాధవ్. "వెళ్లినీరా అలా వెళ్లడం వల్ల కూడా మనకి ఉపయోగం జరగచ్చు, తాను మనిషి ఇక్కడ ఉన్నా మనసు అక్కడే ఉంటుంది" అన్నాడు అఖిల్. "అర్ధం కావు రా బాబు" అన్నాడు మాధవ్.

***

సారధి ఇంకా భగత్ కలిసి ఒక ప్లాన్ ఆలోచన చేసారు, అది రాధిక కూడా చెప్పాలి అనుకున్నారు. సారధి రాధిక కి కాల్ చేయబోయాడు, కానీ భగత్ "వద్దు వెళ్లి చెపుదాం" అని అన్నాడు. "ఎందుకు?" అన్నాడు సారధి. "ఫోన్ లో చెప్తే తనకి ఇష్టమో, కాదో మనకి తెలీదు కదా సారధి అందుకే వెళ్లి చెపుదాం, అప్పుడు తన భావాలూ చూడచ్చు, తనకి ఇష్టం లేకుంటే ఇంకో ప్లాన్ ఆలోచించవచ్చు. ఇంత కంటే మంచి ప్లాన్ ఏముంటుంది సార్, దేశ భవిష్యత్తు మేడం ఎందుకు వద్దు అని అంటారు చెప్పండి" అన్నాడు సారధి. "వెళ్లి చెపుదాం సారధి" అన్నాడు భగత్.

ఇద్దరు కలిసి వెళ్లి రాధిక ఇంటి తలుపు తట్టారు.

అప్పుడు సమయం రాత్రి తొమ్మిది గంటలు అవుతోంది. ఇప్పుడు వచ్చింది ఎవరా అని కెమెరా లో చూసింది. అక్కడ ఉన్న భగత్, సారధిలని చూసి "విక్రమ్ ఎందుకు నా మీద ఇంత పగ నీకు, నువ్వు వదిలినా వీళ్ళు నన్ను వదలడం లేదు కదా! ఓ గాడ్" అనుకుంది.

సారధి బెల్ మళ్ళా కొట్టాడు. ఈసారి కోపం కట్టెలు తెంచుకుంది రాధికకి, చాలా కోపంగా వెళ్లి తలుపు తీసింది. రాధిక రాకపోయేసరికి ఇంకోసారి బెల్ కొడదాం అని బెల్ మీద చేయి పెట్టిన

సారథి ఆమెని చూసి హీహీహీ అని పళ్ళు ఇకలించి "గుడ్ ఈవెనింగ్ మేడమ్" అని అన్నాడు.

"ఏంటయ్యా గుడ్ ఈవెనింగ్, నిద్రపోయే టైం లో వచ్చి... ఈ బెల్ గొడవ ఏంటో అసలు మీతో నాకేంటో...?" అంది రాధిక.

"అయ్యో ఈరోజుల్లో మేడం, గ్రామాల్లో కూడా ఎవరు ఈ సమయానికి పడుకోవడం లేదు. జియో నెట్వర్క్ వచ్చాక అందరు మొబైల్స్, చాట్, ఓటిటిలో సినిమాలు, సిరీస్ చూస్తూ కాలం గడిపేస్తున్నారు. మనం ఢిల్లీ స్పీడ్ వైఫై మధ్య ఉన్నాము. ఈ టైం కి జర్నలిస్ట్ ఐన మీరు నిద్రపోతా అనడం చాలా విచిత్రంగా ఉంది" అన్నాడు సారథి.

"సారథి... మాటలు జాగ్రత్తగా రానీ, నేను జర్నలిస్ట్ ని, నాకు చాలా పనులు ఉంటాయి. ఏ సమయానికి ఎటు వెళ్ళాలి తెలీదు, అందుకు సమయం దొరికినపుడు విశ్రాంతి తీసుకుంటా మరి" అంది రాధిక. "అది కాదు మేడమ్..." అని సారథి ఏదో అనబోతుంటే అప్పుడు భగత్ అతన్ని ఆపి, "అమ్మా రాధిక, నిన్ను ఇబ్బంది పెట్టాలని నాకు లేదు కానీ, దేశం నీ సహాయం కోరుతోంది, నిన్ను ఇబ్బంది పెట్టినందుకు మమల్ని క్షమించు కానీ, కాస్త మా మాట ఆలకించు" అన్నాడు.

"అంత పెద్ద మాటలు ఎందుకు సార్, మీరు పెద్దవారు, దేశం కోసం సహాయం చేయడానికి నేను ఎప్పుడు ముందే ఉంటాను కదా, ఏదో పని ఒత్తిడి వల్ల అలా అన్నాను, కానీ నా ఉద్దేశం అది కాదు" అంటూ చెప్పింది రాధిక. "మరి మేము లోపలికి రావచ్చా?" అని అడిగాడు భగత్. "తప్పకుండా సార్" అంటూ వాళ్ళని లోపలికి పిలిచి, "వాటర్, టీ, కాఫీ లాంటివి తాగుతారా?" అని అడిగింది. "ఇప్పుడు అవన్నీ కష్టం ఏమో" అన్నాడు సారథి. "సారథి నువ్వు కాసేపు నోరు మూసుకుని ఉండు" గట్టిగ అరిచాడు భగత్.

"దేశం మీద నీ ప్రేమకి చాలా సంతోషం అమ్మ రాధిక" అన్నాడు భగత్. "సార్ విక్రమ్ కి పంపడానికి మీకు ఏమైనా కోడ్స్ దొరికాయా? "అని అడిగింది రాధిక. "కోడ్స్ ఏం దొరకలేదు కానీ ఒక ఐడియా మాత్రం వచ్చింది" అన్నాడు భగత్.

"ఏంటి సార్ అది?" ఎంతో ఆశతో అడిగింది రాధిక. "అమ్మా రాధిక, విక్రమ్ ని చూడాలని ఇంత ఉన్నప్పుడు ఇంత కాలం ఎందుకు ఒంటరిగా ఉన్నావు?" అన్నాడు భగత్. "నేను కేవలం చూడాలి అని మాత్రమే అనుకుంటున్నా, ఎందుకంటే విక్రమ్ తో జీవితం దూరం నుంచే బాగుంటుంది సార్" అంది రాధిక. "అర్ధం కాలేదు అమ్మ" అన్నాడు భగత్. "సార్... విక్రమ్

నిజంగానే పరిపూర్ణమైన వ్యక్తి, ఒక ఆదర్శ వ్యక్తి, కానీ మానవ జీవితం మొత్తం అలా ఉంటే సరి కాదు" అంది రాధిక. "ఇప్పుడు అసలు అర్ధం కాలేదు అమ్మ" అన్నాడు భగత్. "మీకు అర్థం కాదు కానీ, సార్ మీకు వచ్చిన ఆలోచన ఏంటో చెప్పండి" అంది రాధిక. "చెప్తే నువ్వు ఎలా స్పందిస్తావా అని ఆలోచిస్తున్న" అన్నాడు భగత్.

"సరే ఆలోచించుకోండి మరి, మీరు ఏమి అనుకోపోతే మీ ఆలోచన అయ్యేదాకా నేను నిద్రపోవచ్చా..." అని అడిగింది రాధిక.

"ఎందుకు అమ్మ అంత వేళాకోళం..." అన్నాడు భగత్. "మీరు వేళాకోళం చేసి నేను చేశా అంటారు, అసలు ఎందుకు వచినట్టు, నేను ఎలా స్పందించినా మీరు చెప్పాలి కదా..., అందుకే కదా వచ్చారు" అంది రాధిక. "అవును అమ్మ" అన్నాడు భగత్. "మరి ఇలా నాన్చకుండా విషయానికి వస్తే విని ఏం చేయాలి అనే విషయం మీద చర్చ పెట్టుకోవచ్చు, అందుకే సాగదీయకుండా మాటర్ చెప్పండి" అంది రాధిక. భగత్ "సరే అమ్మ చెప్తాను" అని చెప్పడం మొదలు పెట్టాడు.

***

బాబర్ అజార్ రోజు వాళ్ళు అఖిల్ ని కలిసే ప్లేస్ కి వచ్చారు, అది ఒక ట్యూషన్ సెంటర్. సివిల్స్ కి ప్రిపేర్ అయ్యేవాళ్ళకి అక్కడ కోచింగ్ ఇస్తారు. అక్కడ చరిత్ర, రాజ నీతిశాస్త్రం చెప్తాడు అఖిల్. అందరు తనని అన్న అనే పిలుస్తారు, ఎవరో కొందరు తప్ప. అఖిల్ పార్ట్ టైం అక్కడ పని చేయడానికి ఒప్పందం కుదుర్చుకున్నాడు. అది బషీర్బాగ్ చార్మినార్ మధ్య ఉంది, ఎక్కువ మంది ముస్లిం యువతి యువకులు వస్తారు. పరిస్థితి ఎంత మారినా బైటకి వచ్చి చదువుకునే ముస్లిం యువత తక్కువే అక్కడ, అందులో యువతుల సంఖ్య నామమాత్రం. కానీ పవిత్ర యుద్ధం కి అవసరం అని కొంతమంది యువకుల్ని ఒక రకంగా, యువతుల్ని ఇంకో రకంగా వాడుతున్నారు. అఖిల్ చరిత్ర చెప్తుంటే అది చరిత్ర మాదిరి ఉండదు అతను అక్కడే ఉండి చూసాడా అన్నట్టు ఉండేది. అలాగే రాజనీతి శాస్త్రం లో వచ్చిన మార్పులను చాణక్యుడు రాసిన పుస్తకాల్లో ఉన్న వాటితో పోల్చి చెప్తూ, ఏది మార్చాల్సిన అవసరం లేదు అంటూ అద్భుతంగా పాఠాలు చెప్తాడు. అక్కడ అతను ఒక అద్భుతమైన ప్రొఫెసర్, అతని క్లాస్ ని ఎవరు మిస్ అవ్వరు. అంత బాగా చెప్తాడు.

అదే విషయం మాట్లాడుకుంటూ ఇన్సిస్ట్యూట్ దగ్గరకి వచ్చారు బాబర్ ఇంకా అజార్. అక్కడ వచ్చి చూస్తే ఆరోజు అఖిల్ సెలవు పెట్టాడు అని తెలిసింది. అఖిల్ ముందే చెప్పినా ఇన్సిస్ట్యూట్ వాళ్ళు విద్యార్థులు కి చెప్పరు ఎందుకంటే అఖిల్ రాడు అని తెలిస్తే వాళ్ళ విద్యార్థులు చాల మంది రారు అన్న విషయం వాళ్ళకి బాగా తెల్సు. అందుకే అందరు వచ్చాక క్లాస్ వేరే సార్ తీసుకోవడం మొదలు పెట్టారు.

బాబర్, అజార్ లకి ఏం చేయాలి తెలీలేదు. ఏం జరిగినా పర్లేదు ముందు క్లాస్ బైటకి పోదాం అని అజార్ తో అన్నాడు బాబర్. అజార్ సరే అనడంతో బాబర్, అజార్ ఇద్దరు కలిసి బైటకి వెళ్లిపోయారు క్లాస్ చెప్తున్నా సర్ కన్ను గప్పి.

బైటకి రాగానే అజార్ మొబైల్ తీసి అఖిల్ కి మెసేజ్ పెట్టాడు, "అన్న ఇది చాల అవసరమైన విషయం, నిన్ను చాలా అర్జెంటు గా కలవాలి" అని అందులో ఉంది. ఆ మెసేజ్ చూసిన అఖిల్, ఇవాళ నేను ఇక్కడ నుండి వెళ్లడం కుదరదు, అక్కడ ఏమో అర్జెంటు అంటున్నారు ఏం చేయాలా అని ఆలోచించి "మీరు ఎక్కడ ఉన్నారు?" అని మెసేజ్ పెట్టాడు.

"మేము ఇన్సిస్ట్యూట్ బైట ఉన్నాం అన్న" అని మెసేజ్ పెట్టాడు అజార్. "సరే నేను లొకేషన్ పంపిస్తాను, నా దగ్గరికి రాగలరా?" అని అడిగాడు అఖిల్.

"తప్పకుండ వస్తాము భయ్యా" అని మెసేజ్ ఇచ్చాడు అజార్.

వారు బండి మీద అఖిల్ చెప్పిన చోటుకి వెళ్తున్నారు, అప్పుడే అక్బర్ భయ్యా కాల్ చేసాడు బాబర్ కి. బాబర్ బండి మీద వెనక కూర్చోవడంతో కాల్ ఎత్తి మాట్లాడుతున్నాడు. "బాబర్ ఎక్కడ ఉన్నారు మీరు?" అని అడిగాడు అక్బర్. "అక్బర్ భయ్యా అదేంటి అంటే మన అజార్ ఒకసారి సిటీ చూసి వద్దాం అంటే హైటెక్ సిటీ వైపు వెళ్తున్నాం, మజీద్ భయ్యా సిటీ లో అన్ని ఏరియాల మీద మాకు పట్టు అవసరం అన్నాడు కదా" అని చెప్పాడు బాబర్. "నిజమే కానీ మజీద్ భయ్యా మిమల్ని తొందరగా మన చోటుకి రమ్మన్నాడు, ఇది చాల అర్జెంటు, సిటీ మీద పట్టు తర్వాత తెచ్చుకుందురు" అన్నాడు అక్బర్.

"సరే అక్బర్ భయ్యా పది నిమిషాల్లో అక్కడ ఉంటాము" అని చెప్పాడు బాబర్.

"అజార్ బండి పక్కన ఆపు" అన్నాడు బాబర్. "ఏమైంది ఎందుకు ఆపమంటున్నావ్?" అని అడిగాడు అజార్. "ఒరేయ్ మజిద్ భయ్యా రమంటున్నాడు మనల్ని, అక్బర్ ఫోన్ చేసాడు"

అన్నాడు బాబర్.

తర్వాత వాళ్ళ సంభాషణ ఇలా సాగింది.

అజార్: అంటే మజీద్ భయ్యా కి తెల్సిపోయిందా మన విషయం.

బాబర్: తెల్సి ఉండచ్చు లేదా, ఇవాళ మన టీం అందరికి ఈ వారం లో చేయాల్సిన పనులు చెప్తాడు కదా, ఆ ఎటాక్ కోసం అద్దైనా అయి ఉండచ్చు కదా.

అజార్: ఏమో రా, ఏమైనా మనం ముందు అఖిల్ అన్న దగ్గరకి వెళ్ళాలి.

బాబర్: అది రిస్క్, ముందు మజీద్ భయ్యా దగ్గరకి వెళ్లి అప్పుడు అఖిల్ అన్న దగ్గరకి పోదాం.

అజర్: మజీద్ దగ్గరకి వెళ్తే మనం శవాలుగా మారే ఛాన్స్ కూడా ఉంది.

ఏం చేద్దామా అని ఇద్దరు ఆలోచించసాగారు.

అజార్: ఏది అయితే అది అయింది, మనం కాల్ చేసి అఖిల్ అన్నకి చెపుదాం.

బాబర్: తొందరపడకు అజార్, మనవాళ్ళు మన కాల్ వినచ్చు వినకపోవచ్చు, ఎప్పుడు అవి ట్రేస్ అయితే అవుతూనే ఉంటాయి కదా.

అజార్: మరి ఏం చేద్దాం, ఒకప్పుడు అయితే ఎటు చూసిన కాయిన్ బాక్స్ లు, కానీ ఇక్కడ కనీసం టెలిఫోన్ బూత్ కూడా లేదు, ఎందుకంటే అంత డెవలప్ అయ్యాయి మన మొబైల్ ఫోన్ లు, మనం కనీసం కొత్త సిమ్ కూడా తీసుకోలేదు.

బాబర్: మనవాళ్ళు మన జీవితాన్నే నాశనం చేస్తారు అని మనం అనుకోలేదు ఇన్నాళ్లు.

అజార్: సరే ఇప్పుడు ఏం చేద్దాం, క్లాస్ వదలడానికి కూడా ఇంకా గంట టైం ఉంది ఎవరినైనా ఫోన్ అడుగుదాం అంటే,

బాబర్: అదే నేను కూడా చూస్తున్నా, అటు చూడు ఎవరో మనలాగే గేట్ కాకుండా గోడ దూకుతున్నారు.

ఇద్దరు అటు చూసారు, ఎవరో అమ్మాయి డెనిమ్ జీన్స్ మీద వైట్ టీ షర్టు వేసుకుని పైన లెథర్ జాకెట్ వేసుకుంది. దూరం నుంచి చూసి ఎవరో గుర్తు పట్టలేకపోయారు వాళ్ళు. ఆమెని బ్రతిమాలితే లేదా భయపెడితే ఫోన్ ఇవ్వచ్చు ఆమె అనుకుని ఆమె కి దగ్గరగా వెళ్లారు. అజార్ ఆమె భుజంపై చేయి వేసి ఎవరు అని అడిగాడు, ఆమె వెనక్కి తిరిగింది, ఆమెని చూసి షాక్

అవ్వడం అజార్ వంతు అయింది. “నువ్వా...!” అన్నాడు అజార్, ఆమె వెలుగులోకి వచ్చింది. అప్పుడు బాబర్ ఆమెని చూసి “మనం ఈమెను అడగడం కూడా అనవసరం పద పోదాం” అన్నాడు. అజార్ “సరే” అనడంతో ఇద్దరు వెనుతిరిగారు. “ఆగండి” అనే మాట వినపడి ఇద్దరు ఆగారు.

***

“నిజానికి ఇలా చేయడం కరెక్ట్ కూడా కాదు కానీ చేయక తప్పడం లేదు” అన్నాడు భగత్. “సార్ మీరు ఎంత సేపు సోదే కానీ, విషయం చెప్పారా?” అంది రాధిక.

భగత్: సరే ఇంకా సాగదీయను, నువ్వు హాస్పిటల్ లో జాయిన్ అయితే వస్తాడు కదా విక్రమ్.

రాధిక: వస్తాడు అనే అనుకుందాం కానీ, నేను ఎందుకు జాయిన్ అవుతా?

భగత్: జాయిన్ అవ్వటం అంటే నిజంగా జాయిన్ అవ్వడం కాదు, నీకు ఏదయినా అయినట్టు డ్రామా చేస్తాము, నీ మొగుడు వెంటనే వాలిపోతాడు.

రాధిక పకపక నవ్వింది.

భగత్: ఎందుకు అమ్మ అలా నవ్వుతున్నావ్?

రాధిక: ఎందుకంటే మా వాడి సంగతి ఇన్నాళ్లు పని చేసిన మీకు అర్థం కావడం లేదు...

భగత్: అదేంటి అమ్మ అంత మాట అన్నావు?

రాధిక: మరి లేకపోతే ఏంటి సార్, వాడి నెట్వర్క్ తెల్సే మాట్లాడుతున్నారా, వాడు ఖచ్చితంగా తెలీకుండా ఒక అడుగు ముందుకు వేయడు.

భగత్: కానీ నీ విషయం వేరు కదమ్మా, నువ్వు అతని భార్య వి.

రాధిక: సార్, అతనికి భార్య ఐనా, తల్లి ఐనా డ్యూటీ తర్వాతే. అతను చేస్తున్న డ్యూటీ ఎంత సిన్సియర్ మీకు తెల్సు కానీ, అతను హోమ్ లోన్ కి కూడా షూరిటీ లేదు, కానీ డ్యూటీ ఏ ప్రాణం అనుకుంటాడు.

భగత్: మధ్యలో హోమ్ లోన్ గొడవ ఎందుకు అమ్మ.

రాధిక: మరి ఈ ఇల్లు కూడా నా పేరు మీద లోన్ తీసుకున్నాం, అతను ఉన్నంత కాలం సగం మనీ నా అకౌంట్ లో వేసాడు కానీ, మేము ఏమన్నా రూమ్ షేర్ చేసుకుంటున్నమా సార్,

డౌన్ పేమెంట్ తానే కట్టాడు అనుకోండి.

సారధి, భగత్ బుర్ర గోక్కున్నారు. సారధి: మేడం అసలు ఏం మాట్లాడుతున్నారు మీరు ఒక్క ముక్క అర్థం కావట్లా...

రాధిక: ఎవరి కష్టాలు వాళ్ళవి సారధి.

భగత్: అసలు నువ్వు ఏం చెప్పాలి అనుకుంటున్నావు రాధిక.

రాధిక: మీరు ఆడే డ్రామాలకి అతను ఇంచు కూడా కదలడు సార్.

భగత్: ఎందుకు అని?

రాధిక: మనం ఏ హాస్పిటల్ లో జాయిన్ చేసినా అతని ఇంఫార్మెర్ ఉంటాడు, అసలు విక్రమ్ ని ఏం అనుకుంటున్నారు మీరు.

భగత్: నువ్వు చెప్పేది నిజమే రాధిక, ఇంకా అతనికి నిజాన్నే చేరవేయాలి తప్పదు.

రాధిక: ఏం మాట్లాడుతున్నారు సార్.

సారధి త్వరగా, సారధి ఇంకా భగత్ గన్ బైటకి తీసి నించున్నారు.

రాధిక: ఇది చాలా తప్పు సార్, విక్రమ్ కి తెలిస్తే ఊరుకోడు.

భగత్: మేము నిన్ను చంపుతాం అనటం లేదు, నీ భుజం లోకి ఒక బుల్లెట్ దింపుతాం అంటున్నాం అంతే.

రాధిక: మరి కారణం ఏం చెప్తారు సార్?

భగత్: ఉగ్రవాదులకు వివరాలు అందిస్తోంది అనే కారణం చెప్తాము, ఇది వరకు నువ్వు ఉగ్రవాదులతో కలిసి ఉన్న ఒక ఫుటేజ్ ఉంది లే...

రాధిక: సార్ అది నేను వాళ్ళ స్థావరం తెల్సుకుని ఇంటర్వ్యూ చేయడానికి వెళ్ళింది.

భగత్: తెల్సు రాధిక, అది చెప్పి నిన్ను విడుదల చేస్తాము.

రాధిక: సార్, మనం ఇంకో దారి వెతుకుదాం, ఇదంతా నాకు సరిగ్గా అనిపించడం లేదు.

భగత్: అయితే చెప్పు...

రాధిక: సార్ నాకు కొంచెము టైం ఇవ్వండి.

భగత్: ఎంత టైం, అవతల హైదరాబాద్ బ్లాస్ట్ ప్లాన్ రెడీ చేస్తున్నారు అని తెలుస్తోంది.

రాధిక: ఒక అరగంట కూర్చోండి, నేను ఏమైనా మా ఇద్దరికీ సంబంధించిన వివరాలు తెస్తాను.

సారధి: ఈ గన్ ఏదో ఎప్పుడో పెట్టచ్చు కదా సార్, ఇన్నాళ్లు బ్రతిమాలి సమయం వృధా అయింది.

ఒక రకంగా చూసింది రాధిక సారధి ని...

భగత్: సారధి నువ్వు ఉండవయ్యా, అమ్మ రాధిక నువ్వు వెళ్లి ఆ పని చూడు.

రాధిక వెళ్లి వెతక సాగింది, విక్రమ్ పిక్స్, వాళ్ళ పెళ్లి పత్రాలు, ఆస్థి పత్రాలు, పెళ్లి చిత్రాలు అన్ని తీస్తోంది, అరగంట అయింది. సారధి ఇంకా భగత్ కూడా లోపలి వచ్చారు. నీకు ఇచ్చిన టైం అయిపోయింది రాధిక అని గన్ తీసి, షూట్ చేయడానికి ఆమె ముందు నించున్నారు వాళ్ళు ఇద్దరు.

***

అఖిల ఢిల్లీ బయలుదేరాక శ్రావ్య, అఖిల్, మాధవ్ మీనా కి ధైర్యం చెప్పి అక్కడ నుండి వెళ్లిపోయారు. శ్రావ్య రూమ్ కి వెళ్ళిపోయింది. అఖిల్, మాధవ్ మాత్రం ఆ వీధిలోనే వేరే ఇంటికి వెళ్లిపోయారు. “ఒరేయ్ వైష్ణవ్ ఎంత బాగా నటించాడు రా” అన్నాడు మాధవ్. “వైష్ణవ్ ఏమో కానీ మీనా బాగా ఆక్ట్ చేస్తోంది” అన్నాడు అఖిల్.

“అంటే ఇద్దరు తోడు దొంగలు అంటావా, మరి మనకి చెప్పాల్సిన అవసరం ఏముంది, మరి అక్కడ అండ మార్పిడి లో జరుగుతున్న మోసాలు కి ఎవరు కారణం అంటావు, నిజంగా జరుగుతున్నాయి అంటావా?” అన్నాడు మాధవ్.

“ఏమో నాకు తెలీదు, కానీ ఇద్దరికీ పాస్పోర్ట్ అప్లై చేసింది మాత్రం ఫాతిమా సుల్తానా షైక్, ఇంకా నేను లాకర్ తెరుస్తూ ఉంటే మాత్రం తానే చాలా భయంగా ఉంది. అసలు మనకి వైష్ణవ్ ఉగ్రవాది అని చెప్తే మన దృష్టి తన మీద పెడతాం అని కావచ్చు. లేదా పోలీస్ కి చెప్పి అతన్ని అరెస్ట్ చేయిస్తే ఈలోపు తన పని చేస్కోవచ్చు అనేమో, ఏది ఐనా నాకైతే కాస్త గందరగోళంగా ఉంది” అన్నాడు అఖిల్.

“ఒరేయ్ బావ ఇప్పుడు మనం ఉగ్రవాదుల నుండి కాపాడతాం అని ఉగ్రవాది కి చెప్పి వచ్చాము అంటావా?” అన్నాడు మాధవ్. “అది నా ఊహ మాత్రమే మనం నిర్ధారించుకోవాలి”

అన్నాడు అఖిల్. "ఒరేయ్ అంత కూల్ గా ఎలా ఉన్నావు, పోలీసులకి చెపుదాం పద" అన్నాడు మాధవ్.

"మనం వైష్ణవ్ ఉగ్రవాదా, కాదా తెల్సుకుని వెళ్దాం" అన్నాడు అఖిల్. నీకు ఏమయినా మాయలు, మంత్రాలూ వచ్చా... అలా ఎలా తెలిసిపోతుంది?" అన్నాడు మాధవ్.

"దానికో దారి ఉంది బావ" అన్నాడు అఖిల్.

"అసలు ఏం దారి రా అది, అసలు ఏం మాట్లాడుతున్నావు రా. నువ్వు అసలు సాఫ్ట్వేర్ ఇంజనీర్ వా లేక ఉగ్రవాది వా, అసలు నువ్వు ఎవరు? లేదా కాప్ వా, నాకు పిచ్చి ఎక్కేలా ఉంది, నీకోసం నాకు చెప్పు ఫస్ట్, నేను నిజంగా నీ స్నేహితుడిని అని నువ్వు ఫీల్ అయితే అసలు నువ్వు ఎవరో ఏమిటో నిజం చెప్పు నాకు. అక్కడ అంత చక్కగా ఆమె నటిస్తూనే ఉంది, మాకు నిజంలానే ఉంది. కానీ నీకు అక్కడ మాకు కనపడనివే కనపడ్డాయి. ఎవరు రా నువ్ అసలు నేను తెల్సుకోవాలి. ఈ టెన్షన్ కంటే చనిపోవడం మంచిది అనిపిస్తోంది, బాబు చెప్పారా నీకో దణ్ణం" అన్నాడు మాధవ్.

"నేను ఒక భారత దేశ పౌరుడిని" అన్నాడు అఖిల్. మాధవ్ లో ఆగ్రహావేశాలు బైటకి వచ్చాయి.

***

"ఏంటి? " అని అడిగాడు అజార్. "ఏదో కావాలని దగ్గరగా వచ్చి వెళ్లిపోతున్నారు" అంది ఆమె.

"శాన్వి మమ్మల్ని చూస్తేనే నీకు చిరాకు అని మాకు తెల్సు, ఎందుకంటే నువ్వు మతవాదివి అన్నాడు" బాబర్.

శాన్వి: అది నిజమే కానీ నాకు ఒక ఫోన్ వచ్చింది.

అజార్: ఎవరు చేసారు?

శాన్వి: అఖిల్ సార్.

బాబర్: అఖిల్ అన్న ఎందుకు చేసాడు?

శాన్వి: అఖిల్ నీకు అన్న ఏమో నాకు కాదు, అవసరం అయితే పేరు పెట్టి పిలుస్తా కానీ నేను మాత్రం అన్న అనను.

అజార్: అవును లే, ఇన్సిస్ట్యూట్ అమ్మాయిలు చాలా మంది అన్న అని పిలవరు అఖిల్ ని మాకు తెల్సులే (నవ్వుతు అన్నాడు).

శాన్వి: ఓవర్ ఆక్షన్ చేయకు అజార్.

బాబర్: అబ్బా తాను మాకే అన్న, నీకు అని మేము ఎప్పుడు అన్నాం తల్లి...

శాన్వి: తల్లి అంటావు అంత పెద్ద దానిలా ఉన్నానా?

అజార్: ఏదో ప్రేమగా పిలిచాడు అంతే కోప్పడకు శాన్వి.

శాన్వి: నా మీద నీకు ప్రేమ ఏంటి ఐనా?

బాబర్: ఏదో ఒక దేశం, ప్రాంతము, ఊరు వాళ్ళం అని.

శాన్వి: నాకు అలా ఎప్పుడు అనిపించదులే.

అజార్: సరే కానీ విషయం చెప్పు.

శాన్వి: ఏంటి అంటే అఖిల్ సార్ ని ఏదో అర్జెంటు డౌట్ అడుగుతుంటే మీ ఫోన్ ఆఫ్ అయ్యింది అన్నారు, అందుకే నా ఫోన్ ఇచ్చి రమ్మన్నారు.

బాబర్: ఆయన చెప్పగానే వచ్చేసావా?

శాన్వి: లేదు మీకు ఫోన్ ఇస్తే నన్ను రేపు వచ్చి కలుస్తా అన్నారు కాఫీ కి, అఖిల్ సార్ ని అఖిల్ అని పిలిచే రోజు వస్తుంది అని నేనే వేచి చూస్తున్న, అవకాశం ఒడిసి పడదాం అని.

బాబర్: పెద్ద ప్లాన్ ఏ వేశావు మరి వర్క్ అవుట్ అవుతుందా?

శాన్వి: అవ్వాలి మరి, మీరు తనకి బాగా దగ్గర వాళ్ళలా ఉన్నారు కొంచెం సహాయం చేయచ్చు కదా...!

అజార్: ముందు మాకు మొబైల్ ఇచ్చి సహాయం చేయి శాన్వి.

శాన్వి: ఇలా పేరుతో పిలిస్తే చేస్తా, ఇప్పుడు మనం స్నేహితులం ఓకే నా...

బాబర్: అలాగే, ఫోన్...

“ఇదుగో తీస్కోవయ్యా బాబు” అంటూ ఫోన్ బాబర్ చేతికి ఇచ్చింది శాన్వి.

ఆ ఫోన్ తీసుకుని బాబర్ పక్కకి వెళ్తూ ఉంటే శాన్వి వెళ్ళబోయింది వెనక, కానీ అజార్ ఆపి “ఎప్పటినుంచి అఖిల్ భయ్యా అంటే ఇష్టం నీకు?” అని అడిగాడు.

శాన్వి: నేను వినకూడదా మీ సందేహాలు.

అజార్: అమ్మో అవి తెల్సుకుని పరీక్షలో నువ్వు మమల్ని దాటేస్తేనో అమ్మ.

శాన్వి: అలా కాదు అజార్...

అక్కడ బాబర్ అఖిల్ తో ఇలా మాట్లాడుతున్నాడు.

అఖిల్: హలో

బాబర్: హలో అఖిల్ అన్న

అఖిల్: చెప్పు బాబర్

బాబర్: మీరు సూపర్ అన్న గొంతు విని పేరు చెప్పేస్తారు.

అఖిల్: విషయం చెప్పు బాబర్.

బాబర్: మాకు ఈ వారం హైదరాబాద్ లో ఎనిమిది చోట్ల భారీ బాంబు పేళ్ళులు ప్లాన్ చేసారు అని సమాచారం ఉంది. దాన్ని ఆపుదాం అనుకున్న ఇక్బాల్ ని చంపేశారు.

అఖిల్: అవునా, సమాచారం ఉందా లేదా చేయమంటే మీరు చేయను అన్నారా?

బాబర్: నీ దగ్గర నిజం దాచడం ఎందుకు, మా వాళ్లే చేస్తున్నారు, దానికి మజీద్ భాయ్ నాయకుడు, ఎవరు చేస్తున్నారో తెలీదు. నిజానికి నువ్వు చెప్పిన విధంగానే హక్కుల కోసం పోరాటం, మతం కోసం పవిత్ర యుద్ధం అని చెప్తున్నా, పాకిస్తాన్ ఇంకా కొన్ని దేశాల్లో ప్రభుత్వాలు మారడానికి ఇంకా అంతర్జాతీయ ఉగ్రవాదం రాజ్యం ఏలడానికి, డబ్బు సంపాదించడానికి, మతం పేరిట మమల్ని తయారు చేస్తున్నారు. మేము అక్కడ ఉన్నందుకు సిగ్గు పడుతున్నాం, ఇంకా ఇక్బాల్ చావు ఏ తప్పు లేకుండా మమల్ని బాధిస్తోంది. ఇప్పుడు ఏం చేయమంటారు?

అఖిల్: వెయిట్ బాబర్, ఇప్పుడు ఎక్కడికి వెళ్తున్నారు?

బాబర్: అజార్ నీ నన్ను మజీద్ భాయ్ రమ్మన్నాడు దానికి రెండు కారణాలు ఉండవచ్చు.

అఖిల్: ఏంటి అవి?

బాబర్: ఒకటి మాకు ఈ పని ఇష్టం లేదు అని తెల్సి చంపడానికి, రెండు ఈ వారం బ్లాస్ట్ చేయాల్సిన సామగ్రిని సరఫరా చేయడానికి. నిన్నే కరాచీ నుంచి ఢాకా వచ్చి ఇవాళ ముంబై వచ్చాయి, సాయంత్రానికి హైదరాబాద్ లో ఉంటాయి

అఖిల్: మీరు వెళ్ళండి భయం వద్దు, రెండవ కారణం అయి ఉంటుంది, మీ ఫోన్ లు వారు విని ఉండరు ఈ హడావిడి లో

బాబర్: సరే అన్న...,

అఖిల్: నీ అడ్రస్ నాకు వాట్స్ అప్ పెట్టు, అలాగే నువ్వు వెళ్లే దారిలో సాజిద్ మొబైల్స్ ఉంది కదా... అక్కడ నీకోసం ఒక మొబైల్ సిమ్ ఆక్టివేట్ చేసి ఉంది, అది తీసుకుని వెళ్ళు.

అడ్రస్ పంపాడు బాబర్ శాన్వి ఫోన్ నుంచి.

అప్పుడే "అజార్ నన్ను వెళ్లనివ్వు, బాబర్ ఏం మాట్లాడుతున్నాడో నే వినాలి" అంటూ గొడవ మొదలు పెట్టింది శాన్వి.

"వద్దు శాన్వి, అది దేశానికి సంబంధించింది" అంటూ చెప్తున్నాడు అజార్, అంతే అతని గుండెల్లోకి నాలుగు తూటాలు దిగిపోయాయి. శాన్వి గన్ మీద వచ్చిన పొగని నోటితో ఊదుతూ బాబర్ నీ కాల్చడానికి కూడా రెడీ అయ్యింది.

శాన్వి నీ చూసి బాబర్ కి భయం వేసింది.

బాబర్: ఎవరు నువ్వు

శాన్వి: దేవుని దగ్గరికి వెళ్తున్నావ్ కదా ఆయన చెప్తారు లే,

బాబర్: ఏంటి?

అలా బాబర్ కళ్ళు ఆర్పకుండా శాన్వి నీ చూస్తూ ఉన్నాడు తన ఛాతిలో, కాంతిలో, భుజంలో, కాళ్ళలో ఇంకా వెన్నులో బుల్లెట్స్ దింపింది శాన్వి. బాబర్ కి మాట రాలేదు ఇంకా ప్రాణం పోలేదు. శాన్వి బాబర్ దగ్గరికి వచ్చి ఒక పక్కాగా కూర్చుని గన్ నీ తిప్పుతూ "మీరు దేవుని కోసం చేసే యుద్ధాన్ని అపవిత్రం చేసారు".

బాబర్ ఇంకా అలానే చూస్తున్నాడు.

శాన్వి: یہ قتل صرف اللہ کے لیے ہیں اور جو لوگ صرف اللہ کو مانتے ہیں وہ سکون میں ہیں-(ఈ హత్యలు దేవుని కోసం మాత్రమే, మరియు దేవుణ్ణి మాత్రమే విశ్వసించే వారు శాంతితో ఉంటారు) అని ఉర్దూ లో అంటూ బాబర్ ఛాతీ మీద ఇంకా పెద్దగా నొక్కింది.

అప్పుడే శాన్వి జేబులో ఉన్న ఇంకో ఫోన్ మోగింది.

***

రాధిక: ఏంటి సార్ ఇది, నా మీద కనికరం లేదా అసలు ఇలా చేస్తున్నారు, కాస్త సమయం ఇవ్వండి.

భగత్: మాకు సమయం లేదు కదా ఒక పక్క దేశం చాలా క్లిష్ట పరిస్థితి లో ఉంది

రాధిక: సార్ దయచేసి ఆగండి.

ఈలోపు కాలింగ్ బెల్ మోగింది.

భగత్: ఎవరో వెళ్లి చూడు?

రాధిక: సరే సార్.

భగత్, సారథి గన్ లోపల పెట్టేసారు. ఈసారి కెమెరాలో చూడలేదు రాధిక, ఎందుకంటే ఎలాగోలా అక్కడ నుండి తప్పించుకోవాలి. దెబ్బ తినడం ఇష్టం లేదు, ఈ న్యూస్ ఇంక దాచను, పేపర్ లో వేస్తాను ఎందుకంటే వాళ్ళకి వాళ్ళ డ్యూటీ ముఖ్యం అయినపుడు నాకు నా డ్యూటీ అని మనసులో అనుకుంది రాధిక.

తలుపు తెరిచింది రాధిక, ఎదురుగా అఖిల ఉంది, ఎవరండీ మీరు అని అడిగింది రాధిక.

అఖిల: హాయ్ నేను అఖిల

రాధిక: చెప్పండి నాతో ఏం పని?

అఖిల రాధిక నీ అమాంతం చూసింది.

అఖిల: ఇప్పటిదాకా నన్ను బాండ్ గర్ల్ అనుకున్న కరెక్టే, కానీ మా వాడు నీకు పడిపోవడంలో అసలు తప్పే లేదులే.

రాధిక: ఏం మాట్లాడుతున్నావ్?

అఖిల: అఖిల్ నువ్వే తన భార్యవి అంటున్నాడు. ఐనా బ్లాక్ విడో మూవీ లో నటాషా అదే స్కార్లెట్ జాన్సన్ ల చాల అందంగా ఉన్నావు, పైగా ఆమెలాగే ఫైట్స్ చేసేట్టు ఉన్నావు. ఒక పక్క వాడు సీక్రెట్ ఏజెంట్ లాగే ఉంటాడు, ఒక పక్క నువ్వు అలాగే ఉన్నావు. వాడేమో సాఫ్ట్వేర్ ఇంజినీర్, నువ్వేమో జర్నలిస్ట్. నిజంగా మీకు పెళ్లి అయ్యిందా. హైదరాబాద్ నుంచి ఢిల్లీ వస్తూ మొత్తం మీ సమాచారం వెతికాను అసలు పెళ్లి ప్రస్తావన లేదు, దయచేసి నిజం చెప్పండి.

అఖిల మాటల ప్రవాహానికి తెగ నవ్వు వచ్చింది రాధిక కి.

రాధిక: అసలు నువ్వు ఎవరు అనుకుని ఎవరి దగ్గరికి వచ్చావు?

అఖిల: మీరు రాధిక మోహనే కదా?

రాధిక: అవును.

అఖిల: ఈ ఫోటో మీదే కదా (అని అఖిల్ ఇచ్చిన ఫోటో చూపించింది)

ఆ ఫోటో చూసిన రాధిక ఆలా ఉండిపోయింది

***

అజార్, బాబర్ ని చంపిన తర్వాత శాన్వి తన ఫోన్ లో సిమ్ మార్చి ఒక ఫోన్ కాల్ చేసింది. అది కాందహార్ లో ఉన్న ఒక ఉన్న ఒక సెక్యూరిటీ సిస్టం కి కనెక్ట్ అయి ఉంది, అక్కడ ఉన్న ఒక అతను ఫోన్ ఎత్తాడు.

శాన్వి: అసలమలేకుం జనాబ్ (అరబిక్ భాషలో గౌరవం).

జనాబ్: మలేకుం అసలం ఫైజా.

(గమనిక: ఇక నుంచి శాన్వి, ఫైజా రెండు పేర్లు ఉంటాయి. కానీ ఇద్దరు ఒకరే అని అర్థం చేసుకోవాలి అని మనవి).

శాన్వి: జనాబ్ మీరు చెప్పిన విధంగానే నేను ఇక్కడ ముస్లిం వ్యతిరేకిగా ఉండడం కలిసి వచ్చినట్టుంది.

జనాబ్: సరే

శాన్వి: ఇప్పుడు ఏం చేయమంటారు జనాబ్, మజీద్ దగ్గరికి వెళ్లి విషయం చెప్పమంటారా?

జనాబ్: అది నీ పని కాదు, నువ్వు ఎవరో మజీద్ కి చెప్పాల్సిన అవసరం లేదు. అతని పని ఐసిస్ వాళ్ళు ఇచ్చిన పని పూర్తి చేయడం. మనకి ప్రపంచం మీద పట్టు రావాలి, దానికి మనం ఎవరినైనా వాడుకోవచ్చుకానీ, నువ్ మా ప్రముఖ నిఘా గూఢచారివి, చిన్న వయసులోనే ఎన్నో ఆపరేషన్ లు విజయవంతం కావడానికి నీ సేవలు అందించావు. పాకిస్తాన్ లో ఉన్న భారత వ్యతిరేకుల సహాయంతో మనం భారత్ లో ఆపరేషన్ చేస్తున్నాం, దానికి మనకి సహాయం చేయడానికి భారత్ లో ను మనుషులు ఉన్నారు. ఒకేసారి మనం ఇజ్రేయల్, భారత్ మీద దాడి చేయాలి.

శాన్వి: సరే జనాబ్.

జనాబ్: అక్కడ ఉన్న కాందిశీకులు మన పని మీదే ఉన్నారా?

శాన్వి: ఉన్నట్టే ఉన్నారు కానీ, నాకు మీనా మీద అనుమానంగా ఉంది. తాను ఇంకేదో ప్లాన్ చేస్తోంది అనిపిస్తోంది, తాను చావడానికి రెడీ లేదు.

జనాబ్: మరి అఖిల్ ఏ 12667 నా లేక ఇద్దరు ఉన్నారా?

శాన్వి: అది నాకు ఏ కోశానా అర్థం కావడం లేదు. అతని ఫోన్ ట్రాప్ చేస్తూనే ఉన్నాం, కానీ అతను ఎప్పుడు ఏజెన్సీ వాళ్ళతో మాట్లాడలేదు. అలాగే, అతన్ని ఒకామె లవ్ చేస్తోంది. ఆమె పేరు అఖిల. ఇంకా నేను ఎంత ట్రై చేసిన వాడు నాకు పడలేదు.

జనాబ్: అవునా గట్టివాడే.

శాన్వి: వారంగా మీనా ఆఫీస్ కి వెళ్లడం లేదు, అఖిల్ తో కల్సి వాళ్ళ స్నేహితులు అంతా మీనా ఇంటికి వెళ్లారు.

జనాబ్: అవునా, అక్కడ ఏం జరుగుతోంది?

శాన్వి: అక్కడ మన కెమెరా లు రెండు పని చేయడం లేదు, మీనా అప్రోవేర్ గా మారింది అంటారా జనాబ్.

జనాబ్: అలా జరిగే అవకాశం లేదు.

శాన్వి: మరి ఏమి అయి ఉంటుంది అంటారు?

జనాబ్: ఆమె ఏదో ప్లాన్ చేసి ఉంటుంది అక్కడ ఉన్నది అఖిల్ అయితే ఆమె ఆటలో భాగం అవుతాడు కానీ ఏజెంట్ 12667 అయితే మాత్రం మన ప్లాన్ ఆపడానికి ట్రై చేస్తాడు.

శాన్వి: ఇప్పుడు ఏం చేద్దాం అంటారు.

జనాబ్: అఖిల్ స్నేహితుల అందరి ఫోన్ లు ట్రాప్ చేయండి, ఏజెన్సీ వాళ్ళవి కూడా. తన ఫోన్ ఎత్తడు, అలాగే ఏజెన్సీ వాళ్ళవి కూడా ఎత్తకపోవచ్చు.

శాన్వి: జరూర్ జనాబ్, నే ఆ పనిలో ఉంటాను.

జనాబ్: నువ్వు ఢిల్లీ వెళ్ళిపో నేడే, పేలుళ్ళు జరిగే అప్పుడు అక్కడ ఉండద్దు, ఇన్సిస్ట్యూట్ కి ఏదో ఒక కారణంతో ఊరు వదిలి కుటుంబం వెళ్ళిపోతోందని సృష్టించు. నువ్వు సృష్టించుకున్న కుటుంబం కి నీ మీద అనుమానం రాలేదు కదా.

శాన్వి: లేదు నేను వాళ్లకి దేవుడు ఇచ్చిన కూతురు అనుకుంటున్నారు. నేను త్వరగా పోలీస్

కావాలి అనుకుంటున్నారు.

జనాబ్: నువ్వు చాలా పెద్ద పోలీస్ వి ఐసిస్ కి అది వాళ్ళకి తెలీదు కదా

శాన్వి: హా జనాబ్ అంది కానీ (మనసులో అలాంటివాళ్ళని మోసం చేస్తున్న దేవుడు నన్ను క్షమిస్తాడా అనుకుంది).

జనాబ్: ఏమైంది ఫైజా?

శాన్వి: పవిత్ర యుద్ధం కోసం నేను ఏం చేయడానికి ఐనా సిద్ధం జనాబ్.

జనాబ్: మంచిది.

అలా వారి సంభాషణ ముగిసింది.

అల్లాహ్ ఓ అక్బర్ - ప్రపంచానికి రాజు అల్లాహ్ మాత్రమే, ప్రవక్త స్థాపించిన రాజ్యాన్ని ఇంకా విస్తరిస్తాం, నమ్మని వాళ్ళని ప్రపంచం నుండి వేరు చేస్తాము అంటూ అరిచాడు అందరు జనాబ్ అని పిలిచే మోహామోద్ అక్బర్ పాషా.

***

అఖిల చూపించిన ఫోటో ని మరింత ఏకాగ్రత తో చూసింది రాధిక.

విక్రమ్ అంటూ గట్టిగ అరిచింది. విక్రమ్ పేరు వినగానే చేతిలో గన్ లోపల పెట్టకుండానే బైటకి వచ్చారు సారధి మరియు భగత్ లు.

వాళ్ళని చూసి భయపడింది అఖిల. నేను ఏదో తప్పు చిరునామా కి వచ్చి ఉన్నాను అనిపిస్తోంది, అనేలోపే ఆమెని లోపలికి లాగి తలుపు లాక్ చేసింది రాధిక.

"ఏంటి మేడం ఇది అసలు, దౌర్జన్యం చేస్తున్నారు అసలు నా మీద" అంది అఖిల.

"ఇతను ఎవరు నీకు ఎలా తెల్సు?" అంది అఖిల. "ఎవరు, ఏంటి చెప్పా కదా..., అతను అఖిల్, నేను లవ్ చేస్తున్నా అని, రెండుళ్లుగా వెంట పడుతున్నా, మా టీం లీడ్".

"టీం లీడా...? నువ్వు ఎక్కడ పని చేస్తావు?", "ABC సొల్యూషన్స్ హైదరాబాద్" అంది అఖిల. "అయితే ఏమైంది నీ ప్రేమకి?" అని అడిగింది రాధిక.

"నా ప్రేమని అతను ఒప్పుకోలేదు ఎప్పుడు, మొన్న గొడవ అయినపుడు మాత్రం మీరు తన భార్య అని చెప్పారు. కానీ నాకు ఇప్పుడు ఖచ్చితంగా కాదు అనిపిస్తోంది, వాడి సున్నితత్వం కి ,

మీ ప్రవర్తనకి అసలు మ్యాచ్ అవ్వడం లేదు. కానీ నన్ను ఇరికించడానికి మీ పేరు చెప్పాడు. నేనేమో డబ్బులు లేకున్నా అప్పులు చేసి మరి వచ్చాను, పైగా వాడే టికెట్ వేసి మరి పంపాడు".

"అయ్యో, మీ అఖిల్ బాబు అంత సున్నితం కాదు లే అఖిల. అఖిల్ గా సున్నితం ఏమో కానీ వాడి అసలు పేరు విక్రమాదిత్య, నీకు వాడు చెప్పింది నిజమే వాడే నా మొగుడు" అంది రాధిక.

"అవునా..., మరి మీరు ఎందుకు విడిగా ఉన్నారు?" అంది అఖిల. "అది నీకు చెప్పాల్సిన అవసరం లేదు" అంది రాధిక. "అప్పటిదాకా చెప్పని వాడు అప్పుడే నువ్వు తన భార్య అని చెప్పి ఆమెని టికెట్ వేసి పంపాడు అంటే విక్రమ్ మనకి ఏదో చెప్పాలి అనుకుంటున్నాడు" అన్నాడు భగత్.

"అవునా మరి కాల్ చేసి చెప్పచు కదా" అంది రాధిక.

"కాల్ చేయలేదు అంటే విక్రమ్ కి తనతో పాటు, చుట్టూ ఉన్న మొబైల్స్ ట్రాక్ అవుతాయి అని తెల్సు, ఇప్పుడు EMEI నెంబర్ ద్వారా సిమ్ మార్చినా ట్రాక్ చేయచ్చు కదా!" అన్నాడు భగత్.

"సరే సార్, ఇప్పుడు విక్రంతో మాట్లాడే విధానం ఏంటి?" అని అడిగాడు సారధి.

"ఒక్క నిమిషం" అని, తన జేబులోని సిమ్ డిటెక్టర్ డివైస్ ని తెరిచాడు. అపుడు వెంటనే అది అఖిల హ్యాండ్ బాగ్ లో సిమ్ ఉన్నట్టు చూపించింది. "సారధి ఆ సిమ్ తీస్కో" అన్నాడు భగత్, సారధి సిమ్ తీసుకుని తన ఫోన్ లో వేయబోయాడు కానీ భగత్ వద్దు అన్నాడు.

"అమ్మా రాధిక, ఇక్కడికి దగ్గర ఏదయినా మొబైల్ షాప్ ఉందా?" అని అడిగాడు భగత్.

"ఇందాకే నా మీద గన్ పెట్టి ఇప్పుడు ఎంతో ప్రేమ ఉన్నట్టు అమ్మా అంటున్నాడు వేస్ట్ ఫెలో" అని మనసులో అనుకుని "హ ఉంది సార్" అంది రాధిక

"మరి నెంబర్?" అన్నాడు భగత్, "అయ్యో లేదు సార్" అంది రాధిక. "ఏం జర్నలిస్టోి ఏమో కనీసం ఆ షాప్ పేరు గూగుల్ లో కొడితే నెంబర్ వస్తుంది అని కూడా తెలీదు" అంది అఖిల. అఖిల కి రాధిక మీద కోపం గా ఉంది.

"హా నిజమే" అని సారధి ఆ ఫోన్ నెంబర్ కి ఫోన్ చేసి కొత్త మొబైల్ ఫోన్ డెలివరీ ఆర్డర్ "అర్జెంటు" అని చెప్పాడు. "అర్జెంటు అయితే వంద ఎక్కువ" అన్నాడు షాప్ వాడు. "వేయి

ఇస్తాను" అన్నాడు సారధి, "ఫోన్ నిమిషం లేకున్నా కష్టమే జనాలకి" అనుకుని పట్టుకు వెళ్ళాడు షాప్ వాడు.

ఆ టైం లో ముందు రోజు తీసుకున్న మొబైల్ లో కొత్త సిమ్ వేసి ఆక్టివేట్ చేసాడు అఖిల్, "ఏం చేస్తున్నావురా?" అన్నాడు మాధవ్. "నేను ఎవరో తెల్సుకోవాలి అన్నావ్ కదా, ఇంకో ఐదు నిముషాల్లో తెలుస్తుంది అన్నాడు అఖిల్. "సైలెంట్ అయ్యాడు మాధవ్.

కొత్త ఫోన్ వచ్చాక సిమ్ కొత్త ఫోన్ లో వేసి అందులో ఉన్న నెంబర్ కి కాల్ చేసాడు భగత్. వెంటనే ఎత్తాడు అఖిల్.

భగత్: హలో

అఖిల్: విక్రమాదిత్య 12667 డ్యూటీ లో తిరిగి జాయిన్ అవుదాం అనుకుంటున్నాడు మీకు సమ్మతమేనా?

భగత్: భారత దేశ రా విభాగం నీ కోసం ఎప్పుడు తలుపు తెరిచే ఉంచుతుంది, నువ్వు మాకు ఎంతో కీలకం.

అఖిల్: మరి మొదలెడదామా సార్ వేట.

భగత్: నీ వెనకే మేమంతా...s

(పాఠకులారా ఇక నుంచి మన కథ విక్రమ్ తో ఉంటుంది, అఖిలే విక్రమ్, రా ఏజెంట్ విక్రమ్)

విక్రమ్: సార్ నా ఏజెంట్ నెంబర్ అదేనా?

భగత్: అవును, నువ్వు తిరిగి వస్తావు అని తెల్సి ఆ నెంబర్ అలాగే ఉంచాను. ఐనా ఆ నెంబర్ తీసుకోగలిగే ఏజెంట్ ఇంకా రాలేదు లే.

విక్రమ్: ధన్యవాదాలు సార్, సర్... జీతం ఏమైనా పెంచారా?

భగత్: హా పెంచాను కదా?

విక్రమ్: ఎంత పెంచారు సార్?

భగత్: రెండేళ్ల క్రితం నీ జీతం ఎంత?

విక్రమ్: నలబై మూడు వేలు,

భగత్: ఇప్పుడు నలభై ఆరు వేలు.

అది వినగానే అఖిల అక్కడే పడి పడి నవ్వింది.

“ఎందుకు అమ్మాయి అలా నవ్వుతున్నావ్?” అని అడిగాడు భగత్.

“సార్ అఖిల్ కి మీ రా ఏజెన్సీ లో నెంబర్ వన్నో కాదో నాకు తెలీదు కానీ, అక్కడ ప్రోగ్రామర్ గా నెంబర్ వన్. అతని జీతం ఒక లక్ష అరవై వేలు, తదుపరి నెల ప్రమోషన్ వస్తే రెండు లక్షలు వస్తాయి, అది వదిలేసి ఇక్కడ ఈ చేజ్లు, టెర్రరిస్ట్ లు పైగా ఈ జీతానికి”

“ఏం మాట్లాడుతున్నావ్? అంది రాధిక. “ఇంకో ముఖ్యమైన విషయం ఏంటి అంటే అక్కడ ఈ రాధిక లాంటి కోపం, ఏడుపు ఫేస్ లు ఉండవు. నాలా అందంగా, రాత్రి వెబ్ సిరీస్ చూసి, పొద్దునే అఖిల్ ని తమ లవర్ గా ఊహించుకుంటూ, అతను ఒకసారి చూస్తే చాలు అనుకునేవాళ్లు ఎంత మంది ఉంటారో తెల్సా...?” అంది అఖిల.

అదంతా విని నవ్వుకుంటున్న విక్రమ్ చివరలో అఖిల అన్నమాటకి పొలమారి దగ్గాడు.

“మరి అక్కడ ఉండచ్చుగా... ఎందుకు మళ్ళా ఇక్కడికి, ఈ ఏడుపు మొహాలు చూడాలి” అంది రాధిక. అలా అంటున్నప్పుడు తెల్లగా పాల వలె ఉన్న రాధిక బుగ్గలు ఎరుపు ఎక్కాయి, కళ్ళు చాలా రౌద్రంతో కనపడ్డాయి. అదంతా చూసిన అఖిల “అంత అందమైన, డైనమిక్, డాషింగ్ మొగుడు ఉంటే ఇలాంటివి ఉంటాయి. ఇంత మంది కోరుకునే వాడు నా వాడు అయ్యాడు అని ఆనందపడాలి కానీ ఇలా అరిచి పొమ్మనకూడదు. ఐనా అతను కోరుకుంటే కదా తప్పు, నమ్మకం లేదా తనపై” అంది అఖిల.

ఆ మాటతో రాధిక ముఖం మాడిపోయింది. తర్వాత “తానే కోరుకుని ఉంటే నేను ఇక్కడ దాక రాను కదా...” అంది అఖిల. అప్పుడు ఫోన్ లో ఇదంతా విన్న విక్రమ్, “హో... అవును అఖిల అలా చెప్పు” అన్నాడు. “అయ్యో, విక్రమ్ నీ మాటలకి పడిపోవడానికి నేను కాలేజ్ చదివే రాధిక ని కాను, ఇప్పుడు ప్రొఫెషనల్ జర్నలిస్ట్ ని, నాకు తెలీదా నీ నాటకాలు. ఇప్పుడు దీన్ని ఎందుకు పంపావు నువ్వు? ఎక్కడ ఉన్నావో రా కి తెలీడానికి. నీకోసం రా వాళ్ళు ఎపుడూ నా చుట్టూ ఉంటారు అని నీకు తెల్సు, దేశం సమస్య లో ఉందని నీకు తెల్సు అందుకు పంపావు, నీకు దేశ సమస్యే కదా ముఖ్యం పెళ్ళాం పిల్లల కంటే” అంది రాధిక.

"అవునా అఖిల్... అంటే నువ్వు ఎక్కడ ఉన్నావో చెప్పడానికి నన్ను వాడేశావా... అమ్మ అఖిల్..." అంది అఖిల. "నీకు కావలసిన సమాచారం అయితే దొరికింది కదా..." అన్నాడు విక్రమ్. "ఇంకొకటి ఇక నుంచి నన్ను విక్రమ్ అని పిలువు, అఖిల్ కాదు" అన్నాడు. "అబ్బా అఖిల్... నాకు నువ్వు పరిచయం అయింది అఖిల్ లాగానే ఈ విక్రమ్ రా ఎన్ని వచ్చినా నాకు నువ్వు నా బుజ్జి అఖిల్ వే" అంది అఖిల. "అబ్బా..." అన్నాడు విక్రమ్, అది విని ఇంకా బాధ పడింది రాధిక. "సరే కానీ ఒకటి చెప్పు, నీకు పిల్లలు కూడా ఉన్నారా, ఇక్కడ ఎవరు కనపడడం లేదు నాకు, ఈ రాక్షసి కిడ్ సెంటర్ లో పడేసిందా. ఓయ్! నన్ను పెళ్లి చేసుకో, నీ బేబీ ని మన బేబీ లా పెంచుదాం ఓకే నా?" అని అంది అఖిల.

ఎందుకో విక్రమ్ కళ్ళలో నీళ్లు తిరిగాయి ఆ మాటకి. "ఓయ్ నోటికి ఏది వస్తే అది మాట్లాడతావా? ఐనా అన్ని మూవీ లో చూపించినట్టు ఉండదు, నీ ఇష్టం వచ్చినట్టు తెలీకుండా మాట్లాడకు" అంది రాధిక. "ఇప్పుడు నీకు పిల్లలు ఉన్నారా లేదా" అంది అఖిల. "లేరు" అంది రాధిక.

"కొంచెం ఆపుతారా... మనం ఉన్న పరిస్థితి ఏంటి, మీరు మాట్లాడుతున్న మాటలు ఏంటి?" అన్నాడు భగత్. రాధిక, అఖిల సైలెంట్ అయ్యారు ఇంకా, అప్పుడే విక్రమ్ భగత్ మాట్లాడుకోవడం మొదలు పెట్టారు, వారి సంభాషణ ఇలా సాగింది.

విక్రమ్: సార్ అసలు మీకు తెల్సిన సమాచారం ఏంటి?

భగత్: ఈ వారం హైదరాబాద్ లో ఎటాక్ జరగబోతోంది అని, బంగ్లా లో మన ఇంఫార్మెర్ చెప్పాడు, అతను చంపివేయబడ్డాడు.

విక్రమ్: కొన్ని సమయాల్లో ఆవేశం మంచిది కాదు సార్, ఇంకా,

భగత్: వాళ్ళు ఎనిమిది వందల మంది, ఎనిమిది ఏళ్లుగా ఇండియా లో ఉంటున్నారు, ఈ వారం నుంచి ప్రతి వారం ఎటాక్ చేస్తారు అని తెలుస్తోంది.

విక్రమ్: వాళ్ళు ఎక్కువ మంది ఇండియా లో ఉన్నారు అని నాకు తెల్సు కానీ, ఎప్పుడు ఎటాక్ ప్లాన్ చేస్తున్నారో తెలీదు.

భగత్: అవునా ఇప్పుడు ఏం చేయాలి?

విక్రమ్: హైదరాబాద్ లో ఎటాక్ ఆపాలి, ఇక్కడ మీనా అనే ఆమె హైదరాబాద్ లో ఎటాక్ చేసే వాళ్లలో ఒకరు అని నా అభిప్రాయం.

భగత్: అవునా ఎవరు ఆమె?

విక్రమ్: ఆమె మాతో పాటు పని చేస్తుంది సాఫ్ట్వేర్ ఆఫీస్ లో, వాళ్ళ ఇంటికి వెళ్తే వాళ్ళ ఆయన వైష్ణవ్ ని ఉగ్రవాది లా చూపించాలి అని చూసింది, ఎందుకో తెలీదు.

భగత్: మన టీం ని, నీ దగ్గరికి పంపమంటావా?

విక్రమ్: పంపించండి, మనం చేయవల్సిన పనులు రెండు, ఒకటి హైదరాబాద్ ఎటాక్ ఆపడం, రెండవది రెండవ ఎటాక్ కి ఆర్డర్స్ రాకుండా ఆపడం.

భగత్: రెండవ ఎటాక్ కి ఆర్డర్స్ రాకుండా ఎలా ఆపాలి? ఎందుకు ఆపాలి?

విక్రమ్: మీ రెండవ ప్రశ్నకి సమాధానం - ఆపకపోతే ఈ ఎనిమిది వందల మందిని వెతుకుతూ వాళ్ళ ఎటాక్ కి మనం సిద్ధంగా ఉంటూ చాలా కష్ట పడాలి, ఎప్పుడు ఏం జరుగుతుంది అని భయపడుతూ...

భగత్: అవును మరి ఆర్డర్ రాకుండా ఉండేది ఎలా?

విక్రమ్: ఎలా అంటే, ఇప్పుడు ఆర్డర్ ఇచ్చినవాడ్ని చంపివేయడమే.

భగత్: అసలు ఆర్డర్ ఎవరు ఇస్తున్నది తెలుసుకోవడం ఎలా, వాడు బాంగ్లాదేశ్ లో ఉన్నాడో లేక పాకిస్తాన్ లో ఉన్నాడో.

విక్రమ్: మీరు ఇది ఇండియా మీద పాక్ తీవ్రవాదులు చేస్తున్న యుద్ధం లా చూడకండి, నాకు తెలిసినంత వరకు ఇది ఐసిస్ వాళ్ళు ప్రపంచాన్ని ఆక్రమించడానికి చేస్తున్న యుద్ధం లా అనిపిస్తోంది. నాకు తెలిసినంత వరకు వీళ్ళకి ఆర్డర్ ఇచ్చే వాడు ఆఫ్ఘాన్ లో కానీ లేక సిరియా లో కానీ ఉండాలి.

భగత్: అంత ఖచ్చితంగా ఎలా చెప్తావు, నీ దగ్గర ఆధారాలు ఏమైనా ఉన్నాయా?

విక్రమ్: సార్... ఇది నా అంచనా మాత్రమే, ఎందుకంటే వాళ్ళు భారత్ మీద పగతో ఉన్న పాక్ వాళ్ళని, ఇంకా భారత్ లో దేశం మీద ఇష్టం లేని కొంతమందిని తమ వైపు తిప్పుకుని తమ ప్రయోజనాలకై వాడుకుంటున్నారు.

భగత్: అవునా?

విక్రమ్: అవును సార్, మన ప్రభుత్వాలు మా దేశ భక్తిని వాళ్ళ ప్రయోజనాలకు వాడుకోవటం లేదా, అలాగే అని నా ఉద్దేశం.

భగత్: అబ్బా... దొరికినప్పుడల్లా పంచ్ వేస్తావు కదా, ప్రధాని గారు నా మాట కూడా లెక్క చేయడు, విక్రమ్ అని అంటున్నారు.

విక్రమ్: ముందు దేశం తర్వాత ప్రధాని కదా సార్.

భగత్: అంతే లే, సరే, ఇప్పుడు నువ్వు చెప్పింది కరెక్ట్ అని ఎలా ఒప్పుకోవాలి?

విక్రమ్: దానికి ఒక దారి ఉంది, అక్కడ ఉందే అఖిల తాను సైబర్ సెక్యూరిటీ, ఎథికల్ హాక్ లో స్పెషలిస్ట్, వెబ్ సిరీస్ చూస్తున్న నెపంతో వాటి సర్వర్ కూడా హాక్ చేస్తోంది.

అది విన్న అఖిల నోరు వెళ్లబెట్టింది. “అది మేడం విక్రమ్ అంటే” అన్నాడు సారధి.

భగత్: సరే అయితే ఇప్పుడు ఏం చేయాలి?

విక్రమ్: చెప్తా సార్, ముందు తనని మన టీం లో చేర్చుకోండి.

అఖిల: హమ్మో... నేను జాయిన్ కాను, నా శాలరీ, నా సినిమాలు, నా వెబ్ సిరీస్ అన్ని పోతాయి బాబు.

విక్రమ్: నీకు శాలరీ ఇస్తారు లే, పోనీ పార్ట్ టైం చెయ్.

అఖిల: ఎంత ఇస్తారు?

భగత్: నెలకు పది వేలు ఇస్తాము పార్ట్ టైం అయితే, ఫుల్ టైం అయితే ఇరవై వేలు.

అఖిల: పార్ట్ బెటర్ లే నా జాబ్ నాకు ఉంటుంది

విక్రమ్: సార్, శర్వా ఇంకా ఆక్టివ్ లోనే ఉన్నాడా?

భగత్: హా, కానీ చెన్నై లో ఉన్నాడు.

విక్రమ్: సరే, తనని కాల్ లో కలపండి, అతను, అఖిల కలిసి పని చేయాలి ఇప్పుడు.

అక్కడ చెన్నై లో శర్వా ఏం చేస్తున్నాడో చూద్దాం.

వడపలిని బీచ్ లో తన ప్రియురాలిని గెడ్డం పట్టుకుని బ్రతిమాలుతున్నాడు శర్వా.

“నన్ను క్షమించు బంగారం, చాలా ఇంపార్టెంట్ పని ఉండడం వల్ల నేను రాలేకపోయా, జాబ్ ముఖ్యం కదా” అంటున్నాడు శర్వా.

"జాబ్ కూడా ముఖ్యం కానీ, జాబ్ మాత్రమే ముఖ్యం కాదు. పోనీ నువ్వు పడి పడి చేసే ఈ జాబ్ లో నెలకు లక్షలు లక్షలు ఇస్తారా? ఇచ్చేదే ముప్పై వేలు, దేశ భద్రత అంత చీప్ నా శర్వా" అని అరుస్తోంది ఆమె.

"ఓయ్... ఎందుకు అరుస్తున్నావ్? నా పని కోసం" అన్నాడు శర్వా.

"కనీసం నువ్వు ఏ పని చేస్తున్నావో చెప్పకూడదు ఎవరికీ, పోనీ ఏదో ఒకటి చెప్తావు అని మా నాన్నతో మీటింగ్ పెడితే అప్పుడే మాయం అయ్యావు. నువ్వు జాబ్ మానేసి మా కంపెనీ లో జాయిన్ అవ్వు, మాకు పెద్ద కంపెనీ యే ఉంది కదా" అంది ఆమె.

"బంగారం నేను దేశం మీద ప్రేమతో ఈ జాబ్ చేస్తున్న, మనీ కోసం కాదు, ఇప్పుడేంటి నీకు టైం ఇవ్వాలి అంతే కదా! పది రోజులు నేను సెలవు పెట్టాను, ఇంకా మనల్ని ఆపేవారు లేరు, ఎక్కడికి వెళ్దాం చెప్పు" అని అడిగాడు శర్వా.

"పాండిచ్చేరి వెళ్దామా, లేక గోవా వెళ్దాం. నేను ఎప్పుడు వెళ్ళలేదు" అని అంది ఆమె.

"సరే బుజ్జి, మరి నాకో ముద్దు ఇవ్వు" అని అన్నాడు శర్వా.

"ముద్దులు, కౌగిలింతలు ఏమీ లేవు, నే నీ మీద కోపంగా ఉన్నా, ఇప్పుడేం ఇవ్వను, నన్ను గోవా తీసుకెళ్ళు, అక్కడ ఇస్తాను" అంది ఆమె.

"ఇప్పుడు వెళ్తున్నాం కదా బేబీ ఇవ్వు కదా" అన్నాడు శర్వా, "వద్దు పో నిన్ను నమ్మేది లేదు" అంది ఆమె. వెంటనే ఫోన్ తీసి రెండు గోవా టికెట్స్ బుక్ చేసాడు.

పేటీమ్ లో టికెట్ ని చూపించి మళ్ళా ఆమెకి సెండ్ చేసాడు.

ఆఫీస్ ఫోన్ స్విచ్ ఆఫ్ చేసాడు శర్వా, "ఇప్పటికైనా ముద్దు ఇవ్వు కదా డార్లింగ్" అన్నాడు శర్వా ముద్దుగా.

"అవునా కన్నా... సరే", అని శర్వా ని తన దగ్గరికి లాక్కుంది ఆమె. నాలుగు పెదవులని జత చేసే సమయాన తన పర్సనల్ మొబైల్ మోగింది, ఆమె దూరంగా వెళ్ళింది. "ఛీ... నా జీవితం" అనుకుని ఫోన్ ఎత్తాడు శర్వా.

"హాయ్ శర్వా... నేను భగత్ ని మాట్లాడుతున్నా" అన్న టోన్ వినపడేసరికి,

"సార్ మీరు ప్రోటోకాల్ ఫాలో కావట్లా, మీరు నా పర్సనల్ నెంబర్ కి కాల్ చేసారు, ఎవరైనా ట్రాప్ చేస్తే?" అన్నాడు శర్వా.

"తమరు మన నెంబర్ స్విచ్ ఆఫ్ చేస్తే ఏం చేయాలి నేను" అన్నాడు భగత్.

"సార్ నాకు ప్రైవేట్ స్పేస్ ఉండొద్దా, లీవ్ తీసుకుని వస్తే ఇప్పుడు కూడా ఏంటి సార్?" అన్నాడు శర్వా.

"మనం దేశ భద్రతా కోసం పని చేసేవాళ్ళము, అందుకే మనకి దేశం ఫస్ట్, ఫామిలీ నెక్స్ట్" అన్నాడు భగత్. ఆ మాట విన్న రాధికా కి బాగా కాలింది, చాల గుర్రుగా చూసింది భగత్ వైపు.

శర్వా గట్టిగ ప్రైవేట్ స్పేస్ అనేసరికి అతని ప్రియురాలికి చాలా ఆనందం వచ్చి "అది ఇంకా బాగా అడుగు" అన్నట్టుగా చూసింది.

"ఇక్కడ సమస్య ఉంది శర్వా, ఇక్కడ హైదరాబాద్ ఎటాక్ కోసం నీకు తెల్సు కదా..." అన్నాడు భగత్.

"కానీ దానికి నా అవసరం లేదు వేరే వాళ్ళు ఉన్నారు అనే కదా నాకు శెలవు ఇచ్చారు".

"కానీ డ్యూటీ లో నా మొగుడు వచ్చాడు, వాడు నా మాట వినడు, నేనే వాడి మాట వినాలి" అన్నాడు భగత్.

"ఎవరు సార్ మిమ్మల్నే భయపెట్టే వాడు, కొంపతీసి విక్రమ్ సార్ కానీ వచ్చారా?"

అంతే అఖిల ఫక్కున నవ్వింది. "హమ్మో మా వాడు చాలా డేంజర్ అన్నమాట, అక్కడ మేనేజర్ నీ భయపెడతాడు, ఇక్కడ సీనియర్ ఆఫీసర్ ని, ఎవరినైనా భయపెట్టేలా ఉన్నాడు" అంది అఖిల నవ్వుతూ. "పని చక్కగా చేస్తే ఎవరైనా భయపడతారు లే" అంది రాధిక. "అవునా అక్క..." అంది అఖిల. "నువ్వు వరసలు కలపకు" అని అరిచింది రాధిక.

"ఇంకా ఆపుతారా..." ఇంకా గట్టిగా అన్నాడు విక్రమ్.

"హలో విక్రమ్ అన్న... ఎలా ఉన్నారు?" అని అడిగాడు శర్వా. "నేను బాగున్నా, నువ్వు ఎలా ఉన్నావు?" అని అడిగాడు విక్రమ్. "ఇప్పుడు నేను రావడం తప్పదు అంటారా!" అన్నాడు శర్వా.

"ఇప్పుడు నువ్వు చెన్నై లో ఉన్నావు కాబట్టి హైదరాబాద్ రావాలి, అలాగే భగత్ సర్, మీరు, అఖిల ఇంకా సారధి ఇంకో ముగ్గురు మన టీం కూడా రావాలి" అన్నాడు విక్రమ్.

"ఇప్పుడా...?" అన్నారు భగత్ ఇంకా శర్వా. "అవును, శర్వా ఇంకా అఖిల మీరు నే చెప్పిన ఫోన్ నంబర్స్ ని ట్రాక్ చేయాలి. అఖిల నీకు సిస్టం ఎలా వాడాలో, అంటే ఇక్కడ సిస్టం శర్వా

చెప్తాడు, ప్రయాణం చేస్తునపుడు కూడా మీరు కనెక్ట్ అయి ఉండాలి" అని వాళ్ళకి శాన్వి ఇంకా బాబర్, అజార్ మొబైల్ నెంబర్ పంపాడు. మీరు ఆ నంబర్స్ ని ట్రాక్ చేసినా ఉపయోగం ఉండదు, అవి వాడిన ఫోన్ IMEI ట్రాక్ చేసి లొకేషన్ ట్రేస్ చేయాలి" అన్నాడు విక్రమ్.

"సార్, వాళ్ళు ఫోన్ మార్చేస్తే?" అన్నాడు శర్వా. వాళ్ళు ఇవాళ ఫోన్ వాడారు, మనం త్వరగా వాళ్ళ లొకేషన్ సాల్వ్ చేస్తే మనం పట్టుకోవచ్చు వాళ్ళని" అన్నాడు విక్రమ్, "సరే ట్రై చేద్దాం" అంది అఖిల.

"సరే మీకు పంపిన ముగ్గురు పేర్లు శాన్వి ఇంకా బాబర్, అజార్..., బాబర్. అజార్ నాకు టెర్రరిస్ట్ ఎటాక్ సమాచారం కొంత ఇద్దామనుకున్నారు కానీ, వాళ్ళ ఫోన్ తో ఇవ్వడం కుదరదు కాబట్టి నేను వాళ్ళ దగ్గరకి శాన్వి ని పంపాను. శాన్వి ఫోన్ ఇచ్చింది కానీ అజార్ నాతో మాట్లాడుతున్నపుడు ఫోన్ కట్ ఐంది, ఆ తర్వాత ముగ్గురు ఫోన్స్ స్విచ్ ఆఫ్ అయ్యాయి".

"అయితే ఏమంటావు విక్రమ్?" అన్నాడు భగత్. "ఏంటి అంటే, నాకు ఉగ్రవాదం వివరాలు చెప్తున్నారు అని వాళ్లని శాన్వి చంపి ఉండవచ్చు లేదా, నేను విక్రమ్ అనే డౌట్ తో నన్ను ఫాలో అయినా అమ్మాయిని నే గుర్తించి ఉండకపోవచ్చు. ఆమె వయస్సు చాల చిన్న, కానీ తాను ఎప్పుడు ముస్లిం మీద ఆమె కోపం, ప్రేమ అంటూ నా వెంట తిరగడం ఇవన్నీ సహజంగ ఉండేవి కావు, ఇప్పుడు నా వల్ల ఇద్దరు చనిపోయారు" అన్నాడు విక్రమ్.

"అంత ఖచ్చితంగా ఎలా చెప్తున్నావ్?" అన్నాడు భగత్. "ఆ పిల్ల చంపేసి ఉంటుంది, నా దాక వచ్చారు అంటే ఆమె ఈ ఆపరేషన్ నడుపుతున్న వాళ్ళ మనిషి అయి ఉండచ్చు" అన్నాడు విక్రమ్.

"అంటే నేను ఒక మనిషిని ప్రేమ అని వెంట పడుతూ ఉంటే నాకు తెలీకుండా ఇంకో మనిషి ఉంది అన్నమాట, ముందు ఇది తర్వాత అది ఏంటో నా జీవితం అంది" అఖిల.

"అమ్మా తల్లి... దాని సంగతి నాకు తెలీదు. వాడి కోసం కావాలంటే నువ్వు అది కొట్టుకు చావండి నాకు వద్దు" అంది రాధిక.

"పిచ్చ పిచ్చ గా ఉందా? అది ఉగ్రవాది. నా వెనక పడ్డ కారణం నాకు తెలీదు అయినా సరే ఇప్పుడు అది అవసరమా. సార్ ఇక్కడ నేను అజార్ చెప్పిన విషయాల ద్వారా మజీద్ అనే వాడిని ఎటాక్ చేయాలి" అన్నాడు విక్రమ్.

"విక్రమ్ అన్న మీరు రాగానే మన టీం లో ఎంత మంది కొత్తగా జాయిన్ అయ్యారు అన్నది చెప్పారా కొంచెం" అన్నాడు శర్వా.

"ఇద్దరు జాయిన్ అయ్యారు" అన్నాడు విక్రమ్. "ఒకరు అఖిల, ఇంకొకరు ఎవరు?" అన్నాడు భగత్, "మాధవ్" అన్నాడు విక్రమ్.

అప్పటిదాకా చూసిన విషయాలు అన్నింటికి మతి చెడి ఉన్న మాధవ్ కాస్త కుదుటపడి ఫ్రిడ్జ్ లో వాటర్ తీసుకుని గడగడా తాగేస్తున్నాడు, విక్రమ్ మాట విన్న మాధవ్ చేతిలో బాటిల్ టక్కున వదిలేసాడు. అప్పుడే ఫోన్ లో పెద్ద శబ్దం వచ్చింది ఢిల్లీలో అందరికి, ఆ సౌండ్ విని "ఏమైంది?" అని అంతా కంగారు పడ్డారు, కానీ రాధిక ఒక్క ఉదుటున ఫోన్ లాక్కుంది.

"విక్కీ... ఎంటా శబ్దం, ఎందుకు, ఏమైంది నువ్వు బానే ఉన్నావా? మాట్లాడు విక్కీ బానే ఉన్నావా చెప్పు కంగారు వస్తోంది, విక్కీ... విక్కీ..." అంటూ అరుస్తూ ఏడుస్తోంది.

విక్రమ్ మాట వినపడలేదు. ఒక్క నిమిషం అఖిల అక్కడే కుప్పకూలింది, కానీ రాధిక మాత్రం ఏడుపు ఆపలేదు, "వైష్ణవ్ ఏదో చేసి ఉంటాడు" అంది అఖిల. అందరూ అఖిల వైపు చూసారు.

"ఏమైంది?" అంటూ అఖిల ని తట్టి లేపాడు సారధి. "ఉన్నాడా అఖిల్, ఏమైంది చెప్పు చెప్పు..." అంటూ గట్టిగా అరుస్తోంది అఖిల. "విక్కీ... మాట్లాడు విక్కీ, నీ మాట విని రెండు సంవత్సరాలు దాటింది, మళ్ళా ఈరోజు విన్నాను", వెంటనే ఇలా "సార్ పదండి, త్వరగా హైదరాబాద్ వెళ్ళాలి" అంటూ భగత్ ని కంగారు పెట్టింది రాధిక. "అవును త్వరగా పద" అంటూ సారధి ని లాక్కుని డోర్ దాక వచ్చింది అఖిల.

అక్కడ శర్వా తన ప్రియురాలితో "గోవా నువ్వు ఒక్కదానివి వెళ్తావా బంగారం" అన్నాడు. "ఒరేయ్... బూతులు వస్తున్నాయి నాకు, నువ్వు ఇలా అన్నపుడే ఆగాల్సింది, కానీ ముద్దు ఇవ్వడానికి రెడీ అయ్యా కదా కావలసిందే నాకు" అంది.

"ఇంకా ఇవ్వలేదు కదా..." అన్నాడు శర్వా. "ఇంక జీవితం లో పెట్టను, ఆ జాబ్ నే పెళ్లి చేస్కో, దానికే ముద్దులు పెట్టు, దానితోనే శృంగారం చేస్కో, ఆ గోవా లో నైట్ ఎంత అందంగా ఊహించుకున్నా, అన్ని పోయాయి, ఇంట్లో పెళ్లి సంబంధం చూస్తున్నారు. ఓకే చెప్పి మా

ఆయనతో వెళ్తా గోవా, పో పో జాబ్ చేస్కో" అంది ఆమె. "సార్ నాకు వేరే ఆప్షన్ లేదా? ఇక్కడ నా జీవితం పోయేలా ఉంది, పోనీ ఎల్లుండి జాయిన్ అవ్వచ్చా...?" అన్నాడు శర్వా ఫోన్ లో.

"నువ్వు నెక్స్ట ఫ్లైట్ కి హైదరాబాద్ లో లేకుంటే నువ్వు ఎక్కడ ఉంటే అక్కడ కి వచ్చి చంపుతా" అని అరిచాడు భగత్. "సరే సార్ వస్తాను", "బంగారం నిజంగా అంత మంచి నైట్ ప్లాన్ చేసావా గోవా లో" అన్నాడు శర్వా. "అవును" అంది ఆమె. "సరే నువ్వు పెళ్లి చేసుకుని మీ ఆయనతోనే వెళ్ళు లే నాతో ఈ నరకం వద్దు, బాయ్" అని చెప్పి వెను తిరిగి చూడకుండా వెళ్ళిపోయాడు శర్వా.

శర్వా కళ్ళలో నీటి చుక్కలు ధారాళంగా కారుతున్నాయి అసలు ఆగడం లేదు. శర్వా కాల్ కట్ చేసి "ఇంకో మూడు గంటల్లో నేను హైదరాబాద్ లో ఉంటాను, నన్ను పిక్ చేసుకోడానికి మనవాళ్లను పంపండి, వీలైనంత త్వరగా విక్రమ్ అన్న లొకేషన్ కి వెళ్తాను", అని మెసేజ్ పంపాడు.

భగత్ కి ఒక విషయం అర్థమైంది, అదేంటి అంటే విక్రమ్ జాబ్ మానేసాడు కానీ దేశ భద్రత కాదు అసలు ఇప్పుడు విక్రమ్ కి ఏమైంది, తన దగ్గర కన్నా విక్రమ్ దగ్గరే ఎక్కువ సమాచారం ఉంది, ఎలా ఇప్పుడు త్వరగా హైదరాబాద్ వెళ్ళాలి అనుకున్నాడు.

"సార్ ఏం ఆలోచిస్తున్నారు? మనం త్వరగా వెళ్ళాలి" అంది రాధిక. "ఇప్పుడు హైదరాబాద్ ఫ్లైట్ లేవు అదే ఆలోచిస్తున్న" అన్నాడు భగత్. సారధి చొక్కా పట్టుకుని "పద... హైదరాబాద్" అంటూ ఆ చొక్కా చిరిగేలా లాగుతున్న అఖిల భగత్ వైపు కోపంగా చూస్తూ "అసలు మీరు దేశం కోసం పని చేస్తున్నారా, ఇంత మంది జీతాలు తీసుకుంటూ చేయలేని పని వాడు చేస్తున్నాడు అక్కడ, మీకో విషయం తెల్సా... వాడు అక్కడ సాఫ్ట్వేర్ జాబ్ కూడా అంతే శ్రద్ధగా చేస్తున్నాడు చిన్న రిమార్క్ లేదు. మాట్లాడితే దేశం ఆపదలో ఉంది అంటారు, దేశం కోసం ప్రాణాలు పెట్టేవాడికి ఏం ఇస్తారు, చార్టెడ్ ఫ్లైట్ కాదు కనీసం హెలికాప్టర్ అన్నా ఆరెంజ్ చేయండి. మీరు శర్వా ని చంపడం కాదు, అక్కడ వాడికి ఏమైనా జరిగితే ఇక్కడ ఉన్న అందర్నీ నేనే విషం పెట్టి చంపుతా" అంది అఖిల.

"ఆ మొత్తం విషం నేనే సప్లై చేస్తా, ఎక్కడ, ఎప్పుడు, ఎలా పెట్టాలి నేను చెప్తా, మొత్తం ప్లాన్" అంది రాధిక.

"అవునా అక్క..." అంది రాధిక, "తప్పకుండా చెల్లి, ఇక నుంచి నువ్వు నా చెల్లివే" అంది రాధిక.

"మొత్తానికి మీరు ఇద్దరు కలిశారు, ఇంకో పావుగంట లో హెలికాప్టర్ వచ్చేలా నేను చేస్తాను" అన్నాడు భగత్. "మంచిది" అన్నారు ఇద్దరు.

అక్కడ హైదరాబాద్ లో విక్రమ్ ఎలా ఉన్నాడో చూద్దాం. విక్రమ్ చెప్తున్న విషయాలకి మైండ్ మొద్దుబారిపోయి, మాధవ్ ఫ్రిడ్జ్ లో నీళ్లు తాగుతున్నాడు, కానీ అప్పుడే ఒక బుల్లెట్ తనని తాకబోతోంది అని తెల్సుకున్న విక్రమ్ దాని నుంచి చాలా నేర్పుగా తప్పించుకున్నాడు. ఆ బుల్లెట్ వచ్చి నేరుగా మాధవ్ తాగుతున్న వాటర్ బాటిల్ కి తగిలింది, ఆ సౌండ్ కాల్ లో అందరికి వినపడింది. కానీ ఫోన్ అప్పుడే ఎగిరి పడి కట్ అయింది.

అంతే అక్కడ ఎవరా అని చూసాడు మాధవ్. చేతిలో గన్ తో మీనా కాలుస్తూనే ఉంది అసలు ఆపడం లేదు, మాధవ్ తప్పించుకోవడానికి ప్రయత్నిస్తూ ఉన్నాడు, కానీ ఆశ్చర్యంగా విక్రమ్ కూడా తప్పించుకుంటున్నాడు చేతిలో గన్ పెట్టుకుని కూడా. అసలు ఏం జరుగుతోంది అర్థం కావట్లా మాధవ్ కి. "ఒరేయ్ బావ నువ్వు చెప్పింది నిజమే రా, ఈ మీనా నే ఉగ్రవాది" అన్నాడు మాధవ్. "కానీ ఆ వైష్ణవ్ ఉగ్రవాదా, కాదా? అన్నది మాత్రం తెలీడం లేదు" అన్నాడు విక్రమ్.

"చచ్చేవాళ్ళు వాళ్ళు తెలుసుకుని ఏం చేస్తారు రా?" అంది మీనా. "మీనా... అంత అమాయకంగా కనిపించే నువ్వు ఉగ్రవాదివా, నమ్మలేకున్నా" అన్నాడు మాధవ్.

"ఉగ్రవాది ముఖం మీద రాసుకుని తిరుగుతాడా నేను ఉగ్రవాది అని. ఐనా నా పేరు మీనా కాదు" అంది మీనా. "మరి ఏంటి నీ పేరు? ఆ పాస్పోర్ట్లో ఏదో పేరు ఉంది, అదేనా ఏంటి ఆ పేరు" అంటూ ఉన్నాడు మాధవ్ బుల్లెట్ నుండి తప్పించుకుంటూ. "ఫాతిమా షేక్ సుల్తానా కదా... ఫాతిమా..." అంటూ ఒక్క ఉదుటున ఆమె వెనక్కి దూకి ఆమె కణత మీద గన్ పెట్టాడు విక్రమ్.

"విక్రమ్ నువ్వు నన్ను ఇప్పుడు వదలకుంటే నేను మాధవ్ ని చంపేస్తా" అంది ఆమె. "మీనా... కాదు కాదు ఫాతిమా చంపేయి, నేను నిన్ను చంపేస్తా అప్పుడు ఈ వారం మీరు చేసే ఆపరేషన్ జరగదు "అన్నాడు విక్రమ్. ఏం జరిగింది ఇవ్వన్ని అఖిల్ కి ఎలా తెల్సు అర్థం కాలేదు ఫాతిమా కి, తన మెదడు ఒక్క క్షణం ఖాళీ అయింది. వెంటనే తన చేతిలో ఉన్న గన్ లాక్కుని

ఫాతిమా ని కుర్చీలో పెట్టి కట్టేసాడు విక్రమ్. "ఎవరు నువ్వు?" అని అడిగింది ఫాతిమా. "అంతే ఇందాకే నాకు తెల్సింది మీనా, తాను విక్రమ్ రా ఏజెంట్, ఇప్పుడు నేను కూడా రా లో పని చేయాలి అన్నాడు. మీనా నువ్వు నాకు ఎప్పుడు మీనావే, నీ పేరు ఏదయినా కానీ అన్నయ్య అంటూ ఎంతో ప్రేమగా అన్ని తెచ్చి పెట్టె నువ్వు ఇలా నన్ను చంపడానికి నాకు వింతగా ఉంది, అసలు తట్టుకోలేక ఉన్న" అన్నాడు మాధవ్.

"అయ్యో మాధవ ఏంటి నువ్వు? ఈ బంధాలు సంబంధాలు అన్ని కేవలం వాళ్ళకి అనుకూలంగా ఉన్నపుడు మాత్రమే, వాళ్ళ లక్ష్యం కి అడ్డు వస్తే ఎవరినైనా వదలరు చంపేస్తారు. అక్కడ అన్న అయినా నువ్వు, ప్రేమించిన వైష్ణవ్ ఐన ఒక్కటే, అవసరం లేనపుడు ఏ బంధం ని ఉంచరు వాళ్ళు" అన్నాడు విక్రమ్. "ఏమో నాకు అయితే అందంగా, అమాయకంగా నాతో అన్న అంటూ ప్రేమగా మాట్లాడే చెల్లె కనపడుతోంది బావ" అన్నాడు మాధవ్.

"సరే ఒకసారి కట్లు విప్పనా, నీ ప్రాణాలు తీసే నీ చెల్లి బైటకి వస్తుంది మరి" అన్నాడు విక్రమ్. "వద్దులే... నాకు తనని అలా చూడాలి అని లేదు" అన్నాడు మాధవ్. "సరే అయితే" అన్నాడు విక్రమ్.

"అసలు మీరు ఏమి అనుకుంటున్నారు నా గురించి, నేను మాధవ్ అన్న మీద చూపించిన ప్రేమ నిజం, అలాగే వైష్ణవ్ మీద కూడా చూపిన ప్రేమ నిజం. కానీ ఇప్పుడు మీరు కూడా నాతో స్నేహంగా ఉన్నారు కదా, ఇప్పుడు నేను ఉగ్రవాది అని తెల్సింది, వదిలేస్తారా దేశం కోసం, అలాగే నన్ను సతాయిస్తారు, అలాగే నేను కూడా నా దేశం కోసం పోరాడుతున్న" అంది ఫాతిమా.

"అవునా... మరి అమాయకుల మీద బాంబు దాడి ఎందుకు చేస్తున్నావ్? దాని వల్ల మీ దేశం కి ఏం వస్తుంది. నిజంగా ఈ దాడి వల్ల మీ దేశానికి వచ్చే లాభం ఏంటి?" అన్నాడు విక్రమ్. "మా దేశం, మీ దేశం యుద్ధం చేస్తోంది, కానీ ఇక్కడ ఉన్న మా భూభాగాలు పురాతన కాలంలో మా వాళ్ళు ఏర్పరిచిన భాగాలూ, ఇంకా కట్టడాలు అవ్వన్నీ ఇక్కడ ఉన్న మా మత ప్రజలకే చెందాలి, అప్పటిదాకా ఈ పోరాటం జరుగుతుంది" అంది ఫాతిమా.

"ఈ భూభాగం అందరిది, ఇక్కడ కట్టడాలు అందరు నిర్మించారు" అన్నాడు విక్రమ్. "కొంతమంది కూల్చారు కూడా" అన్నాడు మాధవ్. "తాను చదివింది పాకిస్తాన్ లో" అన్నాడు

విక్రమ్. “మరి తెలుగు ఇంత చక్కగా మాట్లాడుతోంది” అని అడిగాడు మాధవ్. నవ్వి ఊరుకున్నాడు.

“ఒరేయ్... ఎందుకురా అలా నవ్వుతున్నావు అసలు, పాకిస్తాన్ లో పుట్టిన ఆమెకి తెలుగు ఎలా వచ్చింది రా అన్నాను అంతే కదా రా” అన్నాడు మాధవ్.

“ఒరేయ్ ఇది సమయం కాకున్నా, నీ తెలివితేటలు కోసం నాకు తెల్సు కాబట్టి చెప్తున్నా విను, ఇప్పుడు నువ్వు ఇండియా లో తెలుగు రాష్ట్రము లో కదా పుట్టావ్, మరి నీకు వచ్చిన భాషలు ఏంటి చెప్పు” అన్నాడు విక్రమ్. “ఒరేయ్ అఖిల్ నాకేం నీకు వచ్చినన్ని భాషలు రావు, ఏదో తెలుగు, ఇంగ్లీష్, చిన్నగా హిందీ, ఉర్దూ” అన్నాడు మాధవ్. “సరే మరి తెలుగు భాషలో పుట్టావ్ కదా, మిగతావి ఎందుకు నేర్చుకున్నావు?” అన్నాడు విక్రమ్. “అవసరాల కోసం” అన్నాడు మాధవ్. “కదా..., ఆమె కూడా అంతే, అవసరాల కోసమే నేర్చుకుంది” అన్నాడు విక్రమ్.

“ఇప్పుడు అందుకోసం అంత పగలపడి నవ్వాలా...” అని అడిగాడు మాధవ్. “నేను నవ్వింది నీ చెల్లి చెప్తున్న సమాధానాలు చూసి” అన్నాడు విక్రమ్. “ఏం చెప్పాను నేను” అంది ఫాతిమా. “మీనా ముందు దేశం కోసం పోరాటం అన్నావు, మీ దేశం మీద ఈ దేశం యుద్ధం చేసి ఏమి లాక్కోవడం లేదు కదా, ఇక్కడికి వచ్చి పోరాటం చేయాల్సిన పని ఏముంది. సరే..., తరువాత మతం కోసం అన్నావు, ఇక్కడ అందరు సమానంగా చూడబడుతున్నారు, ఎవరిని ఎవరు తొక్కి వేయడం లేదు, పైగా మైనారిటీ ల కోసం రిజర్వేషన్స్ కూడా ఉన్నాయ్, అసలు నువ్వు ఎందుకు పోరాడుతున్నావో నీకు తెలీదు, సరే ఒక్క ప్రశ్న వేస్తా సమాధానం చెప్తావా?” అన్నాడు విక్రమ్.

“ఏంటి అది” అంది ఫాతిమా. వారి మధ్య సంభాషణ ఇలా సాగింది.

విక్రమ్: నీకు నీ దేశం వాళ్లే ఆదేశాలు ఇస్తున్నారా?

ఫాతిమా: ఏమో నాకు తెలీదు,

విక్రమ్: మరి ఎందుకు చేస్తున్నావ్ ఈ పని?

ఫాతిమా: ఎందుకు అంటే, ఇక్కడ మా మతం వాళ్ళని హింస పెడుతున్నారు అని ఈ దేశాన్ని మొత్తం ఆక్రమించుకుని తద్వారా వారికీ విముక్తి చేయాలనీ మా నాయకులూ చెప్పారు, అందుకే కుటుంబం లో ఒకరు చొప్పున ఇక్కడకి వచ్చాము.

విక్రమ్: మీ నాయకులూ అంటే అంతర్జాతీయ ఉగ్రవాదాలు అంతే కదా?

ఫాతిమా: అది నాకు తెలీదు కానీ మా దేశం లో కూడా వాళ్ళు ఉగ్రవాదులే, అక్కడ పోరాటాలు సాగుతాయి.

విక్రమ్: మరి...?

ఫాతిమా: "అఖిల్ నువ్వు చెప్పింది నిజమే, వెనక ఏముందో నాకు తెలీదు, కానీ నేను ఇక్కడ ఆపరేషన్ సరిగా పూర్తి చేయకపోతే అక్కడ నా కుటుంబం మొత్తం చనిపోతుంది, అందుకోసం అన్న నేను ఆపరేషన్ పూర్తి చేయాలి" అంటూ ఏడవసాగింది.

"చెల్లమ్మా... ఏడవకు అమ్మ, చూడు రా అఖిల్ వాళ్ళ ఫామిలీ ఇబ్బంది వల్ల తాను ఈ పరిస్థితి లో ఉంది, లేదంటే అసలు మా మీనా ఎంత మంచిది అసలు ఎంత బాగా చూసుకునేది నన్ను, తనని ఆ ఆపరేషన్ ఏదో చేసుకోనిద్దాం రా" అన్నాడు మాధవ్,

"ఒరేయ్ బావ... ఆ ఆపరేషన్ ఏమనుకున్నావ్?" అన్నాడు విక్రమ్. "ఏది అయితే ఏంటి రా బుజ్జి, తాను నా చెల్లి, ఇదుగో మీనా నువ్వు ఒక పని చేయి వెళ్లి ఆ ఆపరేషన్ ఏంటో చేసుకుని వచ్చేయ్, వాడికి నేను చెప్పుకుంటా కానీ ఈ అన్న కి మాట ఇస్తున్నావు వెంటనే రావాలి" అంటూ కట్లు విప్పాడు మాధవ్. "ఒరేయ్ వద్దు" అన్నాడు విక్రమ్, ఈలోపే మాధవ్ కట్లు విప్పడం తన దగ్గర ఉన్న కత్తితో ఫాతిమా మాధవ్ ని పొడవడం జరిగిపోయాయి, ఆమె అక్కడ నుండి పారిపోయింది.

"ఏరా... చెల్లి చెల్లి అన్నావ్, ఏమైంది?" అన్నాడు విక్రమ్, మాధవ్ చేతికి కట్టు కడుతూ. "బాబు బుజ్జి... కామెడీ గా ఉంది, ఐనా నేను అంటే వెర్రి మాలోకాన్ని వదిలేసా, కానీ నువ్వు ఎందుకు వదిలేసావు అసలు?" అన్నాడు మాధవ్. "నువ్వు ఎందుకు చేసావో నాకు తెలీదు కానీ ఆమె కట్లు విప్పుతుంటే చాలా మంచి పని చేసావ్ అనిపించింది. అందుకే అప్పుడే కావాలని మంచినీళ్లు తాగుతూ, ఒరేయ్ వద్దు రా అనేశాను, ఆమె దృష్టిలో మన నుంచి ఆమె తప్పించుకుంది, కానీ నిజానికి మనమే వదిలేశాం" అన్నాడు విక్రమ్. "ఎందుకు బావ" అన్నాడు మాధవ్.

"బాబు బుజ్జి ఇప్పుడు తాను ఆపరేషన్ చేయకుంటే వాళ్ళ వాళ్ళు చనిపోతారు, అంటే ఖచ్చితంగా తాను ఆ వైపు వెళ్తుంది అంటే ఇంకా మనం తనని ఫాలో అయితే చాలు" అన్నాడు

విక్రమ్. "అయితే పద మరి" అన్నాడు మాధవ్. "ఒరేయ్... నీ కంగారు ఏంటి రా బాబు చెప్పని నన్ను" అన్నాడు విక్రమ్. "ఫాలో అన్నావ్ కదరా" అన్నాడు మాధవ్. "అయ్యో మాధవా... ఈ మాధవుడ్ని నువ్వే కాపాడాలి స్వామి" అన్నాడు విక్రమ్. "అందుకే గా తోడు నిన్ను పంపాడు" అన్నాడు మాధవ్. "అలా అనిపిస్తోందా? చావు ని అంత దగ్గరగా రెండు సార్లు చూసాక కూడా...!" అన్నాడు విక్రమ్. "నువ్వు ఉండగా నాకు ఏమి కాదు అన్న ధైర్యం ఉంది లేరా" అన్నాడు మాధవ్.

"సరే ఇప్పుడు ఏం అంటావు?" అన్నాడు విక్రమ్. "సరే ఆ ఫాలో అవ్వడం కోసం వివరంగా చెప్పు" అన్నాడు మాధవ్. "మనం ఫాలో కాము, మనవాళ్ళు అవుతారు" అని విక్రమ్ భగత్ కి ఫోన్ కలిపాడు.

వారి ఫోన్ సంభాషణ ఇలా సాగింది.

విక్రమ్: హలో సార్ ఎక్కడ ఉన్నారు?

భగత్: ఇప్పుడే ఛాపర్ రెడీ అయిందట, ఒక గంటలో హైదరాబాద్ లో, రెండు గంటల్లో నీ ముందు ఉంటాము, శర్వా కూడా అదే టైం కి అక్కడ ఉంటాడు.

విక్రమ్: గుడ్ సార్, కానీ నాకు ఒక పదిహేను నిమిషాల టైం లో నన్ను చేరుకునే ఆఫీసర్ ఎవరైనా అందుబాటులో ఉన్నారా?

భగత్: నువ్వు ఉన్నది హైటెక్ సిటీ ఏరియా కదా,

విక్రమ్: అవును సార్.

భగత్: అక్కడికి దగ్గరలో మన ఇంటెలిజెన్స్ ఆఫీసర్ సమీర్ ఉన్నాడు.

విక్రమ్: మరి పంపండి సార్, అర్జెంటు. అని కాల్ కట్ చేసాడు విక్రమ్.

"కనీసం నేను ఏం చెప్తున్నానో కూడా వినడా వీడు, ఆఫీసర్ నేనా, వీడా?" అన్నాడు భగత్ సారధితో. "మీకు తెలికుంటే నాకేం తెలుస్తుంది సార్" అన్నాడు సారధి.

సమీర్ కి కాల్ చేసాడు భగత్, రెండు సార్లు కాల్ చేస్తే కానీ తీయలేదు సమీర్.

"ఏంటి సమీర్, హైదరాబాద్ లో హై అలెర్ట్ పెట్టుకుని పడుకున్నావా?" అని అడిగాడు భగత్. "సార్ అది కాదు కొంచెం సేపు ఐన పడుకోవాలి కదా, ఏదయినా హింట్ దొరికిందా?" అన్నాడు సమీర్.

"మొత్తం ట్రూప్ దొరికేలా ఉంది" అన్నాడు భగత్. "అవునా సార్, ఎలా?" అని అడిగాడు సమీర్. "వెళ్లి విక్రమ్ ని కలువు" అని విక్రమ్ ఉన్న కో-ఆర్డినెట్స్ పంపాడు భగత్.

"అమ్మాయిలు అఖిల, రాధిక ఛాపర్ వచ్చింది, ఇక ముందు ఐన నన్ను చంపాలి అన్న ఆలోచన మానుకోండి అమ్మా" అన్నాడు భగత్, "ఆలోచిస్తాం" అన్నారు ఇద్దరు.

వాళ్ళు ఛాపర్ లో బయలుదేరారు.

***

మజీద్ అందరు వచ్చారు కానీ బాబర్, అజార్ లు రాకపోవడంతో అక్బర్ ని పిలిచి అడిగాడు. "ఏమో భాయ్, వాళ్ళకి ఇక్బాల్ అంటే ప్రాణం అతను లేడు అని ఎక్కడన్నా తిరుగుతున్నారేమో బాధతో, నేను చూస్తాను" అన్నాడు అక్బర్.

"ఇప్పుడు వద్దు లే అక్బర్, మనకి చాలా పని ఉంది, వాళ్ళు హైటెక్ సిటీ కి కదా సరుకు పట్టుకు వెళ్ళాలి దానికి వేరే వాళ్ళు ఉన్నారా?" అని అడిగాడు మజీద్. "ఉన్నారు భాయ్" అన్నాడు అక్బర్. "సరే ఇప్పుడు పని కానివ్వండి, ఎల్లుండి ఆపరేషన్ జరిగి తీరాలి, మనం రేపు చూద్దాం వీళ్ళ కోసం" అన్నాడు మజీద్.

"సరే భాయ్" అన్నాడు అక్బర్. అప్పుడే పాకిస్తాన్ లోని కరాచీ నుంచి ఒక కాల్ వచ్చింది మజీద్ కి. "ఏంటి మజీద్ భాయ్ మన పిల్లులు మూడు ఉన్న చోటు కి ఎక్కువ విలువ ఇస్తున్నాయి నువ్వు ఒక దాన్ని చంపావు, మిగతా రెండు నీ కళ్ళు కప్పి బైటకి వెళ్లాయి కానీ నా కళ్ళు కప్పలేవు కదా" అన్నాడు అతను. "క్షమించండి జనాబ్" అన్నాడు మజీద్.

ఫోన్ కట్ ఐంది, "నేను కరాచీ లో ఉన్న అని మజీద్ కి ఎలా తెల్సింది, వాడి నెట్వర్క్ ఏంటి ఖురేషి" అన్నాడు జనాబ్. "నాకు తెలీదు జనాబ్" అన్నాడు ఖురేషి. "ఈ మజీద్ కూడా ప్రమాదకరంగా ఉన్నాడు మాట ని బట్టి నన్ను కనిపెట్టాడు, నాకోసం పని చేస్తున్న అని వాడికి తెల్సా?" అని అడిగాడు జనాబ్. ఏం మాట్లాడలేదు ఖురేషి.

"తాను ఇంకా ఇండియా లోనే ఉందా?" అని అడిగాడు ఖురేషి.

ఏంటి ఖురేషి ఏం మాట్లాడట్లేదు అని అడిగాడు జనాబ్.

క్షమించండి జనాబ్, మీరు అన్ని దేశాలలోను మీ ఆధిపత్యం చెలాయించాలి అనుకుంటున్నారు అని మజీద్ కి తెల్సు అనే నా అభిప్రాయం కానీ మీరు దేవుడి పేరు మీద

చేస్తున్నారు కాబట్టి మజీద్ మీకు సహకరిస్తూ ఉండవచ్చు. ఎప్పటికైనా అందరు మన విశ్వాసాల్ని అనుకరించాలని మజీద్ ఉద్దేశం, అందుకే మనల్ని నమ్ముతున్నాడు, కానీ అతని నెట్వర్క్ చాల పెద్దది, అతను చాల బలవంతుడు కూడా, మనం లక్ష్యం ప్రపంచాన్ని మనం పాలించాలి ఆస్తుల్ని మనం అనుభవించాలి అని తెల్సిన మరుక్షణం అతను ఏమైనా చేయగల సమర్థుడు అన్నాడు ఖురేషి.

ఖురేషి జనాబ్ ఐన అక్బర్ దగ్గర మంత్రి స్థానంలోని మనిషి, జనాబ్ ఏ నిర్ణయం తీసుకున్నా అందులో ఖురేషి ఆలోచన ఉండి తీరాల్సిందే అంత తంత్రవేత్త. ఇప్పుడు వాళ్ళు ప్రపంచం మొత్తం తమ గుపిట్లోకి తీసుకోవాలని చూస్తున్నారు, అందుకు పరస్పర యుద్ధం కుదరదు కాబట్టి తీవ్రవాదాన్ని సరిగా ఎంచుకున్నారు. అందుకే ఎవరైతే ప్రభుత్వ వ్యతిరేకంగా ఉన్నారు అలాంటివారిని ఎంచుకుంటారు. 1947 తర్వాత ఇండియా లో మత అల్లర్లు లో దారుణంగా బాధింపబడ్డ మజీద్ మొదటి నుంచి పాకిస్తాన్ పక్షం ఉంటూ వస్తున్నాడు. తనకి ఒక పెద్ద సమాచార నెట్వర్క్ ఏర్పాటు చేసుకున్నాడు. ఇక్కడ ప్రజలు వాళ్ళని బాధపెడతారు అని మజీద్ నమ్మకం అందుకే వాళ్ళ ప్రజలకి విద్య లేకున్నా, ఇంకా అమ్మాయిలిని డబ్బు కోసం దుబాయ్ వాళ్ళకి అమ్మేసిన ఇంకా ఎంతో చెడ్డ పనులు చేసిన వాళ్ళు మాత్రమే ఉండే భూమి కావాలి అనుకుంటాడు. ఏదయినా సరే ఎలా ఉన్నా సరే వారి కట్టడాల మీద హక్కు వారికీ ఇవ్వాలి అనుకుంటాడు, ఒకటే మతం ఉండాలి అనుకుంటాడు, ఎవరైనా ప్రశ్న లేవనెత్తితే ఇక్బాల్ ని చంపినట్టే చంపేస్తాడు, ఆలా ఉన్న మజీద్ ని తమ పనికి ఎన్నుకున్నారు అక్బర్ పాషా మరియు ఖురేషి.

“ఖురేషి అతను మొనగాడే కాదు అనను కానీ మనకి ఎదురు వస్తే అతన్ని వదులుతామా, వాడికి ఇక్బాల్ ఎలాగో మనకి ఆ మజీద్ అలాగా. ఐనా చూసావ్ కదా వాడు నన్ను జనాబ్ అనే కదా అన్నాడు, ఇంకా ఎందుకు అంత భయం? అన్నాడు” అక్బర్ పాషా (ఇతను సిరీస్ అంత జానాబ్ గానే పిలువబడతాడు).

“జనాబ్ నిజమే కానీ అతను మిమల్ని దేవుని ప్రతినిధిగా చూస్తున్నాడు, ఏం చేసినా చివరకి విశ్వాసాల కోసం అనుకుంటున్నాడు” అన్నాడు ఖురేషి.

"ఖురేషి అది తప్పు, అతనికి ఉన్నది పగ అంతే. అతనికి వాళ్ళ కుటుంబం బాధ పడింది అని పగ ఉంది, అందుకోసం మనతో చేతులు కలిపి వాళ్ళని నాశనం చేయాలి అనుకుంటున్నాడు. ఏ మత విశ్వాసం కూడా జనాల్ని బాధించమని చెప్పదు. డబ్బు ఎర చూపి అమ్మాయిలిని అమ్మేసి రోజు గడుపుతున్నాడు. ఇంకా మనతో చేతులు కలిపి విధ్వంసాలు చేస్తున్నాడు, అతని అవసరం అతనిది మన అవసరం మంది" అన్నాడు

జనాల్ని మన వైపు తిప్పుకోడానికి మనం ఎలా మాట్లాడుతున్నామో, వాడు అంతే. కానీ ఇక్బాల్ కనిపెట్టాడు ప్రశ్నించాడు, కానీ అది వాడి ఒక్కడి పనే కాదు, వెనక ఏజెంట్ ఉన్నాడు అని నా అనుమానం." అన్నాడు జానాబ్."

"జానాబ్ ఎవరు ఆ ఏజెంట్ అని "అడిగాడు ఖురేషి.

"అతను నీకు కూడా తెల్సు ఏజెంట్ 12667" అన్నాడు జానాబ్.

"అవునా "అంటూ వణికిపోయాడు ఖురేషి. "ఏమైంది ఖురేషి ఆలా వణుకుతున్నవ్ "అన్నాడు జానాబ్.

"అతను జాబ్... మానేసాడు కదా" ఆలా వణుకుతూనే అన్నాడు ఖురేషి. "అవును కానీ అచ్చు అతనిలానే ఒకడు ఉన్నాడు, సాఫ్ట్వేర్ ఇంజనీర్ కానీ ఇద్దరు ఒకటే అని మనకి

ఒక్క ఆధారం లేదు, ఒక దేశ భక్తి తప్ప" అన్నాడు జానాబ్.

"ఆ అల్లా దయ వల్ల ఇద్దరు ఒక్కటి కాకుంటే బాగుణ్ను, మీరు అతణ్ణి నేరుగా చూడలేదు, నాకు అతని సత్తా బాగా తెల్సు జానాబ్" అన్నాడు ఖురేషి. "అంటే నా సత్తా నీకు తెలీదా ఖురేషి" "అన్నాడు జానాబ్. "తెల్సు కాబట్టే చెప్తున్నా అతను నీతో పోటీ పడగల సమర్ధుడు ఎందుకు రిస్క్ "అన్నాడు ఖురేషి.

"అయితే వాడిని నేను ఓడించాలి అప్పుడే అందరికి భయం వస్తుంది "అన్నాడు జనాబ్.

"సరే సమయం వచ్చినపుడు అలాగే చేద్దాం, ఫైజా ని ఇండియా పంపింది అందుకేనా, కనీసం నాకు కూడా ఆ విషయం చెప్పలేదు "అన్నాడు ఖురేషి.

"నీకు తెల్సు కదా తానో స్పై మనకి, ఆ వివరాలు స్పై లీడర్ కి తప్ప ఎవరికీ తెలియకూడదు "అన్నాడు జానాబ్. "సరే జానాబ్, కానీ తాను ఎలా ఉంటుంది కూడా నాకు తెలీదు మీ దగ్గర

తన పేరు వినడం తప్ప “అన్నాడు ఖురేషి. “తనని సొంత వేషంలో నేను చూసింది ఒక్కసారే ఖురేషి “అన్నాడు జానాబ్.

“అవును, కానీ ఒక అరగంటలో జెరూసలేం ఫ్లైట్ ఎక్కుతుంది, నిజానికి మన ఆధిపత్యం నిరూపించుకోవాల్సింది అక్కడే కదా, అప్పుడే మనం గెలిచేది” అన్నాడు జానాబ్.

“సరిగా చెప్పారు జానాబ్” అన్నాడు ఖురేషి. వాళ్ళు ఇద్దరు వారి స్థావరాలకి విడివిడిగా వెళ్లిపోయారు కరాచీ నుంచి.

***

అందరు విక్రమ్ ని చేరుకున్నారు. అప్పటికే సమీర్, విక్రమ్ అడిగినట్టు వైష్ణవ్ ని వెతికే పనిలో పడ్డాడు. విక్రమ్ ని చూసిన శర్వా “మిమల్ని కలవడం చాలా ఆనందంగా ఉంది సార్” అన్నాడు. కానీ శర్వా ఏడ్చి ఉన్నట్టు అతని ముఖం చుస్తే అర్థం అవుతున్నది. వెంటనే విక్రమ్ “బాధ పడకు శర్వా, నువ్వు దేశం కోసం ఇంత ప్రేమ చూపిస్తున్నావు, కానీ అమ్మాయికి అన్నటికంటే తానే ఎక్కువ అని ప్రేమించే వాళ్లే కావాలి, అది అటు ఇటు అయినా తట్టుకోలేరు. కానీ నువ్వు ఇచ్చిన ఒక నిమిషం ప్రేమ ఐనా మళ్ళీ దొరకదు అని తెలుసుకున్న నాడు ఆమె ఎవరితో ఉన్నా బాధలోనే ఉంటుంది. నువ్వు ఎప్పుడు దిగులు పడాలి అంటే నీ ప్రేమని చూపించలేనపుడు, కానీ ఆమె అర్థం చేసుకోనపుడు కాదు” అన్నాడు.

“కానీ ఆమె వద్దు అంది సార్ నన్ను” అన్నాడు శర్వా. “నిన్ను వద్దు అంది కానీ ఇంకొకరిని కావాలి అనలేదు కదా” అన్నాడు విక్రమ్.

“కానీ ఎప్పుడు పక్కన లేని వాణ్ణి భర్త కావాలని ఏ అమ్మాయి కోరుకుంటుంది. ఒక వేళా కోరుకున్నా సరే, కలిసి ఉండడం అనేది మూవీ లోనే జరుగుతుంది ఏమో సార్, నిజంలో అయితే మాత్రం అమ్మాయి మాయం అవుతుంది మరి ఉండలేదు అలాగా” అన్నాడు శర్వా.

“శర్వా, నిజంగా ప్రేమ ఉన్న భార్య ఇటువంటి కారణంతో దూరం అయినా, వేరే వ్యక్తిని తన జీవితంలోకి ప్రవేశించనివ్వదు. ఒంటరిగా అన్నా ఉంటుంది, ప్రేమించిన భర్తతో అన్నా ఉంటుంది. ఈసారి వెళ్లి ఒప్పించి పెళ్లి చేసుకో” అన్నాడు విక్రమ్.

“ఎందుకు...? నాలా ఇంకో అమ్మాయిని ఒంటరి చేద్దాం అనా...” అంటూ కోపంగా అంది రాధిక.

"రాధిక... నువ్వు ఎప్పుడు ఒంటరిగా లేవు, మనం గొడవపడ్డ కారణాలు, ఆనందపడ్డ కారణాలు తల్చుకుంటూ దాదాపు మూడు ఏళ్ళు గడిపావు. నువ్వు తల్చుకుంటే నీ వెనకపడి ప్రేమించే ఎంతో మందిని ప్రేమించవచ్చు, పెళ్లి చేస్కోవచ్చు కానీ అలా నువ్వు చేయలేదు" అన్నాడు విక్రమ్.

"ఎందుకు విక్రమ్ అనుకోకుండా జరిగిన పొరపాటుని గుర్తు చేసి మరి ఏడిపిస్తావు, అర్థం చేస్కోలేవా?" అంది రాధిక. "విడిపోదాం అన్నది నువ్వా, నేనా?" అన్నాడు విక్రమ్. "నేనే కానీ...," అని ఏదో చెప్పబోయింది కానీ మధ్యలో భగత్ ఆపాడు.

"అసలు మీకు బుద్ధి ఉందా, ఇంత కష్టపడి ఇక్కడ ల్యాండ్ ఐంది, ఇక్కడ మీ జీవితంలో జరిగిన పొరపాట్ల కోసం మాట్లాడడానికా. విక్రమ్ అసలు నీకు ఐనా తెలివి ఉండక్కర్లా, ఎందుకు సమయం వృధా చేస్తున్నావ్, అసలు మనం నెక్స్ట్ ఏం చేస్తున్నాము చెప్పవా ఏ రకంగా కూడా?" అన్నాడు.

"సార్! మీరు ఆ విషయం లో ఏం బాధ పడక్కర్లా, వాళ్ళు ప్లాన్ చేసింది శనివారం, ఇవాళ ఇంకా బుధవారం, ఆ ప్లాన్ నేను అమలు జరపనివ్వను, కానీ ఇప్పుడు నాకు ఒక రెండు వందల మంది పోలీస్ బెటాలియన్ అందులో అరెస్ట్ వారెంట్ తో ఉన్న సూపరిండెంట్ కూడా ఉండాలి" అన్నాడు విక్రమ్.

"ఎందుకు అంత మంది, ఎవరిని అరెస్ట్ చేయాలి?" అని అడిగాడు భగత్, "ఆ విషయం మీకు రేపు చెప్తా సార్" అన్నాడు విక్రమ్.

"ఇప్పుడు ఏమైంది ఏజెంటు?" అన్నాడు భగత్. ఆ సమయంలో కళ్ళార్పకుండా విక్రమ్ నే చూస్తోంది అఖిల. "ఒసేయ్ అఖిల... మా బావ పెళ్ళాం పక్కనే ఉంది, ఐనా అలా సైట్ కొడతావ్ ఏంటే బాబు?" అన్నాడు మాధవ్. "అన్నయ్య తాను నాకు అక్కే, ఏం అనుకోదులే, ఏమయినా అనుకుంటావా అక్క?" అని అడిగింది అఖిల. "ఏం అనుకోను చెల్లి" అంది రాధిక. "ఒక్క రోజులో మా బావ పెళ్ళాన్ని ఎలా సెట్ చేసావ్ చెల్లి?" అన్నాడు మాధవ్. "కానీ మీ బావని సెట్ చేసుకోలేకపోతున్నా" అంది అఖిల. "అది కష్టం లే అంది" రాధిక. కానీ "థాంక్ యు అఖిల నీ వల్ల నాకు తన ప్రేమ పూర్తిగా అర్థం అయింది" అంది రాధిక. "ఏమని?" అని అడిగింది అఖిల.

"నా మీద తనకి ఉన్న ప్రేమ లో ఒక వంతు కూడా తన మీద నాకు లేదు అని, అతను నిజమైన ప్రేమికుడు అఖిల" అంది. "నాకు మీ కథ పూర్తిగా చెప్తావా అక్క" అంది అఖిల.

అప్పుడు అఖిల దగ్గరకి వచ్చాడు విక్రమ్, "అఖిల ఇది మన ఆఫీస్ కాదు, వర్క్ లేట్ అయితే లీడ్ ని మేనేజ్ చేసి పూర్తి చేయడానికి, ఇంకా నిన్ను వెనకేసుకురావడానికి అసలు లేదు. ఇక్కడ పని టైం కి అవ్వకుంటే ప్రాణాలు పోతాయి అఖిల" అన్నాడు అఖిల్.

"ఇప్పుడు మీకు నేను ఏ విధంగా సహాయపడగలను సార్" అంది అఖిల. అప్పుడే శర్వా వచ్చాడు. "శర్వా, ఇందాక ఆ మొబైల్ ప్లేస్ ఒకటే చూపిస్తోంది అన్నావ్ కదా, అక్కడికి మన టీం ని పంపావా, ఇంకా ఏమైనా డీటెయిల్స్ తెలిసాయా?" అన్నాడు విక్రమ్.

శర్వా ఏదో చెప్పబోతుంటే "అది ఇంటర్నేషనల్ సిం వాడకం చేయగల్గిన ఐఫోన్, ఏ కంట్రీ లో ఐనా వాడచ్చు, అలాగే దాన్ని క్రాక్ చేయడం చాలా కష్టం. నిజానికి ఆ సిం అక్కడ వదిలి వెళ్ళవలసిన అవసరం లేదు దారిలో ఎక్కడైనా విడువవచ్చు, ఇప్పుడు ఆ ఫోన్ ఢిల్లీ ఎయిర్పోర్ట్ లో ఉంది" అంది అఖిల.

ఆమె చెప్తున్న అంత సేపు ఆమెనే చూస్తూ, ఆమె వర్క్ లో ఎంత పర్ఫెక్టో చూసి "ఆమె సరి ఐన ప్లేస్ లో వర్క్ చేయడం లేదు, ఆమెకి కరెక్ట్ ప్లేస్ రా" అనుకున్నాడు విక్రమ్.

"ఏంటి అఖిల్ ఏమైనా తేడా ఉందా, మళ్ళా నాకు క్లాస్ ఉంటుందా, అయ్యో..." అంటూ ఎప్పటిలానే బుంగమూతి పెట్టిన అఖిలని చూసి వద్దు అన్నా నవ్వు వచ్చింది విక్రమ్ కి.

భగత్ వైపు చూసాడు విక్రమ్, కొంచెం కోపంగా ఉన్నాడు భగత్. "సార్ ఏమైంది అంత కోపంగా ఉన్నారు? అన్నాడు విక్రమ్. "నేను దేశం మొత్తానికి రా చీఫ్ ని, కనీసం నాతో మాట్లాడుతున్నపుడు ఐనా ఒక చోట ఉండు విక్రమ్" అన్నాడు.

"సార్ మీతో ఒక చోట నుంచిని మాట్లాడం కావాలా, లేక దేశ భద్రతా కావాలా చెప్పండి" అన్నాడు విక్రమ్. "దేశ భద్రత కావాలి, ఏదో చెప్తా అన్నావు కదా చెప్పు వింటాను" అన్నాడు భగత్. "అయ్యో సార్... మీరు కోపంగా ఉన్నారు, ఇలా అయితే నేను మీ ముందే చేతులు కట్టుకు నిలబడి ఉంటాను" అని చేతులు కట్టాడు విక్రమ్.

"బాబు విక్రమ్ ఖర్మ కాలి కోప్పడాను, దయచేసి నీకు నచ్చిన పద్ధతిలో కానీ" అన్నాడు భగత్. "అయితే సరే" అని అన్నాడు విక్రమ్, మళ్ళా "సార్ ఇప్పుడు ఢిల్లీ లో ఏ దేశం విమానం

బయలుదేరుతోందో చూడండి" అన్నాడు.

భగత్ ఎయిర్పోర్ట్ అథారిటీ తో మాట్లాడి "ఇజ్రాయెల్ జెరూసలేం ఫ్లైయిట్ ఒక్కటే ఉందిట అన్నాడు, అయితే ఆమె ఐసిస్ ఏజెంట్" అన్నాడు విక్రమ్.

"అదేంటి ఐసిస్ అయితే పాకిస్తాన్ లేదా ఆఫ్ఘన్ కదా వెళ్ళాలి, కొత్తగా జెరూసలేం ఎందుకు?" అన్నాడు శర్వా.

"శర్వా, ఏజెంట్ ఎప్పుడూ స్థావరం లో ఉండరు, యుద్ధం లో ఉండరు, మారువేషంలో సమాచారం రాబడతారు, రాబోతున్న ఆపద పసిగడతారు, కొత్త ఆపద సృష్టించడానికి స్థలం వెతుకుతారు. ఇజ్రాయెల్ లో ఉన్న జెరూసలేం కోసం మీకు ఎంత వరకు తెల్సో నాకు తెలీదు కానీ, అది ప్రపంచానికే మధ్యన ఉంది. అంతేనా యూదులకి ఇంకా క్రైస్తవులకి, ఇంకా ముస్లిమ్స్ కి కూడా చాలా పవిత్ర ప్రదేశం".

"ఇజ్రాయెల్ దేశం కింద ఎలా ఏర్పడిందో మీకు తెల్సు కదా, హిట్లర్ చంపేస్తాడు అని, దాక్కున్న యూదులు అంత చిన్న చిన్నగా స్థలాలు కొని ఒక అద్భుత దేశాన్ని ఏర్పరచారు. ఇంకా ఆ వివాదం సరిహద్దు తగాదాలోనే ఉంది కదా పాలస్తీనా తో".

"అసలు అది ఇది దేనికి సంబంధం సార్?" అన్నాడు సారథి. "సారథి ఇప్పుడు అంత ముఖ్యమైన ప్లేస్ మీద పట్టు వస్తే వాళ్ళకి వెస్ట్ లో చాల బలం వస్తుంది, అలాగే భారత దేశం మీద పట్టు వస్తే ఆసియా చాలా ఈజీ గా రష్యా ని ఎదుర్కొంటారు" అన్నాడు విక్రమ్.

"ఒరేయ్ బావ... మరి ఇన్ని చేసేవాళ్ళు ఆ చైనా వాడిని కూడా ఏదో ఒకటి చేయచ్చు కదరా..." అన్నాడు మాధవ్.

"అయ్యో, ఒకటి చెప్పు" అన్నాడు విక్రమ్. "నువ్వు పెద్ద తాగుబోతువి కదా!" అన్నాడు విక్రమ్. "అంటే ఇప్పుడు అదే కదా పెద్ద పోస్ట్, అవును" అన్నాడు నవ్వుతు. "మరి నువ్వు వెళ్లి తాగాలంటే బార్, మందు ఇంకా నువ్ అక్కడిదాకా వెళ్తే సరిపోతుందా?" అన్నాడు విక్రమ్.

"సరిపోతుందా అంటే, సరిపోతుంది" అన్నాడు మాధవ్. "ఒరేయ్ అన్నయ్య కొంచెం చూసి చెప్పరా, డబ్బులు లేకుండా మందు ఎవడు ఇస్తాడు నీకు? నువ్వు నీ పిచ్చి మాటలు, అఖిల్ చెప్తుంది ఏంటి అంటే, అక్కడ ఐసిస్ వాళ్లకి మనీ ఇచ్చి పెంచేదే చైనా వాడు అని, అంతేనా అఖిల్ అలియాస్ విక్రమ్ సార్" అంది అఖిల.

"షార్ప్ నువ్వు" అన్నాడు అఖిల్. "అవునా" అంది అఖిల సిగ్గు పడుతూ. "ఎందుకు అంత సిగ్గు పడుతున్నావ్?" అన్నాడు విక్రమ్. "అయ్యో బావ ఫస్ట్ టైం నువ్ నన్ను మెచ్చుకున్నావ్" అంది అఖిల. "సరే బావ ఏంటి?" అన్నాడు విక్రమ్. "రాధిక నాకు అక్క ఐంది కదా" అంది అఖిల.

సరిగా అప్పుడే అక్కడికి వచ్చాడు సమీర్ వెంట వైష్ణవ్ తో.

"ముందు వైష్ణవ్ సంగతి చూద్దాం, తర్వాత మీ అక్క చెల్లెళ్ళ సంగతి" అన్నాడు విక్రమ్. "బావ నువ్వు వైష్ణవ్ పనే చూడు, కానీ నీ పని మేమం ఇద్దరం కలిసి చూస్తాం" అంది కన్ను కొడుతూ అఖిల. రాధిక మాత్రం ఏం మాట్లాడలేదు, కానీ అఖిల మాటల్ని ఎంజాయ్ చేస్తోంది.

వైష్ణవ్ ముందుకు వచ్చాడు అఖిల్. "నీ అసలు పేరు ఏంటి?" అని గట్టిగా అడిగాడు అఖిల్. "సార్ నాకు ఉన్నది ఒకటే పేరు అది వైష్ణవ్" అన్నాడు వైష్ణవ్. "మరి మీనా కి ఎన్ని పేర్లు ఉన్నాయ్? లాగి ఒకటి కొట్టి అడిగాడు విక్రమ్. "తనకి ఒక పేరు ఉంది అంతే" అన్నాడు వైష్ణవ్ కానీ చెప్పేప్పుడు గొంతు లో వేగం తగ్గింది.

"ముస్తాక్ అలీ మొహమ్మద్... ఈ పేరు ఎక్కడైనా విన్నావా మిస్టర్ వైష్ణవ్". ఆ పేరు వినగానే వైష్ణవ్ ముఖంలో రంగులు మారడం విక్రమ్ తో పాటు సమీర్ కూడా గమనించాడు. విక్రమ్ కంటితో చూడగానే బార్ గన్ తీసుకుని వైష్ణవ్ డొక్కలో పొడిచాడు సమీర్.

వెంటనే కింద పడ్డాడు వైష్ణవ్, సమీర్ దెబ్బ తట్టుకోలేక విలవిలలాడాడు. అప్పుడే ఒక డౌట్ అంటూ అమాయక ఫేస్ పెట్టుకు వచ్చింది అఖిల. "ఏంటో చెప్పు" అన్నాడు విక్రమ్ చిరాగ్గా. "చిరాకు పడకూడదు బావ" అంది గోముగా అఖిల. "అమ్మా తల్లి ఇక్కడ ఉన్న పరిస్థితి ఏంటి, నువ్వు చేసే అల్లరి ఏంటి, అసలు నీ సందేహం ఏంటో చెప్పు అమ్మా..." అన్నాడు విక్రమ్.

"అంటే ఇతను మిలిటెంట్ ఉగ్రవాది అయితే ఇతను ఒక్క దెబ్బకే ఇంత తల్లడిల్లుతాడా, పైగా ఇతను మెడలో సైనాడ్ లాంటింది ఏది కనపడడం లేదు" అంది.

"అఖిల నీ సినిమా జ్ఞానం కొన్ని చోట్ల కుదరదు". "అవునా! ఎందుకు అవ్వదు" అంది అఖిల ముఖం గుండ్రంగా తిప్పుతూ, వెంటనే నవ్వు వచ్చింది విక్రమ్ కి. "అబ్బా అఖిల నువ్వు మరీ అలా క్యూట్ గా అడగకు కానీ" అన్నాడు. అంతే రాధిక ముఖం మాడింది. "అతను ఉన్న పరిస్థితి బట్టి మనం ఒక అంచనాకి రాకూడదు" అని అఖిలకి సమాధానం చెప్తూనే ఎగిరి వైష్ణవ్ ఒక చేతిని

వెనక్కి మడిచి చొక్కా తీసేసాడు విక్రమ్. వెన్నుముక మీద రెండు గుద్దులు మోచేతితో గుద్దాడు, అంతే వైష్ణవ్ చేతిపై ఉన్న నరాలు ఒక్కసారి కనపడ్డాయి.

ఎవరికీ విక్రమ్ అలా ఎందుకు చేసాడో అర్థం కాలేదు. అంతే విక్రమ్ ఒక్క ఉదుటున ఒక నరం చేతితో పైకి లాగాడు, అప్పుడు వైష్ణవ్ అరిచినా అరుపు కనీసం పది కిలోమీటర్స్ వినపడి ఉంటుంది.

“ఇప్పుడు చెప్పు బంగారం ముస్తాక్ అలీ మొహమ్మద్ ఎవరు?”. “నేనే, నేనే” గట్టిగా అరిచాడు వైష్ణవ్. “హా... అది దారి” అని అఖిల వైపు చూసి “ఈ టెక్నిక్ నువ్ మిలిటెంట్ మీద వాడచ్చు సాధారణ నేరస్తుల మీద వాడచ్చు” అన్నాడు విక్రమ్. నోరు తెరిచి అలానే ఉండిపోయింది అఖిల, రాధిక వచ్చి అఖిల నోరు మూసింది.

“అక్కా... ఏంటి అక్క బావ అలా చేసాడు?” అంది అఖిల. “అయ్యో పాప ఇదే ఫస్ట్ ఆపరేషన్ కదా అలాగే ఉంటుంది నీకు, కానీ మీ బావతో ఇలాంటివి చాలా చూసా” అంది రాధిక. వాళ్ళు ఇద్దరు ఒక పక్కగా కూర్చుని మాట్లాడుకుంటున్నారు.

మాధవ్ అసలు అక్కడ జరిగిన విషయం నమ్మలేకపోయాడు. “ఒరేయ్ నీ దగ్గర నుంచి ఎవరు ఎలా తప్పించుకోలేరు, అయినా ఇలా ఉన్నావు ఏంటి రా బాబు, భగత్ సార్ నీ కోసం చెప్పిందే నిజం, దణ్ణం రా బాబు” అంటూ ఒక బాటిల్ నీళ్లు వంటి మీద ఒంపుకున్నాడు.

“సరే” అని ఒక నిట్టూర్పు వదిలి “చెప్పు ముస్తాక్ ఏంటి నీ కథ?” అన్నాడు విక్రమ్ అతని చేతికి బెంజీన్ రాసి బండేజ్ వేసి.

“సార్ నేను వైష్ణవ్... నేను డాక్టర్ అన్నది నిజం. నాది కథ కాదు సార్ ప్రేమ. నేను డాక్టర్ ట్రైనీ గా ఉన్నపుడు మీ ఆఫీస్ లో హెల్త్ విభాగం లో వేశారు నన్ను. అక్కడే ఒకసారి మీనా కి కళ్ళు తిరిగితే చెకప్ చేశాను, అప్పుడే ఆమె కళ్ళు నన్ను బాగా ఆకర్షించాయి” అంటూ ఆపాడు వైష్ణవ్.

“కళ్ళు ఒకటేనా భయ్యా” అని టక్కున అడిగి నోటిలో వేలు పెట్టుకుంది అఖిల. “అఖిలా...” అంటూ చూసాడు విక్రమ్. “సరే, సరే మీనా అందంగా ఉంటుంది కదా” అని “సారీ సారీ” అని నోటి మీద వేలు వేసుకుంది అఖిల.

“ఆమె ఎప్పుడు ఆఫీస్ వస్తుందా అని వేయి కళ్ళతో ఎదురు చూసేవాడిని, ఆమె వచ్చే టైం లో నా షిఫ్ట్ వేయించుకునేవాడిని, అప్పుడు నన్ను ఆమె అప్పుడు అప్పుడు చూసి నవ్వేది. అలా

ఆమెకి రెండు మూడు సార్లు కళ్ళు తిరిగి నా దగ్గరకి వచ్చింది, ఏంటి అని చెక్ చేస్తే ఆమెకి లో బీపీ, అప్పుడే ఆమె ఇంట్లో ఎవరెవరు ఉంటారు అని అడిగాను. పేరెంట్స్ ఊరిలో ఉంటారు అని వాళ్ళ వివరాలు చెప్పింది. తాను ఒంటరిగా రూమ్ లో ఉంటోంది. ఆరోగ్య పరిస్థితి బాలేదు, ఒంటరిగా ఎందుకు అంటే తనకి ఒంటరిగా ఇష్టం అనేది. మెల్లగా మా పరిచయం పెరిగింది. నేను ఎప్పుడు ఒంటరివాడినే, ఎందుకంటే అనాథని కాబట్టి. కానీ తాను ఇంట్లో వాళ్ళకి దూరంగా ఉండడం వల్ల ఒంటరి ఫీల్ అయ్యి, నేను తన మీద చూపిస్తున్న ప్రేమకి నా దగ్గర తన అన్న ఫీలింగ్ ఉండేది తనకి. ఒకరోజు ధైర్యం చేసి మనసులో మాట చెప్పేశా" అంటూ ఆపాడు వైష్ణవ్.

"ఎక్కడ?" అంది అఖిల నోటి మీద వేలు తీసి బుగ్గ మీద వేసుకుని. "అంటే చాల సేపు నోటికి పని చెప్పలేదు ఇంకా ఉండలేక..." అంది అఖిల.

"అబ్బా...!" అని తల పట్టుకున్నాడు విక్రమ్, "నువ్వు చెప్పు" అన్నాడు వైష్ణవ్ తో."

"ఒప్పుకోలేదు మీనా. నేను నచ్చలేదు అని కళ్ళలోకి చూసి చెప్పు అన్నా. నన్ను కౌగిలించుకుని నేను పెళ్లి అంటూ చేసుకుంటే నిన్నే చేసుకుంటా. అది కుదరని పని, నా తల్లిదండ్రులు ఒప్పుకోరు అందుకే నేను పెళ్లి లేకుండా బ్రతికేస్తా అని చెప్పింది" అంటూ ఆగాడు మళ్ళా వైష్ణవ్.

"గ్రేట్ లవ్" అని మనసులో అనేసుకుంటూ పైకి అనేసింది రాధిక. "మీరు కూడా మొదలు పెట్టారా మేడమ్" అన్నాడు విక్రమ్, సైలెంట్ అయ్యింది రాధిక.

వైష్ణవ్ చెప్పసాగాడు, "తాను ఇంతక ముందు చెప్పిన ఊరు వెళ్లి మొత్తం వెతికాను, తన తల్లిదండ్రులు ని ఒప్పిద్దాం అని. కానీ అక్కడ మీనా పేరుతో ఎవరు లేరు అని తెల్సింది. అసలు మీనా ఎందుకు అబద్దం చెప్పింది అని నీ కంపెనీ లో నాకు తెల్సిన వాళ్ళ ద్వారా విచారణ జరిపాను. అక్కడ అవే డీటెయిల్ ఇచ్చింది, అసలు ఎవరు ఆమె అడగాలి అనిపించి కాల్ చేశాను, ఆమెని కలుద్దాం అన్నాను, ఆమె సరే అంది. నేను అడగక ముందే ఆమె చెప్పడం మొదలు పెట్టింది, ఆమె ఇలా చెప్పింది".

"వైష్ణవ్, ప్రేమించిన వాళ్ళతో అబద్ధాలు చెప్పకూడదు, ఇది చెప్పాక నువ్వు నన్ను ఏం చేస్తావో నాకు తెలీదు, ఈ వారం నుండి నేను ఇబ్బంది పడుతున్నా..., నా పేరెంట్స్ కోసం నీకు చెప్పిన విషయం తప్పు, నిజానికి నేను అనేదే అబద్ధం. నా తల్లిదండ్రులు ఇండియా లో లేరు, నా

పేరు మీనా కూడా కాదు" అంది మీనా. "మరి...?" అని అడిగాను నేను, "నా పేరు ఫాతిమా, మాది పాకిస్తాన్, ఇండియా మీద ఉగ్రవాద సంస్థ ఐన ఐసిస్ దాడి చేయాలి అనుకుంది, అందుకు కొన్ని ఏళ్ళ ప్లాన్ ఉంది దానికోసం చాల మందిని ఇండియా కి పంపారు. వాళ్ళు వచ్చేవరకు మేము ఇక్కడ జాబ్స్ లో ఉండాలి, అలాంటి వాళ్ళు చాల మంది ఉన్నారు, మేమంతా మిలిటెంట్ కాదు సాధారణ ప్రజలం. ఇక్కడ వచ్చి మీతో బ్రతకడానికి ట్రైనింగ్ ఇస్తారు, వచ్చాక ఇక్కడ వాళ్ళలా ఉండాలి, కాదు లేదు అని నిజం ఎవరికైనా చెప్తే, లేదా వాళ్ళ మాట వినకున్నా అక్కడ ఉన్న మా కుటుంబం ని చంపేస్తారు" అని ఏడ్చింది. "నాకు ఏం మాట్లాడాలి అర్థం కాలేదు, ఎలా దానిని తీసుకోవాలి తెలీదు, మరి నాకు ఎందుకు చెప్పావు?" అని అడిగాను.

"నిన్ను ప్రేమించాను కాబట్టి వైష్ణవ్, నువ్వు నన్ను చంపేసినా పర్వాలేదు, నా ఫ్యామిలీ ఏమైనా పర్వాలేదు నీలాంటి వాడ్ని మోసం చేయాలి అనిపించలేదు అని చెప్పింది మీనా" అని చెప్పాడు వైష్ణవ్.

"అంటే ఆమె ఎమోషనల్ డ్రామా ఆడేసరికి నమ్మేశావు" అన్నాడు విక్రమ్. అర్థం కాక అదోలా చూసాడు వైష్ణవ్.

"ఏంటి?" అని అడిగాడు వైష్ణవ్. "అబ్బా ముస్తాక్ అలీ మొహమ్మద్ ఇప్పుడు నా సందేహాలు ఎందుకు కానీ, మీ మీనా, అదే ఫాతిమా పాప తర్వాత ఏమందో చెప్పు" అన్నాడు విక్రమ్.

వైష్ణవ్ చెప్పడం మొదలుపెట్టాడు. "నేను కానీ ఏమి చేయలేని పరిస్థితి, అది తప్పక చేసి తీరాలి, మధ్యలో వదిలేస్తే నా కుటుంబం మరణదండనకు మాత్రమే కాదు, చిత్రహింసలు పడడానికి నేనే కారణం అవుతాను. పైగా రోజు నీతో మాట్లాడుతూ ఉంటే నాకు నీతో భవిష్యత్తు కలలు వస్తున్నాయి, నిజానికి నీతో ప్రేమ జీవితం మొత్తం పంచుకోవాలి అని ఉంది అంది" ఫాతిమా.

"ఓహో మరి సార్ ఏమ్మన్నారో?" అన్నాడు విక్రమ్.

"అన్ని వదిలి వెళ్ళిపోదాం ఏదో ఒక దేశం అన్నా నేను" అన్నాడు వైష్ణవ్.

"ఓహో... తర్వాత...?" అని అడిగాడు విక్రమ్.

"వైష్ణవ్ నా దగ్గర ఒక దారి ఉంది, కానీ నీకు నచ్చుతుందో లేదో తెలీదు" అంది ఫాతిమా.

"ఏంటి?" అని అడిగాను నేను, ఆమె చెప్పడం మొదలు పెట్టింది.

"నాకు ఆర్డర్ వచ్చేవరకు మనం డబ్బు సంపాదించి, అది కూడా జీవితంకి సరిపడా, తర్వాత ఏదో ఒక దేశంలో సెటిల్ అవుదాం. ఇక్కడ పని పూర్తి చేసాక నన్ను ఐసిస్ వాళ్ళు చంపేస్తారు, కానీ నీతో బ్రతకాలి అని ఉంది. పని పూర్తి చేసి నేను చచ్చినట్టు వాళ్ళని ఇక్కడ ఇండియన్స్ ని నమ్మించి అప్పుడు దుబాయ్ వెళ్ళిపోదాం" అంది ఆమె.

"మరి మతం ఎందుకు మార్చావు?" అని అడిగింది రాధిక. "తాను, నేను అనాధ కాబట్టి ఏ మతం తెలీదు, అందుకే నన్ను మతం మారమంది. ఏ మతం ఐన నాదే అనుకునేవాడిని కాబట్టి తన కోసం మారాను. అందుకే నేను తనని ముస్లిం పద్ధతి ప్రకారం పెళ్లి చేసుకున్న. పేర్లు మారాయి, కానీ పైకంతా ఒరిజినలే, కానీ దుబాయ్ వెళ్లి అక్కడ వాళ్ళలా ఐడెంటిటీ మార్చుకోవాలి ఇక్కడ చచ్చినట్టు నటించి" అని ఆపాడు వైష్ణవ్.

"దుబాయ్ లో ఇలాంటివి చాలా కష్టం అని విన్నాను" అని అన్నాడు మాధవ్. "అక్కడ మనకి కావాల్సిన వాళ్ళు మన చేతిలో డబ్బు ఉంటే పనులు అవుతాయి సార్" అన్నాడు వైష్ణవ్.

"మరి డబ్బు ఎలా సంపాదించావు?" అన్నాడు విక్రమ్. "తల దించుకున్నాడు వైష్ణవ్, అంటే సార్..." అంటూ నసిగాడు వైష్ణవ్, ఈసారి మరో చేయి పట్టుకున్నాడు విక్రమ్.

"చెప్తాను సార్ చెప్తాను, ఫాతిమా అలా చెప్పాక ఆమెని ప్రేమించా కాబట్టి మతం మారాను, ఆమెకి ఏం అడ్డు చెప్పలేదు, అలాగే ఆమెని అడిగా... ఎంత డబ్బు ఉంటే మనం దుబాయ్ లో సెటిల్ అవ్వగలం అని, ఆమె యాభై కోట్లు అంది, అక్కడ అన్ని మేనేజ్ చేయడానికి పది కోట్లు, మిగతాది మన భవిష్యత్తు కోసం అని చెప్పింది. అంత డబ్బు ఎలా? నేను ఇప్పుడే కదా జాబ్ లో జాయిన్ అయ్యా అన్నాను నేను. అప్పుడు ఆమె నువ్వు డాక్టర్ కాబట్టి మన దగ్గరో దారి ఉంది, నువ్వు మన జీవితం కోసం అలోచించి నిర్ణయం తీసుకుంటావ్ అని అనుకుని నేను నీకు చెప్తున్నా. ఏంటి అంటే నువ్వు డాక్టర్, ఇప్పుడు ఎంతో మంది పిల్లల కోసం హాస్పిటల్ కి వస్తారు, వాళ్ళకి చిన్న సమస్య ఉన్నా దాన్ని పెద్దది చేసి అబ్బాయికి అయితే వీర్యం సమస్య అని, అమ్మాయికి అయితే అండం విడుదల సమస్య అని ఏదో ఒకటి చెపుదాం. అలాగే బైట ఎవరు లేని ఆడపిల్లలు, ఇంకా సమస్యలో ఉన్న కుటుంబాలు ని ఎంచుకుని వాళ్లకి ఒక యాభై వేలు ఇచ్చి లేదా భయపెట్టి వారి అండములు మనం తీసుకుని వీరికి అమరుస్తాము, అలాగే వీళ్ళ దగ్గర పది లక్షలు తీసుకుందాం.

అలాగే లోకంలో ఎంతో మంది అమ్మాయిలు ఇప్పుడు ప్రెగ్నన్సీ మచ్చలు ఉండడకూడదు అని సరోగసీ కి వెళ్తున్నారు. అలాంటి వాళ్ళ కోసం మనం వేరే అమ్మాయిలని ఎంచుకుని వీళ్ళకి పిల్లలని ఇవ్వాలి, ఎలా చూసుకున్న ఒక డెలివరీ కి పాతిక లక్షలు మిగులుతాయి. ఇంకా కన్నె వయసు పిల్లల గర్భాల్లో మెరుగైన శిశువు కోసం మనం ప్రయోగం చేయచ్చు. మంచి అండాలు తయారీ చేసి ఎక్కువ రేటుకి అమ్మచ్చు, అండాల వారీగా ధర నిర్ణయించవచ్చు. భయ పెట్టి డబ్బు ఆశ చూపి ఎలాగైనా సిటీ లో ఉన్న 16-20 మధ్య ఆడపిల్లలని దీనికి ఒప్పించాలి చాలా తెలివిగా, అవ్వన్నీ నేను చూసుకుంటాను, క్లైంట్స్ ని చూసే బాధ్యత మాత్రం నీదే అంది ఫాతిమా. నేను భయపడ్డాను, కానీ తాను ధైర్యం చెప్పింది. ఫెర్టిలిటీ సెంటర్ పెట్టాను, ఎంతో మంది వస్తున్నారు, అందరికి మార్పిడి అవసరం అంటూ మేము ఎన్నో మార్పులు చేసాం. ఫాతిమా ఎంతో మంది ఆడపిల్లని భయపెట్టి, బాధ పెట్టి, మభ్య పెట్టి వ్యాపారాన్ని పరుగులు పెట్టించింది. అలాగే ఒక పదిహేను మంది తో ఒక టెక్నికల్ టీం, పదిహేను మందితో రౌడీ టీం ఏర్పాటు చేసుకుంది. అసలు ఈ రెండు టీంలు ఎన్నో నేరాలు చేసాయి, వీళ్ళను పోషించగా కూడా రెండు ఏళ్లలో యాభై కోట్లు దాచేసాం. దుబాయ్ లో మేము ఉండడానికి ఏర్పాట్లు అయ్యాయి కానీ తనకి ఇంకా ఆర్డర్ రాలేదు. నేను ఇంకా ఇవన్నీ ఆపేద్దాం కావాల్సిన డబ్బు సమకూరింది కదా అన్నా, కానీ ఫాతిమాకి డబ్బు పిచ్చి పూర్తిగా పట్టుకుంది. ఎవరినైనా మేనేజ్ చేయడానికి నేను ఉన్నా కదా, ముందు అలాగే కంటిన్యూ చేయి తర్వాత చూసుకుందాం అంది. నాకు అది నచ్చడం లేదు, వారం క్రితం నాకు తనకి గొడవ అయింది, అందుకే ఆమె బైటకి వెళ్లడం లేదు" అని ఆపాడు వైష్ణవ్.

"నువ్వు చెప్పేది నా చెల్లెలు మీనా గురించి కదా" అని అడిగాడు మాధవ్. "అవును సార్" అన్నాడు వైష్ణవ్. "అంత అమాయకంగా ఉండే నా చెల్లి మీద కట్టు కథ చెప్తావు రా, అసలు మొన్న అది చెప్పింది నువ్వే ఆ మిలిటెంట్ అయ్యి ఉంటావు, కానీ మీనా అని అబద్దం చెప్తున్నావు అసలు" అంటూ కారాలు మిరియాలు నూరాడు మాధవ్.

"అయ్యో సార్ అదే ఆమెలో ఉన్న ప్రత్యేక లక్షణం, సరే మీకు సందేహం ఉంటే మీ ఆఫీస్ అడ్రస్ వెరిఫై చేయించండి, నాది చేస్కోండి" అన్నాడు వైష్ణవ్, భగత్ ఆ పనిలో పడ్డాడు.

"మీకు ఎందుకు అసలు పిల్లలు లేరు? అయినా రేపు మీకోసం ఏదో సరోగసీ ప్లాన్ ఉంది అంటోంది మీనా" అంది అఖిల. "అయ్యో మాకు ఒక బాబు, పాప ఉన్నారు, సరోగసీ ద్వారానే,

తాను అసలు గర్భవతి కాదు, కేవలం సరోగసీ ద్వారా పిల్లలని కందాం అంది, అలా అని ఆమెకి ఏ సమస్య లేదు” అన్నాడు వైష్ణవ్.

“మరి ఎందుకు?” అన్నాడు మాధవ్, “ఎందుకు అంటే ఆమెకి సమయం లేదు అసలు, నేను ఎప్పటికి బిజీ, అలాగే ఆమె డబ్బు సంపాదించే పనిలో బిజీ అందుకే... కానీ మా పిల్లలు కావాలని అనుకున్నాం, అందుకే మంచిగా సరోగసి లో పెంచాము, ఇద్దర్ని ఒకసారి కన్నాము, వాళ్ళు దుబాయ్ లో పెరుగుతున్నారు, అక్కడే పుట్టేలా ప్లాన్ చేసాము” అన్నాడు వైష్ణవ్.

రాధిక కి కోపం చాలా ఎత్తుకు పెరిగింది, వెంటనే పరుగు పెడుతూ వైష్ణవ్ దగ్గరికి వచ్చి రెండు చెంపలు ఎడా పెడా వాయించి, “అసలు మనుషులేనా మీరు? పిల్లలు పుట్టక, లేక ఎంతో మంది బాధలు పడుతున్నారు, ప్రకృతి రీత్యా రావాల్సినవి ఇలా చేస్తారా? పైగా చిన్నపిల్లలు, ఆడపిల్లలు అని చూడకుండా డబ్బు ఆశ చూపి ఇలా ఏడిపిస్తారా, వాళ్ళ భవిష్యత్తు ఏమైనా అవుతుంది అని ఏమి లేదా?” అని కొడుతూనే ఉంది వాళ్ళని. “రాధిక ఆగు” అని విక్రమ్, “అక్క ఆగు” అని అఖిల ఎంత ఆపిన రాధిక ఆగడం లేదు. “కానీ వైష్ణవ్ ని ఇరికించాలి అని ఎందుకు అనుకుంది మీనా మొత్తం తానే చేస్తున్నట్టు, మీనా కి ఏ సంబంధం లేనట్టు ఎందుకు మాట్లాడింది, తాను ప్రేమించిందా లేక నటించిందా” అంటూ జుట్టు గోక్కుంటూ అడిగాడు మాధవ్.

అంతే రాధిక ను గట్టిగ విదిలించుకున్నాడు వైష్ణవ్. “ఏం మాట్లాడుతున్నారు సార్? తన ప్రేమ నిజం మీనా ఎన్నో అబద్ధాలు చెప్పి ఉండచ్చు, ఇంకా ఎన్నో విషయాలు నా దగ్గర దాచి ఉండచ్చు, కానీ తన ప్రేమ నిజం” అన్నాడు. “అవునా...” అంది అఖిల. “అవును అఖిల ఈరోజుల్లో ప్రేమించిన వాళ్ళ దగ్గర అన్ని విషయాలు దాచడం, బెస్ట్ ఫ్రెండ్ అని షేర్ చేసుకోవడం అలవాటు ఐంది కదా, అదో ట్రెండ్, ఓదార్పు ఫ్రెండ్ దగ్గర, ప్రేమ రొమాన్స్ లవర్ దగ్గర. అందుకే నమ్మకం వేరే వాళ్ళతో ఉంటుంది, ప్రేమ పాడవతూ ఉంటుంది” అన్నాడు విక్రమ్.

“సార్ అలా ఏం కాదు, మీరు నన్ను ఏమార్చాలని చూస్తున్నారు” అని కోపంగా అన్నాడు వైష్ణవ్, అంత కంటే కోపంగా చూసాడు ఈసారి విక్రమ్.

“ఏంట్రా మాట్లాడేది? డాక్టర్ చదివావు, తెలివి ఉండకర్లా... అది తానా అంటే తందానా అని మనుషులుని చంపడానికి రెడీ అవుతావా, పైగా ఇలాంటి పిచ్చి వేషాలు వేసి జనాల ఆశలతో ఆడుకుంటావా?” అని నాలుగు పీకాడు విక్రమ్.

"మీరు ఎన్ని ఐనా చెప్పండి, మాది ప్రేమ, ప్రేమ కోసం ఏదయినా చేస్తాను" అన్నాడు వైష్ణవ్. "ఒరేయ్ నీది ప్రేమ, దానిది మోసం" అన్నాడు విక్రమ్.

"ఒరేయ్ బావ... మీనా కి, అదే ఫాతిమా కి ట్రైనింగ్ లో నటన మీద శిక్షణ ఇచ్చారా లేక సహజ నటి అంటావా?" అన్నాడు మాధవ్. "ఒరేయ్ అన్న, మీ చెల్లి సహజ నటిరా" అంది అఖిల. "అంటే నువ్వా, లేక మీనా నా?" అన్నాడు మాధవ్, గుర్రుగా చూసింది అఖిల.

"అంటే మీనా అయి ఉంటుంది లే" అని విక్రమ్ వైపు చూసాడు. అప్పటికే చర్చ పక్క దారి పడుతోంది అని కోపంగా ఉన్నాడు విక్రమ్, "సారీ" అని సైలెంట్ అయ్యాడు మాధవ్.

"సార్ ఏంటి మీరు అనేది?" అన్నాడు వైష్ణవ్. "ఏంటి అంటే, ఫాతిమా కి బ్రతకాలి అని ఉంది, అది స్వేచ్ఛగా, మంచి ధనంతో, వీళ్ళతో పని అవ్వగానే ఐసిస్ వాళ్ళు చంపేస్తారు. అందుకే వైష్ణవ్ ప్రేమ అనగానే తన ప్లాన్ స్టార్ట్ చేసింది, అతను నిజం తెలుసుకున్నాడు అని తెల్సి నిజం చెప్పింది. తన అతి ప్రేమ చూపి ఈ విషయం వైష్ణవ్ బైటకి చెప్పకుండా చేసింది. అంతే కాకుండా డబ్బు సంపాదించడానికి వైష్ణవ్ వైద్య వృత్తిని వాడుకుంది, తన సుఖం కోసం ఎన్నో ప్రాణాల్ని బలి ఇచ్చింది. అక్కడ దుబాయ్ లో తనకి కావలసిన వసతులు, ఇంకా పిల్లల్ని కూడా ఉంచుకుంది. వైష్ణవ్ మతం, పేరు అన్ని మార్చేసింది. ఎందుకు అంటే, ఎప్పుడైనా తాను దొరికితే మొత్తం వైష్ణవ్ మీదకి నెట్టచ్చు, మొన్న మనకి దొరికినపుడు చేసినట్టు" అన్నాడు విక్రమ్.

"నా మీనా ఎప్పటికి అలా చేయదు, తాను ప్రేమకి ప్రతిరూపం" అన్నాడు వైష్ణవ్. "ఒరేయ్ పిచ్చి ప్రేమకి ప్రతిరూపం ఐన వాళ్ళు వేరే వాళ్ళ ప్రేమలతో ఆడుకోరు రా, అంత మంది జీవితాలు నాశనం చేయరు, తెలుసుకో" అన్నాడు శర్వా. "సరిగా చెప్పావు శర్వా" అంది రాధిక.

"తను నన్ను వాడుకుంది అని మీరు ఎలా అంటారు సార్, మిగతా వాళ్ళతో ఎలా ఉన్నా తాను నాతో చాలా ప్రేమగా ఉంటుంది సార్" అన్నాడు వైష్ణవ్. "అసలు మా ఇద్దరికీ ఎప్పుడూ గొడవ అవ్వలేదు తెల్సా, ఏం చెప్పాలి అనుకున్నా సౌమ్యంగా, నాకు అర్థం అయ్యేలా చెప్తుంది" అన్నాడు మళ్ళా వైష్ణవ్.

"అసలు ఏ గొడవలు, అలకలు లేకుండా ప్రేమ ఉంటుందా. మీ మీనాది అవసరం తప్ప ప్రేమ కాదు" అన్నాడు విక్రమ్. "సరే, మీనాది ప్రేమే సార్, అవసరం అనకండి "అన్నాడు వైష్ణవ్. "సరే వేషం వేసిన మీనాది ప్రేమ కానీ బైట ఉన్న ఫాతిమాది అవసరం" అన్నాడు మాధవ్

వెటకారంగ. "ఒరేయ్ బావ ఎంత కాలానికి సరి ఐన ఎనాలిసిస్ చేసావు" అంటూ నవ్వాడు విక్రమ్. "హే నాకు కూడా వచ్చింది అయితే కాంప్లిమెంట్" అంటూ అఖిల వైపు చూసాడు మాధవ్. "కంగ్రాట్స్ అంటూ" పళ్ళు ఇకలించింది అఖిల. "అసలు ఎందుకు మీనా ని నా దగ్గర చెడు చేయాలనీ చూస్తున్నారు" అన్నాడు వైష్ణవ్. "ఒరేయ్ పిచ్చ బూతులు వస్తున్నాయి నాకు బావ, ఎలా రా వీడ్ని నమ్మించేది బావ?" అన్నాడు మాధవ్.

"పిచ్చి బావ, నే ఉన్నా కదా దానికి" అన్నాడు విక్రమ్. "అవును బావ నువ్వు కృష్ణుడు, నేను అర్జునుడు" అన్నాడు మాధవ్,"ఒరేయ్ అన్నా, బావ కృష్ణుడు ఒప్పుకోవాలిసిందే కానీ, కామెడీ ఫేస్ వేసుకున్న నువ్వు అర్జునుడు ఏంటి రా పాపం, ఆయన వింటే ఎంత ఫీల్ అవుతాడు" అంది అఖిల. "పాపా... నీ నోటికి అడ్డు అదుపు ఉండదా అమ్మ, ఐనా విక్రమ్ ఇంత నోరు అదుపు లేని అమ్మాయిని ఈ డిపార్ట్మెంట్ ఎలా అయ్యా భరించేది" అన్నాడు భగత్.

"సార్ ఇందాక తాను క్రాక్ చేసిన కోడ్స్ మన డిపార్ట్మెంట్లో ఎవరైనా క్రాక్ చేయగలరా?" అన్నాడు విక్రమ్. "లేదు" అన్నాడు భగత్. "మరి అందుకే సార్, మనం కొన్ని కావాలి అనుకుంటే కొన్ని భరించాలి" అన్నాడు విక్రమ్. "అంటే నిన్ను భరిస్తున్నట్టు అన్నమాట" అన్నాడు భగత్."అందుకే సార్ మీరు ఆ పోసిషన్ లో ఉన్నారు, ఇట్టే కనిపెట్టేస్తారు మీరు" అన్నాడు విక్రమ్.

"నువ్వే చెప్పాలి ఆ మాట" అన్నాడు వెటకారంగా భగత్. "అయ్యో నేను ఎప్పుడు నిజమే కదా చెప్తా, ఏం శర్వా..." అన్నాడు విక్రమ్. "అవును సార్" అన్నాడు శర్వా. "సార్" అంటూ వచ్చింది అఖిల, "ఏంటమ్మా" అని విసుక్కున్నాడు భగత్. "ఇందాక పార్ట్ టైం అన్నా కదా, ఇపుడు ఫుల్ టైం ఇక్కడే పని చేస్తా, ప్రమోట్ చేయండి" అంది అఖిల. "అవునా మరి శాలరీ సమస్య అన్నావు" అన్నాడు భగత్. "అసలు శాలరీయే వద్దు సార్, అప్పు చేసి ఐనా బ్రతికేస్తా. బావ నన్ను పొగుడుతున్నాడు, అక్క ఇక్కడే ఉంది, నాకు వేరే చోట ఏం పని ఉంటుంది సార్" అంది అఖిల.

"అమ్మా తల్లి నేను పార్ట్ టైం ఇచ్చాను, ఇంకా అది మారదు, వెళ్లి పని చూస్కో", "విక్రమ్ ముందు పని చూడు" అని విక్రమ్ కి చెప్పాడు.

"ఇప్పుడు ఏంటి? నీ మీనా నిన్ను వాడుకుంది అని నిరూపించాలి అంతేనా?" అన్నాడు విక్రమ్ వైష్ణవ్తో. "అది జరగని పని అన్నాడు" వైష్ణవ్. "మాధవా" అన్నాడు విక్రమ్. "చెప్పు బావ"

అంటూ వచ్చాడు మాధవ్. “వీడికి ప్రేమ మదం బాగా ముదిరిందిరా దించాలి మరి” అన్నాడు విక్రమ్.

“ఎలా?” అన్నాడు మాధవ్. “ఒకసారి నీ వాచ్ ఇవ్వు” అన్నాడు విక్రమ్, ఇచ్చాడు మాధవ్. అందులో ఉన్న కెమెరా చిప్ బైటకి తీసాడు విక్రమ్.

“ఒరేయ్ బావ అంత ప్రేమగా వాచ్ గిఫ్ట్ ఇచ్చింది అందుకేనా, నేను ఎక్కడికి వెళ్తున్నా, ఏం చేస్తున్నా చూడాలని ఈ ప్లాన్ చేసావా. అంటే నీకు మొత్తం నా సీక్రెట్స్ తెల్సా, ఏంటిరా బావ ఇది?” అన్నాడు మాధవ్. “ఒరేయ్ మొన్న మీనా వాళ్ళ ఇంటికి వెళ్లే రోజు పెట్టాలే, నీకు చెప్తే కంగారు పడతావ్ అని చెప్పలేదు, రోజు నువ్వు ఏం చేస్తావో నాకు ఎందుకు?” అన్నాడు విక్రమ్.

“హమ్మయ్య బ్రతికించావ్ బావ” అన్నాడు మాధవ్. ఆ చిప్ ని తీసి డివైస్ లో వేసి డివైస్ ని సిస్టం కి కనెక్ట్ చేసి అక్కడ ప్రొజెక్టర్ పెట్టి మరి వేసాడు షో విక్రమ్.

“చూడు అమ్మ వైష్ణవ్... నా చెల్లి యాక్టింగ్, ఇంత చీటింగ్ చేస్తూ కూడా నన్ను అన్నా అంటూ పిలిచే ఎప్పటికి అన్నయవే అని పారిపోయింది. ఐనా తాను మోసం చేస్తోంది అని సందేహం నీకు తప్ప ఎవరికీ రాలేదు బావ” అన్నాడు మాధవ్. విక్రమ్ ఏం మాట్లాడలేదు, ఇప్పుడు అతని ఆలోచన దేశం విడిచిన శాన్వి చుట్టే ఉంది.

ఒక పక్క వైష్ణవ్ ఏడుస్తున్నాడు ప్రేమ అని నమ్మితే ఫాతిమా చేసిన మోసానికి, ఆ ఫాతిమానే జీవితం అనుకున్నాడు వైష్ణవ్, మొత్తం మారిపోయాడు. అతన్ని కస్టడీ లో కి తీసుకుని జైలుకి షిఫ్ట్ చేసారు. “ఏంటి విక్రమ్, అంత తీవ్రంగా ఆలోచిస్తున్నావు, ఎల్లుండి ఎటాక్ కోసమా?” అని అడిగాడు భగత్. “అయ్యో సార్, ఎల్లుండి ఎటాక్ అవ్వదు అసలు, ఛాన్సే లేదు” అన్నాడు విక్రమ్. “ఎలా చెప్తున్నావ్?” అని అడిగాడు భగత్.

“ఎందుకంటే ఆర్డర్స్ చేరవలసిన చోటుకి చేరాయి” అన్నాడు విక్రమ్. “అయితే?” అన్నాడు భగత్. “అయ్యో సార్, ఇప్పుడు మనం శాన్వి జెరూసలేం ఎందుకు వెళ్ళింది తెలుసుకోవడం చాలా అవసరం” అన్నాడు విక్రమ్.

“ముందు రేపు జరగాల్సిన బ్లాస్ట్ ఎలా అపుతావో చెప్పు” అన్నాడు భగత్. “సమీర్ సార్ కి మన కెమెరా లో కనపడుతున్న ఆర్డర్స్ తీసుకున్నవాళ్ళని, వాళ్ళని ఫాలో అవుతున్న మన టీం ని చూపించు” అన్నాడు విక్రమ్.

"సమీర్ తన దగ్గర ఉన్న లైవ్ రికార్డింగ్ కనెక్టెడ్ డివైస్ ని సిస్టం కి కనెక్ట్ చేసాడు, ఎనిమిది మంది అలాగే కనపడుతున్నారు". "ఎలా తెల్సుకున్నావు?" అని అడిగాడు భగత్. "సార్, ఆ ఇద్దరు ముస్లిం కుర్రాళ్లు బాబర్, అజార్ దేశం కోసం ప్రాణ త్యాగం చేసి మరి మనకి సమాచారం ఇచ్చారు. అదేంటీ అంటే మజీద్ ఇంటి నుంచి సరుకు ఎనిమిది ప్రదేశాలకి వెళ్తుంది అని, ఆ విషయం నాకు శాన్వి ఫోన్ నుంచే ఫోన్ చేసి చెప్పారు, కానీ ఆ ఫోన్ రికార్డు అవ్వకుండా నేను కనెక్టర్ స్వాప్ డివైస్ నా మొబైల్ కి వాడాను" అని అన్నాడు విక్రమ్.

"ఓకే" అన్నాడు భగత్. అప్పుడే సమీర్ కి సమాచారం ఇచ్చి ఒక్కొక్కరి వెనక ఒక టీం పంపడం జరిగింది, కానీ మీనా తో సమస్య అనిపిస్తోంది నాకు" అన్నాడు విక్రమ్.

"ఎందుకు మీనా అంటే అంత భయం" అన్నాడు సారధి. "ఎందుకు అంటే ఆమె ఇక్కడ బ్లాస్ట్ చేయాలి అనుకుంది కానీ చావాలి అనుకోలేదు, అలాగే అక్కడ తన కుటుంబం బ్రతకాలి అనుకుంది, అన్ని పక్క ప్లాన్ చేసి వైష్ణవ్తో దుబాయ్ వెళ్దాం అనుకుంది, అంతేనా మనకి రెండు సార్లు దొరికినా సరే ఒకసారి వైష్ణవ్ పేరు వాడి, ఇంకోసారి మన నిర్లక్ష్యం వల్ల తప్పించుకుంది" అన్నాడు విక్రమ్.

"కావాలని వదిలేసి నిర్లక్ష్యం అంటావ్ ఏంటి రా" అన్నట్టు చూసాడు మాధవ్. "నువ్వు ఆగు" అన్నట్టు చూసాడు విక్రమ్. "సరే ఇప్పుడు ఏం అంటావు" అన్నాడు భగత్. "సార్ ఆమె మజీద్ ని కలిస్తే చాలా పెద్ద సమస్య వచ్చే అవకాశం ఉంది" అన్నాడు విక్రమ్.

"అసలు ఈ మజీద్ ఎవరు? ఆమెని ఎందుకు కలుస్తాడు?" అన్నాడు భగత్. "సార్ మిగతా అంతా కూడా ఒకసారి వినండి, బంగ్లాదేశ్ నుంచి వచ్చినా, ఇక్కడ నేను చేసిన విచారణ ప్రకారం ఉగ్రవాదులు ఐసిస్ కి చెందిన వాళ్ళు, ప్రపంచం మీద పట్టు సాధించడం వాళ్ళ లక్ష్యం. ఇండియా లో వాళ్ళకి మజీద్ పని చేసి పెడతాడు, అంటే వాళ్ళకి ఆయుధాలు ఇతర సామాన్లు అందిచడం లాంటివి. ఇక్కడికి పంపిన పాకిస్తానీ వాసులు ఎవరో మజీద్ కి తెలీదు, ఎవరు తమ అవసరాలు తీస్తున్నారు పాకిస్తానీలకి తెలీదు" అన్నాడు విక్రమ్.

"ఇంత అద్భుతంగా ప్లాన్ చేసింది ఎవరు అయి ఉంటారు?" అన్నాడు భగత్. "అది తెలియాలి అంటే నేను జెరూసలేం వెళ్ళాలి" అన్నాడు విక్రమ్. "ఎప్పుడు?" అన్నాడు భగత్. "ఈ

ఆపరేషన్ అవ్వగానే ఆ ఏర్పాట్లు చూడండి, నాతో పాటు సమీర్, అఖిల కూడా వస్తారు" అన్నాడు విక్రమ్.

"బావ నేను కూడానా... నేను అంటే ఎంత అభిమానమో నీకు" అంది అఖిల. "మురిసిపోకు చెల్లి హానీమూన్ కి కూడా డ్యూటీ పని మీద తీసుకెళ్లే రకం మీ బావ. అలాంటిది డ్యూటీ పని మీద వెళ్తున్నాడు ఆలోచించుకో" అంది రాధిక. "అక్క... బావ హనీమూన్ ని డ్యూటీ లా మార్చే రకం అయితే, నేను డ్యూటీ ని హనీమూన్ లా మార్చే రకం, మాకు సెట్ అవుతుంది లే అక్క నువ్వు కంగారు పడకు" అంది అఖిల.

"ఒరేయ్ బావ ఏం చేసావ్ రా...? బద్ధ శత్రువుల్లా ఉండవలసిన వాళ్ళు ఇలా మాట్లాడుకుంటున్నారు" అన్నాడు మాధవ్. "నేనేం చేసారా, అంతా దేవుడే చేసాడు" అంటూ వేలు పైకి చూపించాడు విక్రమ్. "వీడు మల్ల మొదలు పెట్టాడు రా స్వామి" అనుకున్నాడు మాధవ్. "మీ గోల ఆపండి..., అమ్మా... సరే ఆ విషయం నే చూస్కుంటా, ఇప్పుడు ఈ ఆపరేషన్ ఏంటి? బ్లాస్ట్స్ ఎలా ఆపుతావు" అన్నాడు భగత్.

"ఇప్పుడు మనం ఏమి ఆపము సార్, నాకు తెల్సి మజీద్ అనుమానం ఒక్క మీనా అదే ఫాతిమా చేయాల్సిన పని మీదే. అందుకే బ్లాస్ట్స్ అన్నింటికి సామాన్లు పంపాడు కానీ ఫాతిమా ని కలవాల్సిన ఏరియా కి తాను వచ్చాడు, కానీ ఏ సామాన్లు తేలేదు అంటే ఏదో ఉంది సార్" అన్నాడు విక్రమ్. "మిగతావాళ్ళకు ఇచ్చేసారు" అని అడిగాడు భగత్. "అవును సార్, వాళ్ళు ఎటాక్ చేసే ముందే మనవాళ్ళు లేపేస్తారు సార్, అందర్నీ ఒకే టైం లో అది సమస్య కాదు" అన్నాడు విక్రమ్.

"ఇపుడు సమస్య ఏంటి అంటే, మీనా ఎక్కడ ఉంది, ఏం చేస్తోంది తెలుసుకోవడం అంతేనా" అన్నాడు భగత్. "అవును సార్, దాంతో పాటు ఇంకోటి ఉంది, తనకి సామాన్లు అందాయా లేదా, ఒక వేళ అందితే ఎలా, మజీద్ హైటెక్ సిటీ ఏరియా కి ఎందుకు వచ్చాడు. అక్కడ మీనా తనకి ఇచ్చిన ప్రదేశం లో వేచి చూస్తూనే ఉంది, మన వాళ్ళు తిరుగుతూనే ఉన్నారు, ఆమెకి ఏమైంది, మజీద్ ఆమెతో మాట్లాడానికి ఎందుకు ట్రై చేయలేదు, ఇప్పుడు వాళ్ళ కొత్త పథకం ఏంటి, ఇలా చాలా విషయాలు మీనా చుట్టే ఉన్నాయ్, ఆమె కదిలితే తప్ప తెలీదు మనకి" అన్నాడు విక్రమ్.

“ఆమె ఎక్కడికి వెళ్తుంది?” అన్నాడు భగత్. “ఏమో మనకి తెలీదు, వైష్ణవ్ హాస్పిటల్ బేస్ చేసుకుని చాలా ఆస్తులనే కాదు, ఎంతో నెట్వర్క్ ని పోగు చేసుకుంది. నాకెందుకో ముందే ఆమెకి మజీద్ తెల్సు అనిపిస్తోంది” అన్నాడు విక్రమ్.

“అంటే ఉగ్రవాదిగానా?” అన్నాడు భగత్. “కాదు సిటీ లో ఇన్ని ఇల్లీగల్ ఆక్టివిటీ మజీద్ కి తెలియకుండా చేయడం అసాధ్యం కదా” అన్నాడు విక్రమ్. “అయితే మరి బావ వాడికి అంత సీన్ ఉంటే ఐసిస్ వాళ్ళు దాచిన ఆర్డర్ ఎవరికీ వెళ్తోందో తెల్సుకుంటాడు కదా” అన్నాడు మాధవ్.

“గుడ్ పాయింట్ రా మాధవ్, కచ్చితంగా మన వాళ్ళు వెనక ఉన్నట్టే, వాళ్ళ వాళ్లు వెనక వెళ్లి తెలుసుకుంటారు, ఎవరు తీసుకున్నారు ఆర్డర్ అని” అన్నాడు విక్రమ్. “మరి మజీద్ ఎందుకని మీనా దగ్గరకి వచ్చాడు ఆర్డర్ పంపకుండా?” అని అడిగింది అఖిల.

“ఎందుకు అంటే, మీనా కి డెలివరీ ఇవ్వాల్సింది మాత్రం బాబర్, అజార్ లు చనిపోయారు వాళ్ళ వల్ల విషయం ఎవరికైనా, అదే పోలీస్ లకి తెలిస్తే ఇబ్బంది అని తానే వచ్చి ఉంటాడు” అన్నాడు విక్రమ్. “సరే ఇప్పుడు ఎలా?” అన్నాడు భగత్. “నేను తనని ఫాలో అవుతా, మీరు మాత్రం మిగతా వాళ్ళని ఫాలో అయి లేపేయండి, సమీర్ మిగతావాళ్ళు నీ బాధ్యత” అన్నాడు విక్రమ్. “అలాగే సార్” అన్నాడు సమీర్. “శర్వా నువ్వు టెక్నికల్ సపోర్ట్ కోసం ఎప్పుడు సమీర్ తో ఉండు” అన్నాడు విక్రమ్. “సరే” అన్నాడు శర్వా. “అఖిల, మాధవ్ మీరు నాతో రండి” అన్నాడు.

“బాబు విక్రమ్ అప్పుడపుడు అన్నా ప్రోటోకాల్ ఫాలో అవ్వు అయ్యా, నేను నీ పై ఆఫీసర్ ని, కనీసం నాకు ఆర్డర్ కాకుండా ఇన్ఫోర్మ్ ఐన చేయవా ప్లీజ్, ఇక్కడ నేను ఒకడ్ని పెద్ద వాడ్ని ఉన్నా అని టీం కి తెలియాలి కదా” అన్నాడు భగత్. అఖిల కి నవ్వు ఆగలేదు, కానీ రాధిక మాత్రం అఖిల ని ఆపడానికి ట్రై చేస్తోంది, కోపం వచ్చింది భగత్ కి. “తీసేయ్ వయ్యా...నా పరువు ఇలా తీసేయ్” అన్నాడు భగత్ విక్రమ్ తో. “సార్ నేను నా ప్లాన్ చెప్పాను, మీరు ఏమనుకుంటారో చెప్పండి” అన్నాడు విక్రమ్.

“అవునా నేనే కంగారు పడ్డానా?” అని మనసులో అనుకుని, “పోనీలే, ఇప్పుడు ఏం చేయమంటావు?” అని పైకి అన్నాడు భగత్. “సార్ నేను అనుకున్నది చెప్పాను, మీ ప్లాన్ చెప్పండి సార్ బాగా అలోచించి” అని అన్నాడు విక్రమ్. ఆ ఆలోచించి అన్నమాట బాగా వత్తి చెప్పాడు.

ఐదు నిముషాలు ఆలోచించాడు భగత్. ఆలోచించి, ఆలోచించి “సరే ఈసారి నే చెప్పినట్టు చేయవయ్యా విక్రమ్” అన్నాడు.

“ఎలా సార్?” అన్నాడు విక్రమ్. “అదే నీతో పాటు ఈ మాధవ్, అఖిల ని తీసుకో, సమీర్ ఇక్కడ ఉండి శర్వా సహాయం తో వీళ్ళని లీడ్ చేస్తాడు. నేను ఇక్కడ ఉంటాను, నువ్వు లేనపుడు నా సహాయం వీళ్ళకి చాలా అవసరం కదా” అన్నాడు భగత్.

“అవును సార్ మీ ప్లానింగ్ సూపర్ సార్” అన్నాడు విక్రమ్. “అదేంటి శర్వా, బావ చెప్పిందే కదా మీ భగత్ సార్ చెప్పాడు, సూపర్ అంటాడు ఏంటి అసలు వీడు” అని అడిగింది మెల్లగా అఖిల శర్వా ని.

“అయ్యో అఖిల, ఇక్కడ అన్ని విక్రమ్ సార్ చెప్పినట్టే జరుగుతాయి. ఆయన లేకుండా ఏ పని అవదు, కానీ భగత్ సార్ మంచివాడే, కొన్ని సార్లు నాకంటే కిందవాడు మొత్తం మేనేజ్ చేయడం ఏంటి అని బాధపడుతూ ఉంటాడు, కానీ విక్రమ్ సార్ కి చాలా సహాయం చేస్తాడు. అందుకే విక్రమ్ సార్ ఇలా భగత్ సార్ బాధ వ్యక్తం చేసినపుడు అలా ఏదో మేనేజ్ చేస్తూ ఉంటాడు మేము సపోర్ట్ చేస్తాము” అన్నాడు శర్వా.

“మొత్తానికి బాగుంది శర్వా, మీ లీడర్, లీడర్ కానీ లీడర్ ని లీడర్ చేయడం” అంది అఖిల. “అయ్యో అఖిల విక్రమ్ సార్ ని ట్రైన్ చేసిందే భగత్ సార్, కానీ విక్రమ్ సార్ మైండ్ అమోఘం ఎక్కడ టార్గెట్ మిస్ అవ్వదు, అందుకే విక్రమ్ సార్ మాట వినడం స్టార్ట్ చేసారు భగత్ సార్” అన్నాడు శర్వా.

“సరేలే, ఇవన్నీ నాకు ఎందుకు? బావ నన్ను ఎంచుకున్నాడు తనతో పాటు అదే చాలు నాకు” అంది అఖిల. “అవునా సరే త్వరలో తెలుస్తుంది లే నీకు దాని కోసం” అన్నాడు శర్వా. “ఇంకా నీ స్కిల్స్ కూడా చాలా ఇంప్రెస్స్ చేసాయి నన్ను కూడా” అన్నాడు శర్వా.

“ధన్యవదాలు శర్వా” అంటూ సినిమా స్టయిల్లో చేతిని తలని అడిస్తూ చెప్పింది అఖిల.

“అఖిల బయలుదేరదామా” అని విక్రమ్ అరవగానే టక్కున పరుగు పెట్టింది అఖిల. రాధికా,

సారథి నవ్వుకున్నారు. “చెప్పు బావ నేను నీకు ఏ విధంగా సహాయపడగలను” అని అడిగింది అఖిల విక్రమ్ ని. “ముందు బావ అని పిలవడం మానెయ్ అసలు బాలేదు, విక్రమ్ అని లేదా

అఖిల్ అని లేదా సార్ అని పిలువు" అన్నాడు విక్రమ్.

"అసలు కుదరదు, ఏంటి సార్ అని పిలవాలా అసలు నీకు ఓవర్ అనిపించడం లేదా మన ఆఫీస్లో అఖిల్ అనే కదా పిలిచాను" అంది అఖిల.

"అది సాఫ్ట్వేర్ ఆఫీస్, సరే ఇక్కడ కూడా అఖిల్ అనే పిలువు" అన్నాడు విక్రమ్. "ఏంటి ఆర్డర్ వేస్తున్నావ్, పో నేను బావ అనే పిలుస్తూ ఉంటాను, నీకు సైట్ కొడుతూ ఉంటా" అంది అఖిల.

"అబ్బా అఖిల ఎలా చెప్పాలి నీకు" అన్నాడు విక్రమ్. రాధిక వైపు చూస్తూ, హాలో అక్క అనుమతి తీసుకున్నాక నిన్ను బావ అని ఫిక్స్ అయ్యా" అంది అఖిల.

రాధిక "నువ్వు సూపర్" అంటూ వేలు చూపించింది అఖిల వైపు.

విక్రమ్ రాధికతో "ఏంటి రాధిక నువ్వు కూడా ఇలా చేస్తే ఎలా?" అన్నాడు. "మీరు ఎవరు సార్?" అంది రాధిక.

"రాధికా ఎందుకు అలా మాట్లాడుతున్నావు?" అని నీళ్లతో నిండిన కళ్ళతో అన్నాడు విక్రమ్. "మీకు డ్యూటీ ఉంటే చాలు కదా సార్, పెళ్ళాం పిల్లలు లాంటి విషయాలు ఉండవు కదా, చేస్కోండి మీ డ్యూటీ, అయినా రెండు ఏళ్ళ నుంచి లేని ప్రేమ అకస్మాత్తుగా వచ్చేసిందా, నమ్మాలా? నేను అంది రాధిక.

"అయ్యో నువ్వే కదా నాతో ఉండలేను అన్నావు" అన్నాడు విక్రమ్. "అవును, ఇప్పుడు కూడా అదే కదా అంటున్న" అంది రాధిక. "రాధిక ఎందుకు ఆవేశం, మనం ఏం విడాకులు తీసుకోలేదు" అన్నాడు విక్రమ్.

"అవును సార్ తీసుకోలేదు, కానీ విడిపోయాం, విడాకులు ఇవ్వకుండా మీరు నాతో మాట్లాడకుండా ఉన్నారు. అంటే మీరు డ్యూటీ లో ఉన్నారు అంతే కదా, ఇంకో కవర్ ఆపరేషన్, చేస్కోండి బాగా" అంది రాధిక. "అబ్బా రాధిక అలా కాదు" అన్నాడు విక్రమ్.

"ఎలా కాదు, మీ వల్ల నా జీవితం లో తప్పు జరిగింది సార్, ఇంకా నా వల్ల కాదు" అంది రాధిక. "అసలు ఇప్పుడు అవ్వన్నీ ఎందుకు? సరే నేను విడాకులు ఇస్తే నచ్చిన వాళ్ళని పెళ్లి చేసుకుని నచ్చినట్టు బ్రతుకుతావా?" అని అడిగాడు విక్రమ్.

"సార్, ఒకసారి అయింది చాలదా, మీరు విడాకులు ఇవ్వండి కనీసం నా బాధ్యత మీరు తీసుకోవాలని ఆలోచన నాకు పోతుంది, ఎందుకు అంటే ఎలాగూ మీరు తీసుకోరు కదా" అంది రాధిక.

"నీకు ఏం కావాలి రాధికా, అది చెప్పు" అన్నాడు విక్రమ్. "విక్రమ్ ఇప్పుడు నువ్వు దేశం కోసం చేయాల్సిన పని చాలానే ఉంది, అది అయ్యాక రా అప్పుడు చెప్తా" అంది రాధిక. 'అంటే' అన్నాడు విక్రమ్. "ఈ హైదరాబాద్ లో బ్లాస్ట్ ఆపు ముందు దేశ భక్తి నాకు కూడా ఉంది లే" అంది రాధిక. "అది నా స్వీటీ అంటే" అన్నాడు విక్రమ్.

"సార్ ఇంకా మనకి ప్యాచ్ అప్ అవ్వలేదు, నన్ను రాధిక అని మాత్రమే పిలవండి" అంది రాధిక. "సరే రాధిక నువ్వు ఢిల్లీ వెళ్ళిపో" అన్నాడు విక్రమ్. "మీరు చెప్పక్కర్లేదు సార్ ఆ పనిలోనే ఉన్నా, టికెట్ బుక్ చేస్తున్నా" అంది రాధిక. "అవసరం లేదు హెలి పాడ్ లో పంపండి సార్" అన్నాడు విక్రమ్.

"విక్రమ్ అది" అన్నాడు భగత్, పదునుగా ఒకసారి చూసాడు విక్రమ్, వెంటనే హెలిపాడ్ డ్రైవర్ ని పిలిచే పనిలో పడ్డాడు భగత్.

"రాధిక సరే ఈ బ్లాస్ట్ జరగదు, నేను ఆ పనిలోనే ఉంటాను, రేపు ఇది ఆపి ఎల్లుండి వచ్చి నిన్ను కలుస్తాను, నువ్వు జాగ్రత్తగ ఉండు" అని చెప్పాడు విక్రమ్.

"అక్క జాగ్రత్తగా వెళ్ళు" అని కౌగిలించుకుని చెప్పింది అఖిల. "విక్రమ్ ని జాగ్రత్తగా చూస్కో" అని చెప్పింది చెవిలో రాధిక అఖిలతో. "ఇంత ప్రేమ పెట్టుకుని కఠినంగా ఎందుకు ఉంటున్నావ్ అక్క" అని అడిగింది అఖిల. "కొన్ని సార్లు అలాగే ఉండాలి అఖిల, లేదంటే జీవితం అనేది ఒకటి ఉంది అనే విషయం మర్చిపోవాల్సి వస్తుంది" అంది రాధిక. "సరే అక్క బాయ్" అని విక్రమ్ దగ్గరకి వచ్చింది అఖిల.

"బావ ఎటు మన పయనం ఇప్పుడు?" అని అడిగింది అఖిల విక్రమ్ ని. "ఒక్క నిమిషం చెప్తా" అని సమీర్ వైపు తిరిగాడు విక్రమ్.

"వెంటనే చెప్పండి సార్" అంటూ వచ్చాడు సమీర్. "నువ్వు నాతో కాల్ కనెక్షన్ లో ఉండు, అక్కడ ఉన్న మిగతా అందరు కూడా మనతో కనెక్షన్ లో ఉండాలి" అన్నాడు విక్రమ్. సరే సార్ అన్నాడు సమీర్.

"బాబర్, అజార్ ల ప్రాణ త్యాగం ఊరికే పోకూడదు అంటే మనం ఈ ఆపరేషన్ ఆపి తీరాలి. అందుకోసం నేను అఖిల, మజీద్ ని ఫాలో అవుతాం, మాధవ్ నువ్వు ఫాతిమా ని వెతికే పనిలో ఉండు" అన్నాడు విక్రమ్.

"సరే" అన్నాడు మాధవ్. అఖిల, విక్రమ్ కార్ లో బయలుదేరారు.

"బావ నాకో సందేహం" అంది అఖిల. "లేట్ ఎందుకు అడుగు" అన్నాడు విక్రమ్.

"అది మీనా, అదే ఫాతిమా, మూడు గంటల నుంచి అక్కడ నుంచి కదలలేదు, అలాగే మజీద్ కూడా అక్కడే ఉన్నాడు, అంటే వారికీ ఏదో కమ్యూనికేషన్ ఉన్నట్టే కదా" అంది అఖిల.

"ఇంప్రెస్సివ్ పాయింట్ అఖిల, నువ్వు నిజంగా రా టీం లో ఉండవలిసినదానివి" అన్నాడు విక్రమ్.

"థాంక్ యు, థాంక్ యు" అని రెండు చేతులు ముఖానికి అడ్డుగా పెట్టుకుని సిగ్గు పడింది అఖిల.

"సిగ్గు పడింది చాలు కానీ, ఒకసారి ఫాతిమా కి కాల్ చేయి" అన్నాడు విక్రమ్. "స్విచ్ ఆఫ్ వస్తోంది" అంది అఖిల. "అవునా సరే, వాట్సాప్ స్టేటస్ చూడు" అన్నాడు విక్రమ్. "చూపించడం లేదు" అంది అఖిల.

"అంటే సైగల ద్వారా మజీద్ కి ఏదో చెప్తోంది, అందుకే అతను అంత సేపు అక్కడే ఉన్నాడు, ఇది చాలా ప్రమాదకరం" అన్నాడు విక్రమ్.

"ఇప్పుడు ఏం చూద్దాం? వాళ్ళ మీద ఎటాక్ చేయిస్తే?" అంది అఖిల. "మజీద్ ఒక్కడే వచ్చాడు అని నేను అనుకోను, కచ్చితంగా చుట్టూ బెటాలియన్ ఉండి ఉంటుంది" అన్నాడు విక్రమ్.

"మన వాళ్ళు ఐదుగురు ఉన్నారు కదా" అంది అఖిల "అమ్మ నువ్వు ముందు సినిమా వదిలి రియల్ లైఫ్ లోకి రా" అన్నాడు విక్రమ్.

"సరే ఏం చేద్దాం, నువ్వే చెప్పు" అంది అఖిల. "ముందు అక్కడికి వెళ్ళాలి" అని వేగం పెంచాడు విక్రమ్.

విక్రమ్ అనుకున్నట్టుగానే మజీద్ ఫాతిమాలకి ముందే పరిచయం ఉంది, కానీ ఫాతిమా పేరు మీనా అనే మజీద్ కి తెల్సు, అతను ఫాతిమా చేసే అన్ని అక్రమ పనులకి జనాలు సరఫరా

చేసేవాడు. మీనా కి అడ్డు వచ్చిన వాళ్ళని లేపేయడానికి సహాయం చేసి కమిషన్ తీసుకునేవాడు. ఆ మాత్రం దానికే కాదు వాళ్ళు ఇద్దరు ఎప్పుడు సైగల ద్వారానే మాట్లాడుకునేవారు. ఒకరికి ఒకరు పరిచయం ఉన్నట్టు ఎవరికీ తెలీదు, అన్ని అక్రమ కార్య కలాపాలు అంటే పిల్లల కిడ్నప్ అమ్మాయిలు ని హాస్పిటల్ కి తెచ్చేవి, కొన్ని హత్యలు అన్ని పైకి మజీద్ చేయించినట్టే కానీ వెనకాల హస్తం ఫాతిమాది.

"మీనా నిజంగా సాధారణ ఉగ్రవాది నా, లేదా ఏదో పెద్ద ప్లాన్ చేయడానికి వచ్చిన ఉగ్రవాద లీడర్ అని నాకు సందేహం వస్తోంది" అన్నాడు విక్రమ్.

"ఎందుకు?" అంది అఖిల. "తాను చేసే పనులు, అవి చూస్తుంటే అలా ఉంది" అన్నాడు విక్రమ్. అప్పుడే విక్రమ్ కి ఒక కాల్ వచ్చింది.

"హలో మిస్టర్ ఏజెంట్, జే" అన్నాడు విక్రమ్. "హలో మిస్టర్ విక్రమ్" అన్నాడు జే. "చెప్పండి ఏదో సమాచారం ఇవ్వడానికే ఫోన్ చేసినట్టున్నారు" అన్నాడు విక్రమ్.

"అవును హైదరాబాద్ ఎటాక్ కోసం బాంగ్లాదేశ్ లో మనకి తెల్సింది కదా, అది ప్లాన్ ఏ మాత్రమే వాళ్ళకి ప్లాన్ బి కూడా ఉంది" అన్నది జే.

"ఏంటి సార్, అది" అన్నాడు విక్రమ్. "ఫాతిమా షేక్ సుల్తానా అన్నాడు" జే. "ఏంటి సార్ మీరు అనేది?" అన్నాడు విక్రమ్. "అవును విక్రమ్ ఆమె, వందల మందిలో వచ్చింది కాదు, బాగా ట్రైన్ చేసి పంపిన ఆయుధం. ఐసిస్ లీడర్ జనాబ్ రెండవ భార్య కూతురు, చేతితో పులిని చంపగల శక్తి వంతమైన వ్యక్తి" అన్నాడు జే.

కాల్ స్పీకర్ లో ఉండడంతో అదంతా వింటున్న అఖిల పై ప్రాణాలు అటే పోయాయి. "ఇంతకాలం దాంతోటా తెగ తిరిగేసా" అంది అఖిల, నవ్వాడు విక్రమ్. "సరే చూస్కో విక్రమ్" అని ఫోన్ పెట్టేసాడు జే.

"అది అంత అమాయకురాలు లా భలే నటించింది" అంది అఖిల. "అవునా..." అని మళ్ళా నవ్వాడు విక్రమ్.

"ఎందుకు అలా నవ్వుతున్నావ్? అవును లే తమరు కూడా పెద్ద యాక్టరే కదా" అంది అఖిల, అని తల కార్ విండో వైపు తిప్పి బుర్ర తిప్పుతూ "అందరూ మోసగాళ్ళే బాబు" అంటూ చిన్న పిల్లలా చేసింది. ఆ చేష్టలకి తెగ నవ్వు వచ్చింది విక్రమ్ కి.

"ఏంటి నవ్వు వస్తోందా నీకు? అయినా నా భయం వింటూ ఉంటే" అని తన చేతితో విక్రమ్ భుజం పై కొడుతూ ఉంది అఖిల.

"అఖిల వద్దు, వద్దు" అంటున్నాడు విక్రమ్ అఖిల నవ్వుతూ కొడుతూ ఉంది, నిజానికి ఎప్పుడు సీరియస్ గా ఉండే విక్రమ్ ఇప్పుడు చాలా నవ్వుతూ పని చేయడం చాలా కొత్తగా ఉంది అఖిల కి, పైగా అఖిల కూడా చాలా సంతోషంగా ఉంది, ఎందుకంటే ఇరవై నాలుగు గంటల నుంచి తనకి వెబ్సిరీస్ చూడాలి అన్ని తలంపు రాలేదు.

అలా విక్రమ్ ని కొడుతూ కొడుతూ ఉండగానే విక్రమ్ ఒక చేతితో స్టీరింగ్ పట్టుకుని అఖిల ని ఆపడానికి ఇంకో చేతితో అఖిల ని తన దగ్గరగా లాక్కున్నాడు భుజం చుట్టూ చేయి వేసి. అప్పటివరకు గోల చేస్తున్న అఖిల వెచ్చని విక్రమ్ స్పర్శ తాకే సరికి అకస్మాత్తుగా ఆగిపోయింది అక్కడే. అది విక్రమ్ గమనించలేదు, ఇంకా దగ్గరికి లాక్కున్నాడు విక్రమ్.

అంతే ఎన్నో చిలిపి కోరికలు మదిలో రేగుతున్నాయి. వెంటనే ప్రతిక్షణం నీ దర్శనం దొరుకున అంటూ మనసులో పాటలు పాడుతోంది అఖిల. "ఏమైంది ఆగిపోయావ్?" అన్నాడు విక్రమ్ అనేలోపు పక్కకి తిరిగాడు. అఖిల "ఏం లేదు లే" దించిన తల ఎత్తింది. ఇద్దరు చాలా దగ్గరకి వచ్చేసారు, పెదాలకి కనీసం ఒక ఇంచు కూడా ఖాళీ లేదు, ఇద్దరి పెదాలు వణుకుతూ ఉన్నాయ్, పెదాలు తాకాలి అన్న ఆవేశం అలా వచ్చింది, తనకి తెలీకుండానే విక్రమ్ కాలు బ్రేక్ పై పడింది. అంతే కార్ ఆగింది, ఒక్క నిమిషం లేట్ చేయకుండా అఖిల విక్రమ్ పెదాలపై దాడి చేసింది, ఒక మూడు నిమిషాల పాటు అఖిల ముద్దుతో విక్రమ్ మునిగిపోయాడు. ఆ యుద్ధం అలా ముందుకు సాగి అఖిల నడుము మీద చేతిని వేసి దగ్గరగా లాగాడు, పెదవులని వదిలి మెడపై ముద్దు పెట్టడం మొదలు పెట్టాడు, అఖిల ఇంకా తమకంతో ముద్దు ఇస్తోంది, అంతే విక్రమ్ కి తాను ఏం చేస్తున్నాడో అర్థం అయ్యి వదిలేసాడు అఖిల ని. దూరంగా, అఖిల సీటు లో దూరం పడింది.

"సారీ" అన్నాడు విక్రమ్. "నేనే సారీ" అంది అఖిల. "సరే సరే" అన్నాడు విక్రమ్.

"అయినా అక్కకి ఎలా ద్రోహం చేద్దాం అనుకున్నావ్" అని అడిగింది అఖిల. "హలో మేడమ్ ఆగింది నేను నువ్వు కాదు" అన్నాడు విక్రమ్.

"ముద్దు పెట్టుకుంటే కొంపలు ఏం మునగవు అని పెట్టుకున్నా, ఐన అంత తమకం వస్తుంది

అని నాకేం తెల్సు" అంది అఖిల.

"అయినా... నాకు అంత ప్రేమ ఉంది కాబట్టి ఆగలేదు, నీకేం లేదు అందుకే ఆగిపోయావ్ పో" అంది అఖిల. "అక్క అన్నావ్ కదా రాధికని, అయినా ఒక్క నిమిషం కూడా ఒకే ఒపీనియన్ తో ఉండవా?" అని అడిగాడు విక్రమ్. "నిన్ను కూడా బావ అనే కదా అన్న బావ" అంటూ నవ్వింది అఖిల. నవ్వాడు విక్రమ్. "అయినా బావ నచ్చిన చెలికాడు అంత దగ్గరలో ఉంటే ముద్దు ని ఆపడం ఎవరి తరం కాదు, ఉన్నవాడు అక్క మొగుడు ఐనా సరే, ఐనా నీ కథ తెలియక ముందు, రాధిక తెలియక ముందు నాకు నీ మీద ఫీలింగ్స్ ఉన్నాయ్ కదా, ఐనా నువ్వు కూడా చూపించావు కదా, అక్క గుర్తు వచ్చి ఆగావు కానీ, ఎంతో కొంత నీకు భావం వచ్చింది కదా, బహుశా ఇన్ని ఏళ్ళు అక్కకి దూరంగా ఉన్నావు, ఎవరు ఇంత దగ్గరకి రాక ఏమో" అంది అఖిల.

సైలెంట్ అయిపోయాడు విక్రమ్. రాధిక గతంలో అన్నమాట గుర్తు వచ్చింది "నేనేమి రోబోని కాదు, కొన్ని ఫీలింగ్స్ ఎక్కువ కాలం దాచడం వల్ల తప్పులు జరుగవచ్చు విక్రమ్, కావాలని ఏది చేయలేదు నాది తప్పే, ఆ తప్పులో నీ పాత్ర కూడా ఉంది" అంటూ రాధిక అరవడం కళ్ళ ముందు మెదిలింది విక్రమ్ కి. వెంటనే చాల ఫాస్ట్ గా బ్రేక్ వేసి కార్ ఆపాడు విక్రమ్. "ఏమైంది బావ అలా ఆపావు" అని అడిగింది అఖిల.

ఏం మాట్లాడలేదు విక్రమ్. "ఇందాక ఆపింది తిరిగి మొదలు పెడదామా" అంటూ కన్ను కొట్టింది అఖిల. ఏం మాట్లాడలేదు విక్రమ్. "బావ చేద్దాం అంటే చెప్పు నేను ఏం అక్కకి చెప్పను లే ఉత్తిఉత్తిగ అన్న ఇందాక, నాకు అసలే నువ్వంటే పిచ్చ ప్యార్, నీకోసం నేను" అంటూ ఏదోఏదో చెప్తోంది, కానీ విక్రమ్ ఏం మాట్లాడం లేదు.

"బావ ఏమైంది?"అంటూ ముఖం తన వైపుకి తిప్పుకుంది అఖిల. విక్రమ్ ముఖం అంత కన్నీటితో నిండిపోయింది, అసలు ఆ ముఖం లో నీటి చుక్క లేని ప్రదేశం లేదు. "ఏమైంది బావ, ఏమైంది అఖిల్, ఏమైంది విక్రమ్?" అంటూ అడిగింది అఖిల.

"ఐ యాం సారీ అఖిల ఇందాక ఎందుకు అలా అయింది .నాకు తెలీదు ఐ అం సారీ రాధికా" అన్నాడు విక్రమ్. "బావా ఒకటి చెప్పనా, ఇందాక ఏమి అవ్వలేదు, నిజానికి నీకు దగ్గరగా వచ్చింది నేను, ముందు ముద్దు పెట్టింది నేను, అప్పటికి ఆగింది నువ్వే, ఎందుకు అంటే

నీకు అక్క మీద అంత ప్రేమ ఉంది. నేనే నీకు అక్కకి సారీ చెప్పాలి అంతే కానీ నువ్వు కాదు" అంది అఖిల.

"ఏమో నాకు ఏదో లా ఉంది అఖిల" అన్నాడు విక్రమ్. "అవునా సరే అయితే" అని అటు పక్కగ చూసి "హోటల్ దసబెల్లా వచ్చింది వెళ్దాం పద" అంది అఖిల. "ఎందుకు నీకు ఆకలి వేస్తోందా?" అని అడిగాడు విక్రమ్. "అవును చాలా ఆకలి, రూమ్ తీసుకుని నిన్ను తినేద్దాం అని" అంది అఖిల.

"ఎందుకు జోక్స్ అఖిల, అసలే నేను బాధ పడుతూ ఉంటే" అన్నాడు విక్రమ్. "అవును బావ ఏమి అవ్వని దానికి బాధ పడే కంటే ఏదో ఒకటి అయ్యాక పడితే నువ్వు నేను కూడా అక్కకి సారీ చెప్పచ్చు, నాకు ఒక మెమరీ ఉంటుంది కదా" అంది అఖిల.

"ఓయ్ చాలా ఎక్కువ చేస్తున్నావు మరదలా నువ్వు" అంటూ నవ్వాడు విక్రమ్. "కదా... నువ్వు ఊరికే ఏడుస్తూ ఉంటే నాకు అలాగే ఉంది" అంది అఖిల.

"సరే లే అయితే" అంటూ నవ్వాడు విక్రమ్. "హమ్మయ్య నవ్వేసావా...! నవ్వితే ఎంత బాగుంటావు, ఐనా నవ్వవు. ఐనా నాకు ఒకటి అర్థం ఐంది, నువ్వు ఇక్కడ రా లో ఎక్కువ నవ్వుతున్నావు. అదే మన ఆఫీస్ లో అయితే అసలు నవ్వే వాడివే కాదు, ఎవరికైనా నచ్చిన పని చేస్తే ఉల్లాసంగా ఉంటుంది కదా" అంది అఖిల.

"అవును" అన్నాడు విక్రమ్. "మళ్ళా ఏమైంది ఆ ఫేస్ కి, ఎందుకు ఇవాళ అంత బాధపడుతున్నావ్? ఇంకా బాధ పడితే ఇందాక ఆపింది నే మొదలు పెడతా, ఐనా ఓ... తెగ ఇది అయిపోయి ఏడుస్తున్నావ్ ఏంటో" అంది అఖిల.

"నీకు ఎందుకు ఏడుస్తున్న అని చెప్పలేను అఖిల చెప్తే నువ్వు ఎలా తీసుకుంటావో కూడా తెలీదు" అనుకున్నాడు మనసులో, పైకి ఏం మాట్లాడలేదు. "ఏం ఆలోచిస్తున్నావు ఫాతిమా కోసమా" అంది అఖిల. "కాదు శ్రావ్య కోసం" అన్నాడు. "ఎందుకు" అంది అఖిల.

"ఆమె జెరూసలేం వెళ్ళింది "అంటే, ఏదో పెద్ద ప్లానే ఉంది కదా" అన్నాడు విక్రమ్.

"ముందు మనం ఫాతిమా ని కదా పట్టుకోవాలి" అంది అఖిల. "కానీ ఆమె మనకి దొరకదు, ఆమె ఎవరో తెలియక చేతికి దొరికిన ఆమెని అనవసరంగా వదిలేసాను" అన్నాడు విక్రమ్.

“ఇప్పుడు వెతుకుతున్నాం కదా దొరికేస్తుంది లే” అంది అఖిల. “కష్టం అఖిల, కానీ మజీద్ ని పట్టుకోగలమేమో చూడాలి” అన్నాడు విక్రమ్.

“ఎందుకు కష్టం” అంది అఖిల, బ్రేక్ వేసి కార్ ఆపాడు విక్రమ్. “ఎందుకు బాబు మాటి మాటికీ బ్రేక్ వేసి కార్ అవుతావు” అంది అఖిల.

అటు చూడు అన్నాడు విక్రమ్. అక్కడ హెలికాప్టర్ లో ఎగురుతున్న మీనా అదే ఫాతిమా ఉంది నవ్వుతు కిందకి చూస్తోంది, అక్కడే చేష్టలుడిగి నించున్న మజీద్ ఉన్నాడు, అతను కూడా షాక్ లోనే ఉన్నాడు ఎందుకంటే అక్కడ ఒకటి కాదు ఇరవై హెలికాప్టర్ ఉన్నాయ్, అన్ని ఒకటే సారి ఎగిరాయి, అప్పటిదాకా అక్కడ పార్క్ చేసి అటు ఇటు ఉన్న వంద కార్లు అక్కడ నుండి వెళ్లిపోయాయి. మజీద్ కూడా వచ్చిన పది జీప్ లు మాత్రం ఉన్నాయ్.

“వెళ్లి మజీద్ ని పట్టుకో అంది అఖిల. దాని కంటే ముఖ్యం ఇంకోటి ఉంది, అసలు ఫాతిమా లీడర్ అయితే సాధారణ ఉగ్రవాది లా ఎందుకు వచ్చింది, ఎందుకు ఇక్కడ గర్భధారణ విషయాల్లో డబ్బు సంపాదించింది, సరే అవ్వన్నీ అటు ఉంచితే, ప్లాన్ బి ఏంటి?” అన్నాడు విక్రమ్.

“అవ్వన్నీ మనకి తెలియాలి అంటే మజీద్ ని పట్టుకోవాలి కదా అంది అఖిల”. “అయ్యో అఖిల మజీద్ ప్లాన్ ఏ కి వాడారు అంటే ప్లాన్ బి వేరే ఉంది కదా” అన్నాడు విక్రమ్.

“అంటే ఇప్పుడు మజీద్ ని వదిలేద్దామా నువ్వు మజీద్ వెనక ఉన్న 20 మందిని చూసి భయపడుతున్నావా, భయపడకు బంగారం, నేను ఉన్నా ఇంకా మన ఆఫీసర్స్ ఆరుగురు ఉన్నారు. ఐనా నేను నిన్ను జేమ్స్ బాండ్ అనుకుంటూ ఉంటే నువ్వేంటి ఇలా అంది” అఖిల.

అబ్బా నేను భవిష్యత్తులో వచ్చే ప్రమాదం కోసం ఆలోచిస్తూ ఉంటే, నువ్వు ...సరే ఇప్పుడు నీకు ఆ మజీద్ కావాలి అంతే నా సరే ఉండు అని కార్ దిగాడు విక్రమ్. విక్రమ్ ని చూసి మజీద్ భాయ్ మనుషులు అంతా అలెర్ట్ అయ్యారు కానీ వాళ్ళకి తెలియని విషయం ఏంటి అంటే విక్రమ్ వాళ్ళు ఎక్కడ ఎంత మంది ఉన్నారో తెల్సుకోవాలి సరిగా అని కార్ దిగాడు.

మజీద్ కూడా కార్ దిగి తన వైపు వస్తున్న విక్రమ్ ని చూసి మూడింది వీడికి అని అనుకున్నాడు, ఆలా వెళ్తూ ఉన్న విక్రమ్ అకస్మాత్తుగా ఆగి పక్క సందులో ఉన్న మజీద్ మనిషి ఒకడ్ని లాగి కొట్టాడు అతని చేతిని విరిచి అక్కడే నేల కూల్చాడు. అక్కడ ఉన్న ఆఫీసర్స్ లో ఒకరు ఐన విజయ్ తన పై ఆఫీసర్ సయీద్ తో “సార్ విక్రమ్ సార్ యుద్ధం మొదలు పెట్టారు, మనం

రంగం లోకి వెళ్లాలా" అని అడిగాడు. "ఏమో ఇంకా మనకి ఆర్డర్స్ రాలేదు" అని కనెక్షన్ లో ఉన్న సమీర్ ని అడిగాడు. దానికి పక్కనే ఉన్న శర్మా "వెళ్ళండి మీరు కూడా కదన రంగంలోనికి కానీ మీరు ఏమి చేయద్దు, ఎందుకంటే విక్రమ్ సార్ కొడుతూ ఉంటే చూడడానికి చాల బాగుంటుంది, చాల నీట్ గ ఏ ఆస్తులు నాశనం కాకుండా చాల చక్కగ కొడతారు. అలా అని దెబ్బలు సున్నింతంగా ఉంటాయి అనుకుంటున్నారు ఏమో ఒక సరి అయన దెబ్బకు కింద ఎవరైనా పడితే మళ్ళా లేవడానికి మూడు రోజులు పడుతుంది, మత్తు ఇవ్వాల్సిన పని లేదు, ఆ దెబ్బకి మత్తులో పోయి మనకి నిజం చెప్పేస్తారు అని అన్నాడు. మరి సార్ ఇంకా మేము దిగడం దేనికి అన్నాడు విజయ్. "ఇదుగో నీ పేరు ఏంటి అన్నావు" అని అడిగాడు శర్మా. "విజయ్ సార్" అన్నాడు విజయ్.

"హా, విజయ్ అక్కడ పడి ఉన్న బాడీలు అరెస్ట్ అయ్యి స్టేషన్ కో, హాస్పిటల్ కో రావాలి కదా. అప్పుడే కదా మనం ఇంటరాగేట్ చేస్తాము, జైలు లో వేస్తాము. మీరు దిగి ఆ పని చూడండి, ఫైట్ చేస్తున్న విక్రమ్ సార్ ని డిస్టర్బ్ చేయకండి ఎందుకంటే అయన ప్లాన్ చేసే దిగి ఉంటారు" అన్నాడు శర్మా.

ఓకే సార్ అని చెప్పి సయెద్, విజయ్ ఇంకా నలుగురు ఆఫీసర్స్ దిగారు కిందకి. అప్పటికే ఉన్న ఇరవై మందిలో పది మందిని నేల మీద పడుకోబెట్టాడు విక్రమ్, అందులో ఒక్కడు కూడా పైకి లేవడం లేదు, మజీద్ కి వణుకు మొదలు ఐంది, కాళ్లలో ఉన్న వణుకు వెన్నుకు పాకింది.

సయెద్ అది చూసి "ఇంతకాలం అహంకారం, గర్వం, ధైర్యం తప్ప మజీద్ ముఖంలో భయం ఎప్పుడు చూడలేదు. వెన్నులో వణుకు కళ్ళలో తెలుస్తోంది. అసలు వెనక జనం చూసి నా ఇష్టం అన్నట్టు వీడి జాగాలో వీడు వేసే వేషాలు అన్ని ఇన్ని కాదు" అన్నాడు సయెద్.

"అవునా సార్ "అన్నాడు విజయ్. "అవును విజయ్ వీడు సిటీ లో చేయని దారుణాలు లేవు. సిటీ లో కిడ్నాప్ లు, విమెన్ ట్రాఫికింగ్ ఇంకా అంతర్జాతీయ ఉగ్రవాదులతో సంబంధాలు, సొంత వాళ్ళని కూడా అమ్మేస్తుంటే ఏం సాధిస్తాడో తెలీదు, కానీ వీడి నెట్వర్క్ చాల పెద్దది. ఆఫ్ఘనిస్తాన్, పాకిస్తాన్, బీజాపూర్, కాశ్మీర్, దుబాయ్ అన్ని చోట్ల ఏం జరిగిన వీడికి తెలుస్తుంది. అంతేనా వీడు ఎంత దారుణాలు చేసినా, మాకు ఎంత మండినా కనీసం చర్యలు తిస్కోడానికి లేదు. పైగా కొంత మంది రాజకీయనాయకుల అండ ఉంది వీడికి." "అన్నాడు సయెద్.

"ఇప్పుడు వీడిని అరెస్ట్ చేసినా ఏం చేయలేమా" సార్ అన్నాడు విజయ్. "మనం ఏం చేయలేము కానీ రా వాళ్ళ విధానం వేరుగా ఉంటుంది. చూడు విక్రమ్ సార్ రాగానే మజీద్ ని రోడ్ పై నిలబెట్టాడు "అన్నాడు సయెద్. "అవును సార్ విక్రమ్ సార్ గ్రేట్" అన్నాడు విజయ్.

అప్పుడే విక్రమ్ పైన ఒకేసారి ఆరుగురు ఎటాక్ చేసారు రౌండ్ అప్ చేసారు. అందరి చేతిలో గన్స్ ఉన్నాయ్, కానీ ఎవరు షూట్ చేయలేదు. విక్రమ్ వాళ్ళకి ప్రాణాలతో కావాలి అన్న విషయం విక్రమ్ కి అర్థం ఐంది, విక్రమ్ నెమ్మదించాడు కావాలనే, కానీ అతను దొరికేసాడు అనుకున్నాడు మజీద్.

ఏమైంది విక్రమ్ కి అనుకుని కిందకి దిగింది అఖిల. అయ్యో నువ్వు ఎందుకే దిగుతున్నావ్ అనుకున్నాడు విక్రమ్, కొద్దిగ వెనక్కి వచ్చాడు.

వాడి మెడ చుట్టూ చేయి వేసి బంధించు అన్నట్టు సలహా ఇచ్చాడు మజీద్, విక్రమ్ వెనక ఉన్న అతనికి. కానీ అతను భయపడ్డాడు, సింహం ఎంత తగ్గి ఉన్న దగ్గరకి వెళ్ళడానికి మిగతా జంతువులకి భయమే కదా, ఆ భయమే కనపడింది వాళ్ళకి అక్కడ.

అంతే విక్రమ్ ఇంకో రెండు అడుగులు వెనక్కి వేసాడు. ఇంకా తప్పదు అని వెనక అతను విక్రమ్ మెడ చుట్టూ చేయి వేసి వెనక్కి లాగాడు, ఇంకో ఇద్దరు చెరో చేతిని పట్టుకున్నారు, మరో ఇద్దరు కాళ్ళని పట్టుకు పైకి ఎత్తాడు, ఇంకొకడు దొరికాడు కదా అని గట్టిగ కడుపులో కొడదాం అని పరిగెత్తుకు వస్తున్నాడు.

అతను ఇంకో పది సెకండ్లలో కొడతాడు అనగా విక్రమ్ తన ఎడమ చేతిని విదిలించుకుని పైకి ఎగిరి ఎడమ మోచేతితో వెనక ఉన్నవాడి డొక్కలో గుద్దాడు, అలాగే కుడి చేయి విదిలించుకుని దానితో ఎడమ వైపు ఉన్న వాడిని పిడి గుద్దులు, ఎడమ చేతితో కుడి వైపు ఉన్న వాడిని పిడి గుద్దులు గుద్దాడు, ఆ దూకుడు కి కాళ్ళని పట్టుకున్నవాళ్ళు కాస్త వదిలేసారు.

విక్రమ్ వెళ్లి వాళ్ళని పడుకోబెట్టాడు, కిందకి దిగిన ఆరో నిముషాల్లో ఇరవై మందిని పడుకోబెట్టాడు. విక్రమ్ కి ఏమైందా అని కిందకి దిగిన అఖిల, నువ్వు నిజంగా జేమ్స్ బాండ్ వే అనుకుంది. మళ్ళా కాదు కాదు వాళ్ళకంటే నువ్వే గొప్ప ఏం ఫైట్ రా బాబు, బ్రూస్ లీ ఏమైనా నేర్పాడా నీకు అనుకుంది మళ్ళా.

ఆరుగురు ఆఫీసర్స్ కింద ఉన్న ఇరవై మందిని పోలీస్ జీప్ ఎక్కించారు. "సార్ మరి మజీద్ "అన్నాడు సయెద్". "మీరు వాళ్ళని తీసుకువెళ్ళండి, వీడిని మీకు అప్పగించేముందు మేము కొంత ఇంటరాగేట్ చేయాలి" అన్నాడు విక్రమ్.

అవునా సరే సార్ అని వెళ్ళిపోయాడు సయెద్ అందర్నీ తీసుకుని. విక్రమ్ మజీద్ వైపు వస్తున్నాడు. "అబ్బా ఇరవై మందిని కొట్టేస్తే నేను లొంగిపోతా అనుకున్నావా పోలీసు, మేము చాల మందిని కొట్టము, ఇవాళ నిన్ను కొడతాము కాదు చంపుతాము చూస్తావా" అంటూ ముందుకు వచ్చాడు మజీద్. కానీ విక్రమ్ ఏం మాట్లాడలేదు. "రారా కొట్టుకుందాం" అన్నాడు మజీద్. దానికి విక్రమ్ నుంచి సమాధానం లేదు. " ఏరా భయపడ్డవా" అన్నాడు మజీద్. దానికి ఏం సమాధానం లేదు విక్రమ్ నుంచి. ఒరేయ్ పిచ్చి, ఇక్కడ ఇంత మందిని కొట్టి పడేస్తే మా వాడికి ఎందుకు రా భయం, నువ్వే అరవడం మానేసి ఒకసారి ఫైట్ చేయి అంది అఖిల. " నువ్వేంటి లేడీ ఆఫీసరా లేదా గర్ల్ ఫ్రెండా, మా వాడు అంటున్నావు. సరే ఒక విషయం అడగనా" అన్నాడు మజీద్. 'అడుగు' అంది అఖిల.

"ఒక కొట్లాట అడివిలో సింహం, పది నక్కలు ఉన్నాయ్ ఎవరు గెలుస్తారు" అని అడిగాడు మజీద్. 'సింహమే' అంది అఖిల. "అదే ఒక ఏనుగు, ఒక సింహం ఉంటే" అని అడిగాడు మజీద్. కాసేపు ఏం మాట్లాడలేదు అఖిల. "తెలీడం లేదు కదా పది మంది నక్కల్ని కొట్టినంత ఈజీ కాదు, ఒక ఏనుగు ని కొట్టడం. ఇప్పుడు అర్థం ఐంది కదా" అన్నాడు మజీద్.

"అంటే ఏమంటావ్ ఇప్పుడు?" అని అడిగింది మళ్ళా అఖిల. "బలం లో నాకు తక్కువ లేదు అంటాను" అన్నాడు మజీద్.

"నీకు బలం లో తక్కువ లేకపోవచ్చు, కానీ ఇక్కడ మా వాడు నీతో బాక్సింగ్ చేసి ట్రోఫీ గెలవడానికి రాలేదు, దేశం కోసం వచ్చాడు, ప్రజల కోసం వచ్చాడు" అంది అఖిల.

"ప్రజల కోసం పని చేసేది మేము, వాళ్ళు జీతం కోసం పని చేస్తారు, అవి చాలక లంచాలు తింటారు, అందుకే ఈ దేశం లో మీనా లాంటి వాళ్ళు అంత ఈజీగా తిరగగలుగుతున్నారు" అన్నాడు మజీద్. "హలో మిస్టర్ మజీద్, ఆ ఫాతిమా, అదే మీనా తిరగడానికి మా కంటే ఎక్కువ సహాయం చేసింది నువ్వే, ఐనా అందరు అధికారులు లంచాలు తీసుకోరు, అంతే కాక అన్ని జాబ్

ల లోను డబ్బు వస్తుంది, కానీ ఇక్కడ మాత్రమే నీ లాంటి వాళ్ళని పడగొట్టే ఛాన్స్ వస్తుంది, అది కదా అసలైన కిక్" అన్నాడు విక్రమ్.

"అంటే కిక్ కోసం మా వాళ్ళ మీదకి వస్తావా?" అని అడిగాడు మజీద్. "హలో మాస్టర్... ఎవరి మీదకి ఎవరు వచ్చారు. దేశం ప్రశాంతమైన వాతావరణం లో ఉండగా ఇష్టం లేక, ఈ దేశం లో పుట్టి, ఈ దేశం లో పెరిగి, ఇక్కడ ఉన్న వాళ్ళతో స్నేహంగా ఉండి, పరాయి దేశం, అది శత్రు దేశంతో చేతులు కలిపి ఇక్కడ నాశనం కి పన్నాగాలు చేస్తున్నావే, ఎందుకు ఇదంతా?" అన్నాడు విక్రమ్.

"మా వాళ్ళ స్వేచ్ఛ కోసం" అన్నాడు మజీద్. "ఏది స్వేచ్ఛ? చక్కగా చదువుకోండి, ఉద్యోగాలు చేస్కోండి, దేశానికి పేరు తీసుకురావాలని మీ వాళ్ళు ట్రై చేస్తూ ఉంటే, స్వేచ్ఛగా ఉన్నవాళ్ళని టెర్రరిజం చేతిలో పెట్టి, ఆయుధాలు సరఫరా చేయించి, ఆయుధాలు చేత పట్టించి, చదువు మధ్యలో ఆపించి, పైగా అమ్మాయిలని ఎక్కడికి వెళ్లనివ్వరు, చదువుకోనివ్వరు. పద్నాలుగు ఏళ్లకే పది మంది భార్య లు ఉన్న వాడికి ఇచ్చి అమ్మేస్తారు. సిటీ లో ఏ దందా జరిగినా మీ వాటాలు, బెదిరింపులు, ఎవరికీ స్వేచ్ఛ లేకుండా చేస్తూ, మళ్ళా స్వేచ్ఛ కావాలని అంటున్నావ్. పాపం పిల్లలు అని చూడకుండా నీ చేతిలో పెరిగిన బాబర్, అజార్, ఇక్బాల్ ని చంపేసావు, అసలు మనిషివేనా నువ్వు?" అన్నాడు విక్రమ్.

"అవును ఇది మా దేశం, మా పూర్వికులు యుద్ధం చేసి సాధించుకున్న దేశం, ఇక్కడ మేము మాత్రమే ఉండాలి. ఆరోజు రావడం కోసం ఎన్ని పోరాటాలు ఐనా చేస్తా, ఎన్ని బలులు ఐనా ఇస్తా, ఎవరినైనా అమ్ముతా, ఇవన్నీ మా దేశం మాకు రావడానికి చేస్తున్న త్యాగాలు" అన్నాడు మజీద్.

"ఒరేయ్, పిచ్చి బాగా ముదిరిపోయింది రా నీకు. ఇది అందరి పూర్వీకుల దేశం, నీకు మాత్రమే కాదు. అలాగే ఇది లౌకిక వాద దేశం, ఇక్కడ అందరు సమానం, అందరికి బ్రతికే హక్కు ఉంది, అలా పోరాటాలు చేస్తే, దేశం లో ఉన్న అందరు కత్తులు పట్టుకుని బైటకి రావాలి" అన్నాడు విక్రమ్.

"అయితే రారా" అంటూ ముందుకు వచ్చాడు మజీద్. "సరే రా ఇంకా" అని ముందుకు వెళ్ళాడు విక్రమ్. అంతే మజీద్ పరిగెత్తుకు వచ్చి తన ఎడమకాలితో విక్రమ్ కుడి మోకాలి పైన

తన్నాడు, ఒక్క క్షణం నేలకి వాలిపోయాడు విక్రమ్. అప్పుడు అఖిల కేసి చూసి నవ్వాడు మజీద్, కానీ అఖిల మాత్రం అలాగే ధైర్యంగా విక్రమ్ వైపు చూపించింది.

విక్రమ్ లేచి నుంచున్నాడు, అప్పటికే కాలు మాత్రం నొప్పిగా ఉంది, మజీద్ కి నాలుగు పంచులు గుండె మీద ఇచ్చాడు, అతనికి చీమ కుట్టినట్టు కూడా లేదు. అలాగే కడుపులో ఇచ్చాడు ఐనా మజీద్ కి చీమ కుట్టినట్టు లేదు. మళ్ళా మజీద్ నాలుగు దెబ్బలు వేసాడు, విక్రమ్ కింద పడ్డాడు.

కింద పడిన విక్రమ్ దగ్గరికి మెల్లగా వచ్చిన మజీద్ "చుట్టూ ఉన్నవాళ్ళ వల్ల ధైర్యంగా నేను ఉన్నాను అనుకున్నావా? సబ్ లోగ్ ఉన్నదే నే ఉన్నా అనే ధైర్యం తో రా బచ్చా" అన్నాడు మజీద్.

విక్రమ్ ఆలోచిస్తున్నాడు, మళ్ళా పంచెస్ ఇవ్వడానికి ప్రయత్నిస్తున్నాడు. అప్పుడే విక్రమ్ కబచ్చా" అన్నాడుు◌ర్థం అయింది, మజీద్ తన వీక్ భాగాలు స్ట్రాంగ్ చేసుకున్నాడు కానీ, తన స్ట్రాంగ్ భాగాలు అయిన కాళ్ళు, చేతులు వీక్ అయ్యాయి, ముఖ్యంగా కాళ్ళు.

ఈలోపు మళ్ళా విక్రమ్ ని ఎగిరించి పడేసాడు మజీద్. అంతే ఈసారి లేచి నేల మీద పల్టీ కొడుతూ మజీద్ ఎడమ, కుడి మోకాళ్ల మీద పంచెస్ ఇచ్చాడు విక్రమ్. అంతే వెంటనే నేలకొరిగాడు మజీద్, అతను నేలకి ఒరిగే సమయం లోనే రెండు చేతులు వెనక్కి విరిచేసాడు విక్రమ్, అంతే తట్టుకోలేకపోయాడు మజీద్. అప్పుడు సరిగా వెన్ను కింద తన్నాడు. మొత్తం రక్త ప్రసరణ ఆగింది మజీద్ కి, మొత్తం నేల మీద పడ్డాడు. పడ్డాడే కానీ లేవలేదు.

అప్పుడు దగ్గరికి వచ్చింది అఖిల, "ఏరా... ఎన్ని బీరాలు పోయావ్, మా వాడు చూసావా..., నువ్వు అన్ని దెబ్బలు కొట్టినా, పడేసినా లేచాడు, నువ్వు వాడు కొట్టిన దెబ్బలకే పడ్డావ్, కానీ లేవలేదు, లేవవు కూడా, అది మా బావ అంటే" అలాగా ఇలాగ అంటోంది.

"అమ్మ అఖిలా... నువ్వు మళ్ళా వాణ్ణి రెచ్చగొట్టకు, వాడు లేస్తే నా వల్ల కాదు అమ్మ". "ఏమైంది బావా... అలా అంటావు?" అంది అఖిల. "ఒసేయ్, వాడు కొట్టిన దెబ్బలకి వొళ్ళు హూనం అయ్యిందే" అంటూ అక్కడే కూర్చుని ఉండిపోయాడు విక్రమ్. పడిపోయిన మజీద్ ని నలుగురు ఆఫీసర్స్ చైన్స్ తో కట్టేసి తీసుకు వెళ్లారు, వాళ్ళు భయంగానే జీప్ ఎక్కించారు మజీద్ ని. "ఎందుకు వచ్చారు?" అని అడిగాడు విక్రమ్, "నేనే పంపించాను" అని అక్కడికి వచ్చాడు

భగత్. "నేనే ఫోర్స్ పంపమన్నా, ఎందుకైనా మంచిది అని" అంది అఖిల. "బావ, బొచ్చు అని అంత బిల్డప్ ఇచ్చి వెనక నువ్వు చేసే పని ఇదా?" అన్నాడు విక్రమ్.

"నువ్వు కొట్టి పడేస్తావు అని తెల్సు కానీ, మోసుకెళ్ళాలి అంటే మనుషులు కావాలి కదా బావా" అంటూ హస్కీ వాయిస్ లో చెప్పింది అఖిల.

"అయ్యో తల్లి నువ్వు కొంచెం మాములు వాయిస్ తో మాట్లాడు" అన్నాడు విక్రమ్. "సరే సరే" అంటూ అభయం ఇచ్చింది అఖిల. "సార్ వీడు త్వరగా లేవాలి, మనం ఇంటరాగేట్ చేయాలి. ఇండియన్ ఎయిర్ రీజియన్ లోంచి ఏదయినా హెలికాప్టర్ దేశం దాటిందా అనుమానంగా అన్నది వెంటనే నాకు అన్ని వివరాలు కావాలి. చివరగా మన వాళ్ళు ఫాలో అవుతున్న ప్రతి టెర్రరిస్ట్ ని ఇప్పుడే చంపేసి, వాళ్ళ దగ్గర ఉన్న సమాచారం మొత్తం సేకరించండి." అన్నాడు విక్రమ్.

"ఒరేయ్ నేను నీ పై ఆఫీసర్ ని రా, ఆ ఆర్డర్స్ ఇవ్వడం ఏంటి రా?" అన్నాడు భగత్. "సార్ టైం లేదు, వాడు కొట్టిన దెబ్బలకి నాకు ఓపిక లేదు, నన్ను హాస్పిటల్ కి తీసుకెళ్ళి సెలైను పెట్టండి. హాస్పిటల్ అంటే గుర్తు వచ్చింది, వాళ్ళ ప్లాన్ బి ఏమై ఉంటుంది అంటే, వాళ్ళు సరోగసి కోసం వాడుకున్న పేద అమ్మాయిలతో ఏదో ప్లాన్ చేసి ఉంటారు, వాళ్ళ లిస్ట్ మనకి కావాలి ఎలా?" అన్నాడు విక్రమ్. "వైష్ణవ్ మన కస్టడీ లో ఉన్నాడు కదా" అన్నాడు భగత్. "సరే ఒక పని చేయండి, అఖిల నువ్వు కార్ తీయి. నేను, అఖిల హాస్పిటల్ వెళ్లి సెలైను పెట్టుకుంటాము, మీరు వీడియో కాల్ లో వైష్ణవ్ ని నాకు కనెక్ట్ చేయండి" అన్నాడు విక్రమ్.

"సరే సార్ ఇంకేమైనా ఆర్డర్స్ ఉన్నాయా?" అని అడిగాడు భగత్. "ఇప్పటికి ఇంతే సార్" అని చెప్పాడు విక్రమ్, కోపంగా చూసాడు భగత్.

నడవలేకపోతున్న విక్రమ్ ని జాగ్రత్తగా తీసుకెళ్లి కార్ లో కుర్చోపెట్టింది అఖిల. కార్ స్టార్ట్ చేసి హాస్పిటల్ కి పోనిస్తూ ఉంది. అది చూసిన సారధి భగత్ తో "మన రాధికా మేడమ్, ఇంకా విక్రమ్ సార్ ని మర్చిపోవాలి ఏమో సార్" అన్నాడు.

"అవన్నీ మనకి ఎందుకు అయ్యా, వాళ్ళ చావు వాళ్ళు చస్తారు, ఐనా నాకు అదే అనిపిస్తోంది" అని శూన్యం లోకి చూసి, "ఓయ్ ముందు పని చూడు సార్, చాలా ఆర్డర్స్ వేసాడు" అన్నాడు భగత్. "ఓకే సార్" అన్నాడు సారధి.

కార్ లో వెళ్తున్న అఖిల విక్రమ్ తో "ఒక విషయం చెప్తా తిట్టకు" అంది. "ఏంటి?" అన్నాడు విక్రమ్. "ఇందాక మనం కిస్ చేసే ముందు రాధికా అక్క చాట్ లో ఉంది, నీకు దగ్గరగా వచ్చినపుడు వీడియో కాల్ ఆన్ ఐంది, అక్క రెండు నిముషాలు కాల్ లో ఉంది మరి" అంది అఖిల. కళ్ళలో మళ్ళా నీళ్లు వచ్చాయి విక్రమ్ కి. అక్కడ ఢిల్లీ లో మంచం మీద కూర్చుని ఆలోచిస్తోంది రాధిక, కళ్ళు ఎర్రటి నిప్పులు వలే ఉన్నాయ్.

"అప్పుడు నా స్థానం లో ఉండి చూడు, నీకు నేను అక్కర్లేదు లేదు, ఏదేదో అన్నా, ఇప్పటికి విక్రమ్ కళ్ళలో చూసి మాట్లాడలేను, నిజానికి నా తప్పు ఉన్నా తనదే తప్పు అనడం వాదించడం నాకే చెల్లింది. ఇలా రోజూ బాధపడేదాన్ని, కానీ ఆ పరిస్థితి వచ్చినపుడు ఎవరైనా ఒకటే, అప్పుడు విక్రమ్ వల్ల నాకు ఆ పరిస్థితి, ఇప్పుడు నా వల్ల విక్రమ్ కి, ఇక ముందు నేను కూడా తక్కువ అని ఫీల్ కానవసరం లేదు, విక్రమ్ కళ్ళలోకి చూసే మాట్లాడతా ఇంకా" అనుకుంది రాధిక. కళ్ళలో ఎరుపు తగ్గింది. అక్కడ విక్రమ్ కళ్ళలో నీళ్లు ఆగడం లేదు, "బావా నిజంగా నన్ను క్షమించు, నాకు నీ మీద ఇష్టం అందుకే అంత దగ్గరగా వచ్చాను, అయిన నువ్ త్వరగానే తేరుకున్నావ్ కదా బావ" అంది అఖిల."కానీ రాధిక కి ఎలా అర్థం అయింది అన్నది తెలీదు కదా" అన్నాడు విక్రమ్. "ఎలా అర్థం అవ్వడం ఏంటి? మనం చెపుదాం, చెప్తే నమ్ముతుంది లే అక్క" అంది అఖిల. "అవునా, మీ అక్క మీద చాలా నమ్మకం ఉంది నీకు, అన్ని అందరు నమ్మేలా ఉండవు, ఉన్నా నమ్మరు, ఎక్కువగా చూసి అర్థం అయిందే నమ్ముతారు" అన్నాడు విక్రమ్." ఏం కాదు, మా అక్క నమ్మేస్తుంది నే చెప్తే ఏదయినా" అంది అఖిల. "అయ్యో పిచ్చి అఖిలా... ప్రేమించి పెళ్లి చేసుకున్న నా మాట నమ్మడానికే మీ అక్కకి కష్టంగా ఉంటుంది, అలాంటిది నీ మాట అసలు నమ్మదు". "హలో బావ సరే చూద్దాం" అని రాధిక కి కాల్ చేసింది అఖిల. రాధిక కాల్ ఎత్తి "ఇవాళ అసలు ఫోన్ చేయవు అనుకున్నా, అంత త్వరగా వదిలేసాడా విక్రమ్, నిన్ను మాత్రమే తనతో ఇందుకే తీసుకెళ్లడెమో లే, సరే చెప్పు" అంది. "అబ్బ అక్కా... నువ్వు అనుకున్నట్టు ఏం జరగలేదు" అంది అఖిల. "జరిగేది చూపిద్దాం అని వీడియో కాల్ కూడా చేసావు కదా, నేనే కట్ చేశా ఎందుకు లే నాకు అని, అయినా నాకేం ఇబ్బంది లేదు ఎంజాయ్ చేయండి" అంది రాధిక." అయ్యో అసలు చెప్పేది వినవా, నేనే కావాలని బావ కి దగ్గరగా పోయా, దొరికిందే ఛాన్స్ అని ముద్దు పెట్టా, పాపం బావ" అంది అఖిల. అనేలోపే "ఏంటే పాపం... నువ్వంటే పెళ్లి ఐంది అని తెలీక ప్రేమలో

పడ్డావ్, తెలిసినా వదలలేక వెనకపడ్డావు, ఆయన గారికి ఏమైంది, పిల్ల బాగుంది అని కొరుక్కు తినేస్తాడా అసలు?" అంది రాధిక. "అయ్యో నువ్వు అంటుంటే నిజం అయితే బాగుణ్ణు అనిపిస్తోంది, కానీ నువ్వు అనుకున్నట్టు ఏం జరగలేదు, నీ వాడు ఎప్పుడు నీ వాడే త్వరగా తేరుకుని దూరం వెళ్ళిపోయాడు, ఈలోపు నువ్వు కాల్ కట్ చేసావు, ఆ తర్వాత ఇక్కడ పెద్ద ఫైట్ అయింది, బావ హాలీవుడ్ రేంజ్ లో ఫైట్ చేసి మజీద్ ని అరెస్ట్ చేసాడు, అలాగే ఇరవై మంది బెడ్ మీద వెళ్లారు, అదంతా అయ్యేసరికి ఇంత టైం ఐంది ఇప్పుడు కాల్ చేస్తున్న" అంది అఖిల. "కొంచెం నమ్మేలా చెప్పవే చెల్లి, విక్రమ్ శృంగారం యుద్ధం, తర్వాత ప్రపంచ యుద్ధం అన్నా అద్భుతంగా నే చేస్తాడు, నువ్వు ఇంత బాగా చెప్తున్నావ్ అంటే మీ రొమాన్స్ చాలా ఎక్కువే అయినట్టు ఉండి ఉండచ్చు" అంది రాధిక." ఏంటి అక్క ఇది?, నమ్మవా నన్ను" అంది అఖిల. "ఇప్పుడు నువ్వు నాకు వివరణ ఇవ్వాల్సిన అవసరం ఏముంది అఖిల, అక్కడ ఏం జరిగితే ఏమి, మీకు నచ్చింది ఏమైనా చేస్కోండి, ప్లాన్ చేసుకుని మీ ఇద్దరే వెళ్ళండి, ప్లాన్ చేసుకుని రొమాన్స్ చేస్కోండి, ముద్దుల్లో తేలిపోండి, ఎవరు వద్దు అన్నారు మిమల్ని, అసలు ఎవడు చెప్పమన్నాడు నాకు ఇదంతా, నేను అడిగానా అసలు?" అని కోపంగా అంది రాధిక." అక్క నువ్వు అడిగావు అని కాదు, చెప్పాల్సిన బాధ్యత నాకు ఉంది. అనుకోకుండా ఇక్కడ వీడియో కాల్ ఆన్ అయింది, నువ్వు కొంచెం చూసి పెట్టేసావు, మొత్తం చూసి ఉంటే నీ మీద బావ ప్రేమ ఏంటో అర్థం అయ్యేది" అంది అఖిల." అబ్బో బోడి ప్రేమ, నువ్వు అంటే నాకు తెల్సు, ఇక్కడ వీడియో కాల్ ఆన్ అయింది కాబట్టి ఓకే, కానీ తెలీకుండా ఎన్ని రాచ కార్యాలు చేసారో మీ బావగారు" అంది రాధిక. స్పీకర్ లో ఫోన్ ఉండడంతో అంతా వింటున్న విక్రమ్, "రాధిక నువ్వు అర్థం చేసుకోవు అని నాకు తెల్సు, కానీ ఈ అఖిల చెప్పినా వినకుండా నీకు కాల్ చేసింది" అన్నాడు విక్రమ్. "ఇప్పుడు ఏమంటావ్ విక్రమ్?" అని అడిగింది రాధిక. "నీకు నచ్చింది అనుకో, నేను తప్పు చేయలేదు" అన్నాడు విక్రమ్." అబ్బో చూశాం లే, సరే ఉంటాను, బాయ్" అని ఫోన్ పెట్టేసింది రాధిక." సారీ బావ..., అక్క స్పోర్టివ్ అనుకున్నా, కానీ మరీ ఇలా అనుకోలేదు" అంది అఖిల. "అయ్యో అఖిల, రాధిక ఎదురు చూసేది ఈ పరిస్థితి కోసమే" అన్నాడు విక్రమ్. "అదేంటి?" అంది అఖిల. "అదంతే లే" అన్నాడు విక్రమ్. "మీ లవ్ స్టోరీ చెప్పు బావ" అంది అఖిల. "మీ అక్క చెప్పలేదా నీకు?" అన్నాడు విక్రమ్. "టైం ఎక్కడ ఉంది బావ అసలు, నాకు కూడా టైం లేక లార్డ్ అఫ్ ది రింగ్స్, హాబిట్,

గేమ్ అఫ్ థ్రోన్స్ ఈ వెబ్సరీస్ మిస్ అయ్యా ఇన్ని రోజుల నుంచి" అంది అఖిల." అయ్యో అఖిల ఇప్పుడు మనకి టైం లేదు, అసలు వాళ్ళ ప్లాన్ బి తెల్సుకోవాలి, ముఖ్యంగా ఫాతిమా ఇక్కడ ఏం చేసిందో ఆలోచన చేయాలి, కానీ అంతకంటే ముందు ప్లాన్ ఏ ఇంప్లీమెంట్ చేసే వాళ్ళని లేపేయాలి" అన్నాడు విక్రమ్." అవునా బావ, ఏమై ఉంటుంది ప్లాన్ బి" అని ఆలోచన మొదలు పెట్టింది. "సరే" అని సమీర్ కి కాల్ చేసి "అందర్నీ లేపేయండి, మనం మళ్ళా మీట్ అవుదాం, మజీద్ పట్టుబడ్డాడు, ఫాతిమాని వెతకాలి" అన్నాడు విక్రమ్." సరే సార్" అన్నాడు సమీర్. "ఇదుగో నాకో సందేహం" అన్నది అఖిల. "దేనికోసం అఖిల, నా ప్రేమ కథ అయితే ఇప్పుడు ఓపిక లేదు, సమయం లేదు, మనం చేరుకోవాల్సింది చాలా ఉంది, చాలా తక్కువ సమయంలో ఫాతిమా ప్లాన్ ఏంటో తెల్సుకోవాలి కదా అఖిల, ఏం చేసింది అని?" అన్నాడు విక్రమ్." నేను దానికోసమే చెపుదాం అనుకుంటున్నా బావ, ఇప్పుడు మనం మీనా, అదే ఫాతిమా కోసం, ఆమె ఏం చేసింది తెల్సుకోవాలి అంటే ముందుగా మనం వైష్ణవ్ ని కలిస్తే మంచిది ఏమో, ఒకసారి ఆలోచించు. ఎందుకంటే తాను ఉన్నది మన సాఫ్ట్వేర్ కంపెనీ లో, ఇంకా వైష్ణవ్ ద్వారా అక్రమాలు చేయించింది మాత్రం కేవలం హాస్పిటల్ ద్వారా" అంది అఖిల." మనం ఈ రెండు ఆలోచించాలి, కానీ నువ్వు చెప్పాక నాకు ఇంకో సందేహం వస్తోంది, వీళ్ళు సరోగసికి వాడినవాళ్ల ద్వారా ఇంకా అండాలు, వీర్యాలు కొన్న వాళ్ళ ద్వారా ఏమైనా చేసి ఉండచ్చు, వాళ్ళు అందరు కాసేపట్లో ఇక్కడ ఉండాలి ఏది ఏమైనా" అని భగత్ కి ఫోన్ చేసి విషయం చెప్పాడు విక్రమ్. "బాబు విక్రమ్, ఇది ఎంత కాంప్లికేటెడ్ తెల్సా, వాళ్ళ వివరాలు ఎక్కడ ఉన్నాయో తెలీదు, ఎంత మంది ఉన్నారో తెలీదు, ఎలా ముందుకు వెళ్ళాలి తెలీదు, ఇంత అర్జెంట్ గా కావాలి అంటే ఎలా?" అన్నాడు భగత్. "మీరు లేట్ చేసేకొద్దీ మన ప్రజల ప్రాణాలు ప్రమాదంలో పడతాయి, ఉపద్రవం ఏంటో తెలిస్తే పర్లేదు కానీ తెలీనపుడు ఎలా కాపు కాస్తాము అసలు, ముందు తెల్సుకోవాలి, తర్వాత అప్పుడు దాన్ని ఆపాలి, ఇప్పుడు మొదలు పెట్టక పోతే అవ్వదు రెస్ట్ తీసుకునే టైం లేదు" అన్నాడు విక్రమ్.

"సరే ఒక పని చేయి, మేము వైష్ణవ్ ద్వారా ఇంటరాగేట్ చేస్తాము, నువ్వు నీ టీమ్ తో హాస్పిటల్ స్టాఫ్ ని విచారించు" అన్నాడు భగత్.

"సరే" అని మాధవ్ కి ఫోన్ చేసాడు విక్రమ్, "ఒరేయ్ మాధవ్ నువ్వు ఎక్కడ ఉన్నావు రా?" అన్నాడు విక్రమ్. "ఇందాక నువ్వు చేసిన ఫైట్ చూసి నోటి మాట రాలేదు రా, ఐన నువ్వు ఒక ఏరియా చూసి రౌడీ గా సెటిల్మెంట్ చేస్కో, నీకు క్లైంట్స్ నేను తెస్తా, నీకు ఎందుకు రా ఈ జాబ్స్, నువ్ సెటిల్మెంట్ మొదలెడితే సిటీ కి నువ్వే నువ్వే పెద్ద దాదా, మనకి లేదుగా ఏ బాధా" అన్నాడు మాధవ్.

"ముందు నువ్వు ఆపి, వచ్చి కార్ ఎక్కు" అన్నాడు విక్రమ్, "సరే" అని కార్ ఎక్కాడు మాధవ్.

కార్ ఎక్కాడు మాధవ్. "నీకు నీ బావ వైష్ణవ్ హాస్పిటల్ అడ్రస్ తెల్సా?" అని అడిగాడు విక్రమ్. "ఒరేయ్ పదే పదే వాడ్ని బావ అనకు, నాకు నచ్చదు" అన్నాడు మాధవ్. "అదేంటి రా అలా అంటావు, నీ ప్రియాతి ప్రియమైన చెల్లి మొగుడు కదా" అన్నాడు విక్రమ్.

"ఒరేయ్ నువ్వు పదే పదే అది గుర్తు చేయకు. వాడొక బాస్టర్డ్, అది ఒక.... అనడానికి నాకు మాట రావడం ఎంత మంచి వాళ్ళలా నటించారు రా, అసలు నాకు ఎవరు లేరు కాబట్టి తననే సొంత చెల్లి అనుకున్నా, ఐన అలా ఎలా మోసం చేస్తారు రా ఇంత నమ్మితే?" అన్నాడు మాధవ్.

"అయ్యో పిచ్చి అన్నయ్య... నమ్మితేనే ఎవరైనా మోసం చేసేది, ఎంత ఎక్కువ నమ్మితే అంత ఎక్కువ మోసం చేస్తారు, అంతే కదా బావ" అంది అఖిల.

"అవును నిజమే, కానీ ఎవర్ని నమ్ముకుంటే ముందుకు వెళ్లలేము, అందుకే ఎవరు లేని వాళ్ళు ఎవరో ఒకర్ని నమ్ముతారు, అందులో కొంత మంది ఇలా చేస్తారు" అన్నాడు విక్రమ్. "ఎక్కువ మంది ఇలాగే చేస్తారు" అంది అఖిల. "నిజమేనేమో..." అన్నాడే కానీ ఆ వాక్యం పూర్తి అయ్యేలోపే విక్రమ్ కళ్ళలో నీళ్లు తిరిగాయి.

"ఇప్పుడు నువ్వు ఎందుకు రా అంత బాధ పడుతున్నావు?" అన్నాడు మాధవ్. "ఏం లేదు లేరా" అన్నాడు విక్రమ్. "చెప్పు బావ" అంది అఖిల. "నేను మాత్రం ఒకటి చెప్పాలిరా" అన్నాడు మాధవ్. "ఏంటి?" అని ఒకేసారి అన్నారు విక్రమ్, అఖిల.

"అది ఏంటి అంటే, నాకు బావ అంటే ఎప్పుడు నువ్వే, ఎప్పటికి నువ్వే, ఆ ప్లేస్ ఎవరికీ ఇవ్వను" అన్నాడు మాధవ్. "సరే రా" అన్నాడు విక్రమ్.

"అన్నయ్య నిన్ను ఒకటి అడగనా?" అంది అఖిల. "అడుగు చెల్లమ్మ" అన్నాడు మాధవ్. "నీ చెల్లి స్థానం ఎప్పుడు మీనా కే ముందు కదా, రాఖీ కూడా తానే ముందు కట్టాలి, మరి ఇప్పుడు నీకు ఆమె మీద ప్రేమ స్థానంలో అసహ్యం వచ్చింది అనుకుంట" అంది అఖిల.

"ఆమె మీద నా సోదర ప్రేమ ఎప్పుడు అబద్ధం కాదు. ఒక దేశ ద్రోహి, శత్రు దేశం మీద ఎదురు నిలిచి పోరాడలేక ఇలా వచ్చి మోసాలు చేసి పేర్లు మర్చి కుట్రలు చేసే మనిషి మీద అసహ్యం ఉండాలి. నిజానికి పూర్తిగా రావడం లేదు, తెచ్చుకోవడానికి ప్రయత్నిస్తున్నా" అన్నాడు మాధవ్.

"మరి నీ బావ కాని బావ వైష్ణవ్ సంగతి ఏంటి?" అంది అఖిల. "వాడు ఈమె కంటే దేశ ద్రోహి, కనీసం మీనా అనే ఫాతిమా తన దేశం కోసం మోసాలు చేస్తోంది, వీడు తన దేశాన్నే మోసం చేస్తున్నాడు బాస్టర్డ్" అన్నాడు మాధవ్.

"ఒరేయ్ మాధవా... ఏంటిరా ఇంత పరిణతి చెందిన మాటలు మాట్లాడుతున్నావ్, నువ్వేనా..." అన్నాడు విక్రమ్. "అవును రా, నేనే... ఏం మాట్లాడకూడదా..., సెవెంత్ సెన్స్ మూవీలో కూడా ఇలాంటి మాటలు ఉన్నాయ్ కదా" అన్నాడు మాధవ్.

"అవునా ఎక్కడ?" అంది అఖిల. "అఖిల ఆ విషయం కాదు, సెవెంత్ సెన్స్ మూవీ అంటే నాకేదో కొడుతోంది. వీళ్ళు చైనా వాళ్ళతో కలిసి ఏమైనా ప్లాన్ చేసారంటావా?" అన్నాడు విక్రమ్.

అఖిల ఆలోచించసాగింది. "బాస్టర్డ్స్ చేసే ఉంటారు" అన్నాడు మాధవ్. "ఎందుకు అన్నయ్య ఎప్పుడు లేనిది పొద్దుట్నుంచి ఆ మాటే మాట్లాడుతున్నావ్ అస్తమాను, "కోపంగా అంది అఖిల. "ఏమైంది ఇప్పుడు" అన్నాడు మాధవ్. ఐనా నీ నోటి నుంచి అంత పెద్ద మాట ఎప్పుడు వినలేదు" అంది అఖిల.

"ఇది అంత పెద్ద మాటా... అసలు దీని అర్థం ఏంటి?" అని అడిగాడు మాధవ్. "అయ్యో! తెలీకుండానే వాడేస్తున్నావా? అన్నాడు విక్రమ్. "ఏమో రా చాలా సినిమాల్లో చూసా, అది తిట్టు అనిపించింది వాడేసా" అన్నాడు మాధవ్.

సరే అన్నాడు విక్రమ్, "సరే కాదు అర్థం చెప్పు లేకుంటే నిన్ను అలాగే తిడతా" అన్నాడు మాధవ్. "సరే చెప్తా" అన్నాడు విక్రమ్.

“బాస్టర్డ్. ఎక్కువగా కాన్స్టాంటినోపుల్ కి కుడి వైపు వాళ్ళు వాడే తిట్టు, ఇప్పుడు అందరు వాడుతున్నారు. నిజానికి కాన్స్టాంటినోపుల్ కి కుడి వైపు ఉన్నవాళ్ళంతా వెస్ట్ వాళ్ళు అని, ఎడమవైపు ఉన్న వాళ్ళు అంతా అంటే మనం ఈస్ట్ వాళ్ళని అంటారు. ఇంకా వెస్ట్ వాళ్ళు ఎక్కువగా ఈస్ట్ వైపు వైపు వచ్చి వ్యాపారం చేసారు, అందుకే వాళ్ళ కంపెనీ కి ఈస్ట్ ఇండియా కంపెనీ అని పేరు వచ్చింది. అలాగే అందర్నీ వెస్ట్ సంస్కృతి ఫాలో అవ్వమన్నారు, అయ్యేలా చేసారు వెస్ట్ వాళ్ళు. అందుకే వెస్ట్రన్ మోడల్, వెస్ట్రన్ కల్చర్ అని వాడుకలోకి వచ్చాయి. అక్కడ చాలా మంది మహిళలు, ఆ కాలంలో బానిసలూ గాను లేక వ్యభిచారం చేయడానికి గాను ఉండేవారు. అప్పట్లో ఇంత ఆధునికత లేదు. అలాగే కొంత మంది భర్తలకి దూరంగా కొన్ని ఏళ్ళు ఉండేవారు, ఎందుకంటే యుద్ధాల కోసం, వ్యాపారాల కోసం వాళ్ళు ఈస్ట్ కు వచ్చేవారు. ఇలా నేను చెప్పిన పై వాళ్లలో ఎవరికైనా బిడ్డ పుడితే బాస్టర్డ్ అనేవారు. ఎందుకంటే ఆ బిడ్డ తల్లి ఒకరి కంటే ఎక్కువ మందితో, ఒకటి కంటే ఎక్కువ సార్లు శృంగారం లో పాల్గొంది కాబట్టి, అలాంటివాళ్లని baby of whore (వేశ్య సంతానం) అనేవారు. కానీ విచిత్రం ఏంటో తెల్సా, అదే ఒక రాజు లేదా పురుషుడు ఎంత మందితో శృంగారం లో పాల్గొన్నా వాడు లార్డ్ అవుతాడు, వాడి కొడుకు లార్డ్ అవుతాడు తప్ప బాస్టర్డ్ కాదు మరి, అది అర్థమే కాదు. "అంటే వాళ్లే దేవుళ్ళు, రాజులూనా?” అని అడిగింది అఖిల. “అవును రాజు, రాణి పిల్లలు అంతా లార్డ్స్, వాళ్లనే కొలవాలి అని ఉండేది, సెసర్ మార్చే దాక” అన్నాడు విక్రమ్.

“ఒరేయ్ బావ, ప్రపంచం లో నీకు తెలియని టాపిక్ ఏదయినా ఉంటే తెల్సుకోవాలని ఉంది రా” అన్నాడు మాధవ్. “చాలా ఉన్నాయ్, ఒక్కోటి తెలుస్తాయి లే” అన్నాడు విక్రమ్.

“మాధవ్ అన్న... నీకు ఇప్పుడు చెల్లి ఎవరు?” అంది అఖిల.

“ఇంత చక్కగా అన్న అని పిలిచి, మళ్ళా ఎవరు అంటావు?” అని అడిగాడు మాధవ్. “అవునా నీకు రాఖి కూడా నేనే కట్టాలి అయితే” అంది అఖిల.

“నువ్వు కట్టాలి, కాదు కాదు నువ్వు మాత్రమే కట్టాలి” అన్నాడు మాధవ్. “ఇంకోసారి ఆలోచించుకో అన్నయ్యా, నీకు ఓ బావ ఉన్నాడు” అంది అఖిల. “అవును నాకు విక్రమ్ అనే ఒకే ఒక బావ ఉన్నాడు అలాగే” అన్నాడు మాధవ్.

"అవునా మరి నేను విక్రమ్ కి ఏమవుతా?" అని అడిగింది అఖిల. "ప్రేమించే అమ్మాయివి" అన్నాడు మాధవ్. "మరి విక్రమ్ ప్రేమించే అమ్మాయి ఎవరు?" అని అడిగింది అఖిల. "ఇంకెవరు రాధిక" అని టక్కున అన్నాడు మాధవ్.

"మరి తాను కట్టక్కర్లేలేదా రాఖి, నేను కడితే చాలా, మాట మార్చవు కదా?" అంది అఖిల. "అస్సలు మార్చను, నాకు నువ్వు మాత్రమే చెల్లివి ఎప్పుడు కూడా ఇక నుంచి, విక్రమ్ పెళ్లి అయినా తనని ఇబ్బంది పెట్టకుండా ప్రేమిస్తున్నావ్ చూడు, తన కోసమే ఈ జాబ్ చేస్తున్నావు చూడు, అక్కడే నీ ప్రేమ ఎన్నో మెట్లు ఎక్కేసింది" అన్నాడు మాధవ్.

"అదేంటి రా బాబు, తనకి లైఫ్ అక్కర్లేదా, పెళ్లి చేస్కోవద్దా, భర్త ని ప్రేమించద్దా?" అన్నాడు విక్రమ్. "బావ ఒకటి చెప్తున్నా, నేను ప్రేమించింది నిన్ను, అఖిల్ ని. ఇంకెవర్నైనా పెళ్లి చేసుకుంటే నా లైఫ్ కాదు, అతని లైఫ్ నరకం అవుతుంది. నాకు లైఫ్ లో సెటిల్ అవ్వాలి అని ఏం లేదు, నిన్ను చూస్తూ కూడా హ్యాపీ గా బ్రతికేస్తా. అందుకే రిస్క్ ఉన్నా కూడా ఈ జాబ్ కి వచ్చా, అలా నిన్ను చూస్తూ చనిపోతే ఇంకా ఆనందం, అదే నా ఈ జీవితానికి చాలు. అంతే కానీ వేరే వాడ్ని పెళ్లి చేస్కుని నేను ఇబ్బంది పడి, తనకి జీవితం లో ఆనందం లేకుండా చేయను" అంది అఖిల.

"సూపర్ సూపర్" అంటూ ఈలలు వేసాడు మాధవ్. "ఏంట్రా సూపర్ అసలు, తను ఏదో పిచ్చిగా మాట్లాడుతుంటే" అన్నాడు విక్రమ్. "తాను మాట్లాడింది నచ్చింది నాకు" అన్నాడు మాధవ్. "అబ్బా..." అన్నాడు విక్రమ్, "నీకు నచ్చలేదా విక్రమ్?" అంది అఖిల.

"మొత్తానికి నన్ను విక్రమ్ అని పిలిచావు" అని నవ్వాడు విక్రమ్. "బావ" అంది అఖిల. "ఒక మనిషి శరీరానికి, మనస్సుకి అవసరాలు ఉంటాయి అన్నాడు విక్రమ్. అవి నిజంగా అవసరాలే అయితే నువ్వు నాకు కానీ, వేరే అమ్మాయికి కానీ ఇంత కాలం ఎందుకు దగ్గర కాలేదు?" అని అడిగింది అఖిల. మౌనంగా డ్రైవ్ చేస్తున్నాడు విక్రమ్.

"ఏంటి ఈ సైలెన్స్ "అంది అఖిల.

"ఇప్పుడు అవ్వన్నీ మాట్లాడుకునే సమయం లేదు అసలు మనకి, ఫాతిమా ఏం చేసిందో తెల్సుకోవాలి" అన్నాడు విక్రమ్. "అవును దానికోసమే కదా మనం వెళ్తున్నాం, ఇప్పుడు ఈలోపు చెప్పు కదా" అంది అఖిల.

"అఖిల, దేశం కోసం పోరాడే వాళ్ళకి అన్నిటికంటే దేశం మాత్రమే ముందు ఉంటుంది. పెళ్లి, ప్రేమ, పిల్లలు తర్వాత ఉంటాయి" అన్నాడు విక్రమ్.

"అవును నీకు పిల్లలు ఎవరైనా ఉన్నారా? ఆరోజు నువ్వు, అక్క కూడా మాట దాటవేశారు, అసలు నిన్ను అక్క అర్థం చేసుకోలేదా? అక్కని నువ్వు అర్థం చేసుకోలేదా? ఏం జరిగింది? అని అడిగింది అఖిల. "అఖిల...." అని గట్టిగా అరిచాడు విక్రమ్. ఆ స్వరం కి వెనక కూర్చున్న మాధవ్ కి కూడా వణుకు పుట్టింది. పక్కన ఉన్న అఖిల అయితే భయంతో కళ్ళు మూసేసింది, మెల్లగా కళ్ళు తెరిచింది అఖిల. అప్పుడే అఖిల వైపుకి తిరిగాడు విక్రమ్, ఆ కళ్ళు అగ్నిలా మండుతూ ఉన్నాయ్.

నెమ్మదిగా అతని బుగ్గ మీద చేయి వేసిన అఖిల, "విక్రమ్ కూల్, నచ్చకపోతే చెప్పకు, అంతే కానీ ఇంత కోపం తెచ్చుకోకు, అది ఎవరికీ మంచిది కాదు" అంది అఖిల. రెండు నిముషాలు మౌనం తర్వాత "సరే" అన్నాడు విక్రమ్.

"సరే ఇంకా, కార్ తీయి బావ" అని ముక్కు పట్టుకు అంది అఖిల. నవ్వి కార్ స్టార్ట్ చేయబోయాడు విక్రమ్. "అవసరం లేదు" అన్నాడు మాధవ్. "నీకు ఏమయింది అన్నయ్య?" అంది అఖిల. "నాకు ఏం కాలేదు చెల్లి, పక్కన హాస్పిటల్ వచ్చింది, ఒకసారి ఎడమ వైపు చూడు" అన్నాడు మాధవ్.

"ఓరిని... అలా చెప్పు కదా" అని కార్ దిగాడు విక్రమ్, ముగ్గురు లోపలికి వెళ్లారు.

***

అప్పుడే సమీర్, భగత్ ఇద్దరు కలిసి వైష్ణవ్ దగ్గరికి వెళ్లారు, కోపంగా చూడసాగారు ఇద్దరు వైష్ణవ్ కేసి. "అసలు ఏమైంది సార్? ఎందుకు అలా చూస్తున్నారు?" అని అడిగాడు వైష్ణవ్. "దేశం ని ఏం చేద్దామనుకున్నావ్ రా? నీ ప్రియమైన తీవ్రవాద భార్య తో కలిసి" అని అడిగాడు భగత్.

"సార్ మేము చేసిందంతా చెప్పాను కదా" అన్నాడు వైష్ణవ్. "ఒరేయ్ తాను ప్రపంచమును గడగడలాడిస్తున్న జనాబ్ కూతురు, డబ్బు కోసం ఇదంతా చేసింది అంటే నమ్మమంటావా?" అని అడిగాడు సమీర్. "సార్ అసలు ఈ జనాబ్ ఎవరు నాకు తెలీదు" అన్నాడు వైష్ణవ్. "ఒరేయ్ అసలు నీకు ఏం తెల్సు? ఆమె సరోగసి కోసం వచ్చిన వాళ్ళతో ఏం చేసేది, ఇంకా వీర్య దానం ఇవ్వడానికి వచ్చిన వాళ్ళతో ఏం చేసేది, అన్ని నాకు తెలియాలి" అన్నాడు.

“సార్ తాను వాళ్ళ మీద డబ్బు సంపాదించినా, భయపెట్టినా సరే ఒకటి మాత్రం చేసేది, వారి బాగోగులు చూసుకునేది, వాళ్ళ బలానికి తానే స్వయంగా వారం వారం వచ్చి టాబ్లెట్స్ సిరప్ పంచేది” అన్నాడు వైష్ణవ్.

“ఏ సిరప్?” అని అడిగాడు భగత్ “బలానికి ఏం వాడతారు, జింకోవిట్ లాంటివి” అన్నాడు వైష్ణవ్ “అవి హాస్పిటల్ నుంచే వచ్చేవా?” అని అడిగాడు సమీర్. “కాదు, తాను తెప్పించేది, అక్రమంగా వాళ్ళ మీద సంపాదిస్తున్న కాబట్టి తన సాఫ్ట్వేర్ జీతంతో ఇలా చేస్తా అని, ప్రతి ఆదివారం పంచేది వాళ్ళకి ఈ మందులు” అన్నాడు వైష్ణవ్.

“అవేంటో నువ్వు ఎప్పుడు చెక్ చేయలేదా?” అని అడిగాడు సమీర్. “లేదు” అన్నాడు వైష్ణవ్. “ఒరేయ్ అసలు నువ్వు డాక్టర్వేనా, అది తీవ్రవాది అని తెల్సు, మన దేశం నాశనం చేస్తుంది తప్ప మంచి ఎందుకు కోరుకుంటుంది” అని నాలుగు పీకాడు సమీర్.

“కూల్ సమీర్, ఐనా వీడికి అంత దేశ భక్తి ఉంటే, మనం ఇలా వీడ్ని ఇక్కడ కుర్చోపెట్టాల్సిన అవసరం ఉండేది కాదు, ముందు నువ్వు ఈ విషయం విక్రమ్ కి చెప్పు” అన్నాడు భగత్.

***

అప్పుడే హాస్పిటల్ లోపలికి వెళ్లారు మాధవ్, అఖిల ఇంకా విక్రమ్. విక్రమ్ నేరుగా సరోగసి డిపార్ట్మెంట్ కి వెళ్ళాడు, అక్కడ ఉన్న డాక్టర్ అపాయింట్మెంట్ తీసుకున్నాడు.

అక్కడ డాక్టర్ తో సంబాషణ ఇలా సాగింది.

విక్రమ్: హలో డాక్టర్.

డాక్టర్: చెప్పండి.

విక్రమ్: ఈమె నా భార్య అఖిల, అతను వాళ్ళ అన్న మాధవ్.

డాక్టర్: ఓకే.

అఖిల ముఖం బల్బ్ లా వెలిగింది.

విక్రమ్: నా భార్య సరోగసి ద్వారా పిల్లల్ని కనాలని అనుకుంటోంది.

డాక్టర్: ఎందుకు తెలుసుకోవచ్చా.

విక్రమ్: మరి గర్భం దాల్చాక వచ్చే నొప్పులు, నడుముకు పడే గీతలు, ఆ బాధలు, ఒత్తిడి ఆమె అందంని పాడు చేస్తాయి కదా.

డాక్టర్: అవునా మీ లాంటి వాళ్ళ కోసమే మా విభాగం పని చేస్తోంది.

విక్రమ్: సరే దీనికి ఎంత ఖర్చు అవుతుంది, ఎవరి గర్భం లో ఇది ప్రవేశపెడతారు?

డాక్టర్: మాకు అద్దె గర్భాలు ధరించడానికి చాలా మంది ఉన్నారు. ఇంతకు ముందే గర్భం ధరించిన వారు లేక వయస్సులో పెద్ద వారు అయితే బిడ్డ పుడతారు కానీ అంత ఆరోగ్యంతో ఉండదు ఏమో, ఎందుకంటే మోసే వాళ్ళకి ఏదో ఒక విధమైన అనారోగ్య సమస్యలు ఉండచ్చు.

విక్రమ్: వాళ్ళు వద్దు ఇప్పటిదాకా ఆ పని చేయని వారినే చూడండి.

డాక్టర్: అలా కాదు అలాంటపుడు మీకు ఖర్చు డబల్ అవుతుంది మరి.

విక్రమ్: ఎందుకు?

డాక్టర్: ఎందుకు అంటే మీకు వర్జిన్ అమ్మాయి బలమైన అమ్మాయి ని వెతికి తీసుకురావాలి, అందులో ఎక్కువ భాగం 15-18 వయస్సు ఉన్నవాళ్లు ని తీసుకురావాలి వాళ్ళకి డబ్బులు ఇవ్వాలి, లేదా వాళ్ళని పోషించేవాళ్ళకి. ఎక్కువగా హాస్టల్ లో, ఇంటికి దూరంగా ఉండేవాళ్ళని తీసుకువస్తాం అంతేనా వాళ్ళని చూసుకోవాలి, అనుకోకుండా వాళ్ళకి ఏమైనా జరిగితే పట్టించుకోవాలి, ఇంట్లో వాళ్ళకి సమాధానం చెప్పాలి.

ముఖ్యంగా ఇవ్వన్నీ పోలీస్ కి తెలియకుండా మోసం చేయాలి, అసలు కొంత మంది రౌడీ బాచ్ ని మైంటైన్ చేయాలి కదా.

విక్రమ్: ఇదంతా క్రైమ్ కదా...,

డాక్టర్: అవును సార్, క్రైమ్... మరి ఇదంతా వద్దు అనుకున్నపుడు మీరే పిల్లల్ని కనచ్చు కదా, అది మీ బాధ్యత కాదా, కానీ మీరు మీ ఆవిడా వళ్ళు పాడవకూడదు అనుకుంటున్నారు అది క్రైమ్ కాదా.

విక్రమ్: మరి చిన్న పిల్లలని మభ్య పెట్టడం ఎందుకు?

డాక్టర్: మీ సాటిస్ఫాకేషన్ కోసమే.

విక్రమ్: సరే ఆ అమ్మాయితో మేము మాట్లాడచ్చా?

డాక్టర్: ప్రెసెంట్ మా సర్, మా మేడమ్ అందుబాటులో లేరు కదా...!

విక్రమ్: ఎవరు మీ సార్, ఇంకా మేడమ్?

డాక్టర్: ఫౌండర్ సార్ వైష్ణవ్, ఇంకా మేడమ్ మీనా.

విక్రమ్: ఈ విషయం మేము పోలీస్లతో చెప్తే.

డాక్టర్: ఏముంది, ముందు మీరు పోతారు, తర్వాత పోలీస్... అయితే డబ్బు లేదా చావు బహుమానంగా వస్తుంది.

అఖిల: ఇలా మాట్లాడానికి సిగ్గు లేదా?

డాక్టర్: ఎందుకు మేడమ్ సిగ్గు? మనం బాగుండాలి అంటే వేరే వాళ్ళు ఏడ్వాలి, ఏదయినా మనల్ని మనం ప్రేమించుకోవడం, మన మంచి కోసం ఎవరినైనా ముంచడం, అదే నేటి జీవన విధానం లేకుంటే మనం బ్రతకలేము, మంచి చేయడం అన్నది పుస్తకాల్లో ఇంకా ఉపన్యాసాల్లో" బాగుంటుంది అంతే.

మాధవ్: అవునా? ఇదే సమస్య మీ ఇంటి అమ్మాయికి వస్తే కూడా అలానే మాట్లాడతారా?

డాక్టర్: అసలు మాట్లాడను, ఆమెని కాపాడదనికి ట్రై చేస్తాను. కానీ నేనా, ఆమెనా అనే సందర్భం వస్తే మాత్రం ఆమెని వదిలేస్తా, నిజానికి నాకంటే నాకు ఎవరు ముఖ్యం కాదు.

విక్రమ్: అందుకే నిన్ను అరెస్ట్ చేస్తున్నాం, మాధవ్ అరెస్ట్ చేయి.

మాధవ్: ఒరేయ్ నాకు సంకెళ్లు వేయడం రాదు.

అఖిల వెంటనే ఆమెకి సంకెళ్లు వేసింది

మాధవ్: నువ్వు ఎప్పుడు నేర్చుకున్నావు సంకెళ్లు వేయడం చెల్లి?

అఖిల: ఎన్ని సినిమాల్లో సిరీస్ ల్లో చూడలేదు.

మాధవ్: ఓహో అందుకే పోకిరి డైలాగు వాడావా?

హీహీహీ అని నవ్వింది అఖిల.

డాక్టర్: ఎవరు మీరు? పోలీస్ లా, మా వాళ్ళకి గవర్నమెంట్ లో పెద్ద వాళ్ళ సపోర్ట్ ఉంది.

విక్రమ్: ఆ పెద్దల్ని ఏదో ఒకటి పీకండిరా... అని మమల్ని పంపారు.

డాక్టర్: మీరు ఎవరు?

విక్రమ్: నేను ఏజెంట్ 12667 విక్రమాదిత్య... మీరు

డాక్టర్: నా పేరు డాక్టర్ గీత, ఇంకా మీనా కి బెస్ట్ ఫ్రెండ్ ని, నాకు ఏమైనా అయితే తాను ఊరుకోదు.

విక్రమ్: అవునా...సరే ఫోన్ చేసి చెప్పండి.

రాధ వైష్ణవ్, మీనా ఇద్దరికీ ఫోన్ చేసింది, ఇద్దరి ఫోన్ లు స్విచ్ ఆఫ్ లో ఉన్నాయ్.

సమీర్ ఇంట్రాగేషన్ చేసిన వీడియో అంతా విక్రమ్ కి పంపి కాల్ చేసాడు విక్రమ్ కి.

విక్రమ్: చెప్పు సమీర్.

సమీర్: సార్... మీకు వైష్ణవ్ మాట్లాడింది రికార్డు చేసి మెసేజ్ చేశా చూడండి, మనకి కావాల్సింది హాస్పిటల్ లోనే దొరుకును ఏమో.

విక్రమ్: అవునా...

సమీర్: అవును సార్, మేము బయలుదేరుతున్నాం.

విక్రమ్: “సరే” అని కాల్ పెట్టేసాడు.

సమీర్ పంపిన వీడియో చూడసాగడు విక్రమ్.

అది చూడగానే విక్రమ్ కి ఒక విషయం అర్థం అయింది. మందులు, బలం అనే నెపంతో ఫాతిమా అక్కడ ఏదో చేసింది, ఏంటి అది? వెంటనే అరెస్ట్ చేసిన డాక్టర్ ని తీసుకుని ఆపరేషన్ థియేటర్ కి తీసుకురమ్మనాడు అఖిలని.

ముగ్గురు ఆమెని తీసుకుని ఆపరేషన్ రూమ్ కి వెళ్లారు. ఆపరేషన్ చేసేప్పుడు డాక్టర్ డ్రెస్ ఎలా చేసుకుంటాడు అలా చేసుకోమన్నాడు మాధవ్ అఖిల ని, సరే అని వేసుకున్నారు ఇద్దరు. “ఇప్పుడు నాకు కొన్ని నిజాలు తెలియాలి, లేదంటే మేము ముగ్గురం కలిసి నీకో ఆపరేషన్ చేస్తాము” అన్నాడు విక్రమ్.

“ఏం ఆపరేషన్?” అని అడిగింది డాక్టర్ గీత. “అంటే నీ శరీరంలో మెదడు, కళ్ళు సరిగా పని చేయడం లేదు అని మా ప్రాథమిక విచారణ లో అంటే నువ్వు చేస్తున్న పనుల ఆధారంగా తెల్సింది” అన్నాడు విక్రమ్.

“అయితే?” అంది గీత. “వాటిని ఒకసారి నీ శరీరం నుంచి తొలగించి సరి చేసి మళ్ళా పెట్టేస్తాం” అన్నాడు విక్రమ్. “ఒక అమ్మాయితో ఇలానేనా మాట్లాడేది?” అంది గీత.

“అఖిల... నీకోటి చెప్పనా... చాలా మంది అమ్మాయిలకి అంతా బాగున్నపుడు సమానత్వం, ఇలాంటప్పుడు అమ్మాయి అంటే జాలి చూపే తత్త్వం ఉండాలి అని భలే వాదిస్తారు కదా...” అన్నాడు విక్రమ్.

"నిజమే సార్" అంది అఖిల. "గుడ్ అఖిల" అన్నాడు విక్రమ్. "సరే మేడమ్ గీత, మీకు మీ పని సంపాదన ముఖ్యం అయినపుడు, నాకు నా పని ముఖ్యం. నువ్వు ఇప్పుడు ఆపరేషన్ కి సిద్ధమా, లేక నిజం చెప్పడానికా?" అన్నాడు విక్రమ్.

"ఏం నిజం చెప్పాలి నీకు?" అంది గీత గట్టిగా, ఆమె పూర్తి చేసే లోపే ఆమె బుగ్గపై ఎర్రగా ఐదు వేళ్ళు పడ్డాయి. "నువ్వు నన్నే కొడతావా?" అని అరిచింది గీత. "ఎందుకు అంత ఆవేశం అఖిల" అన్నాడు విక్రమ్. "ఆ డాక్టర్ నీ మీద కోపంగా అరిచింది, అసలు నీ మీద ఎవరైనా కోపంగా చూసినా, నా రియాక్షన్ ఇదే" అంది అఖిల.

"హమ్మో..." అన్నారు మాధవ్, విక్రమ్ ఇద్దరు.

"సరే గీత... నాకో విషయం తెలియాలి, ప్రతి వారం మీనా ఇక్కడ మీకోసం పని చేసే యువతీ యువకులకు మందులు ఇచ్చేదా?" అని అడిగాడు విక్రమ్.

"ఇచ్చేది కానీ, ఆ స్థానం లో నే ఉంటే ఇవ్వను, ఆమె ఎంతో అంత మంచిది కాబట్టి ఇచ్చేది", "అసలు ఆమె ఎవరు తెల్సా నీకు?" అని అడిగాడు మాధవ్.

"తెల్సు ఆమె నా దేవత. ఈరోజు నేను, నా కుంటుంబం ఇంత చక్కగా ఉన్నాం అంటే ఆమె కారణం. తాను సంపాదించుకుంటూ నన్ను సంపాదించుకునేలా చేస్తోంది" అంది డాక్టర్ గీత. వెంటనే ఆమె ఇంకో చెంప మీద ఐదు వేళ్ళు పడ్డాయి. అఖిల చేయి వెనక్కి వచ్చింది.

అప్పుడే మాధవ్ "ఒరేయ్ బావా... ఈ ఫాతిమా కి బ్లాక్ మేజిక్ కానీ వచ్చు అంటావా?" అన్నాడు. "అంత సీన్ లేదు, ఈమెలో ఉన్న స్వార్థం ఆ ఫాతిమాకి ఉపయోగపడింది" అన్నాడు విక్రమ్. "ఫాతిమా ఎవరు?" అంది గీత.

"ఇంకా అర్థం అవ్వలేదా పిచ్చి మొహం, పెద్ద తీవ్రవాది, ఇక్కడ ఏదో చేయాలనీ వచ్చింది, మీనా లా మన అందరితో ఉంది" అన్నాడు మాధవ్.

"పెద్ద తీవ్రవాది అంటే?" అని అడిగింది గీత. "అంటే నువ్వు చెప్పారా" అన్నాడు విక్రమ్.

"ఆమె ఐసిస్ లీడర్ జనాబ్ కూతురు, ఐసిస్ పేరు విన్నావా?" అని అడిగాడు విక్రమ్. "అవును విన్నా, అందర్నీ చంపి ప్రపంచం ని తమ గుప్పిటలో పెట్టుకుందాం అనుకుంటున్నారు వాళ్లే కదా!" అంది గీత.

"అవును" అన్నాడు విక్రమ్, ఈసారి వణుకు గీత లో స్టార్ట్ అయ్యింది.

"మరీ అంత వణికిపోకు, మేము అడిగిన వాటికి సమాధానం చెప్పు" అన్నాడు విక్రమ్.

"చెప్పండి సార్" అంది ఎంతో మర్యాదగా ఈసారి డాక్టర్ గీత, ఈసారి అఖిల నవ్వింది. "సరే కానీ, మీ మీనా మేడమ్ మందులు ఎక్కడ పంచేది?" అని అడిగాడు విక్రమ్.

"ఈ రూమ్ కి ఎదురుగా ఉన్న రూమ్ లో" అని చెప్పింది గీత. "హాస్పిటల్ లో సీసీ కెమెరాలు ఉన్నాయా?" అని అడిగాడు విక్రమ్. "అన్ని రూమ్స్ లోను ఉన్నాయ్, కానీ ఆ రూమ్ లో లేదు" అని చెప్పింది గీత.

"ఎందుకు?" అన్నాడు మాధవ్. "తన రూమ్ ని ఇంకొకరు చెక్ చేయడం తనకి ఇష్టం ఉండదు పైగా...." అని ఆగింది.

"పైగా... చెప్పు" అంది అఖిల. "అంటే అక్కడ వైష్ణవ్ సార్, మీనా మేడమ్ రొమాన్స్ చేసేవాళ్ళు, అందుకు అనుకునే వాళ్ళం" అంది గీత.

"సరే... మొత్తానికి ఏ టాబ్లెట్, సిరప్ వాడారో తెలియకుండా చేసింది" అంది అఖిల. "తెల్సుకుందాంలే" అని అన్నాడు విక్రమ్.

"ఎలా?" అంది అఖిల. "చెప్తా ఇదుగో గీత మేడమ్, మీ మీనా స్టాక్ మొత్తం ఇక్కడే ఉంచుతుందా, ఏ వారం ఆ వారం వి వచ్చేవా? అని అడిగాడు విక్రమ్. "లేదు ఏ వారం బాక్స్ లు ఆ వారం మినీ ఆటో లో వచ్చేవి" అంది గీత.

"అవునా... అయితే అవి లోపలికి వచ్చే దారి లో ఉంటాయి కదా సీసీ కెమెరాలు" అన్నాడు విక్రమ్. "ఉంటాయి" అంది గీత. "సరే" అని మొదట ఆసుపత్రి ఆవరణ లో ఉన్న సీసీ టీవీ చెక్ చేసాడు, అక్కడ ఆ వచ్చిన బండి నెంబర్ నోట్ చేసుకున్నాడు విక్రమ్.

లోపలికి గూడ్స్ పెద్ద అట్ట పెట్టిలో ఉన్నాయ్, దానిని జూమ్ చేయించాడు. aahivelu - made in china అని ఉంది అక్కడ, దానిని నోట్ చేసాడు. "మనం ఇదేంటో తెల్సుకోవాలి మరి" అన్నాడు విక్రమ్. "అంటే ముందు ఈ ప్రోడక్ట్ ఎక్కడ ఉందో వెతకాలి" అంది అఖిల. "కాదు మనం ఇక్కడ ఉన్న ట్రాకింగ్ నెంబర్ బట్టి ఎక్కడ నుంచి వస్తున్నాయో తెల్సుకోవాలి, మళ్ళా వస్తూనే ఉంటాయి కాబట్టి" అన్నాడు విక్రమ్.

అప్పుడే సమీర్, శర్వా మిగతా వాళ్ళతో అక్కడికి వచ్చారు. అప్పుడు "గీత... ఇక్కడ మీకు సహాయం చేసిన యువతి యువకుల డేటా ఎక్కడ ఉంటుంది?" అని అడిగాడు విక్రమ్. "అది

మీనా మేడమ్ రూమ్ లో ఉంటుంది, కానీ ఆ సిస్టం చాలా సెక్యూరిటీ తో ఉంటుంది, వైష్ణవ్ సార్ కూడా ఎప్పుడు ఓపెన్ చేయలేదు" అంది గీత.

"అవునా" అని అక్కడికి వచ్చిన సమీర్ ని చూసి "నువ్వు ఈ హాస్పిటల్ ని సీజ్ చేసి మిగతా ఫార్మాలిటీస్ కంప్లీట్ చేయి" అన్నాడు విక్రమ్.

"సరే" అని వెళ్ళాడు సమీర్, శర్వా తో "శర్వా... నువ్వు వెళ్లి ఆ సిస్టం సంగతి చూడు" అన్నాడు విక్రమ్. శర్వా ఆ సిస్టం చూసి "ఇది 256-bit encoder password and multiple factor authentication" మనం దీన్ని క్రాక్ చేయాలి అంటే రోజులు పడుతుంది" అన్నాడు. "నువ్వేమి అంటావు అఖిల?" అన్నాడు విక్రమ్.

అఖిల దాన్ని చూసి "నిజమే దీన్ని క్రాక్ చేయాలి అంటే చాలా రోజులు పడుతుంది, కరెక్ట్. కానీ ఆ ఫైల్ RAM నుంచి చాలా సార్లు యాక్సిస్ చేసి ఉంటారు, మనకి ఇప్పుడు ఒక దారి ఉంది" అంది...

"ఏంటి?" అన్నాడు శర్వా. "ఏంటి అంటే, ఇందులో పార్ట్స్ అన్ని ఇప్పేస్తాము, మదర్ బోర్డు లో RAM డ్రైవర్ ఉంటుంది, దాన్ని RAM ని కలిపి ఇంకో సిస్టం కి అటాచ్ చేస్తాము, కరెక్ట్ పిన్ మైక్రో డ్రైవర్ కనెక్ట్ చేస్తే మనకి సెట్ అయితే ఫైల్ ఓపెన్ చేయచ్చు". అంది అఖిల.

"తేడా వస్తే మొత్తం డేటా పోతుంది, పైగా మన ఇండియా లో ఇంకా ఆ చిప్స్ ని డిటెక్ట్ చేసి మార్చగల ఇంజనీర్స్ లేరు" అన్నాడు శర్వా.

"ఏంటి సార్, అంత మాట అనేసారు, మేము చదివింది అదే సార్" అంది అఖిల. "అయినా మన చదువులు అంత బాగా ఉన్నాయా, అన్ని మార్కుల కోసమే కదా" అన్నాడు శర్వా. "అందరు అలా ఉండరు, నేను అలా కాదు, మన ఎడ్యుకేషన్ ని తక్కువ చేయకండి సార్. "The man who invented zero and the man who invented infinity" ఇద్దరు మన దేశానికి చెందినవారే, మీకు తెలిసుండే ఉండాలి ఈ కంప్యూటర్ పని చేయాలంటే సున్నా కావాలని" అంది అఖిల.

"చెల్లెమ్మ ఇంత టాలెంట్ ఉండి, ఎప్పుడు వెబ్సైటు, వెబ్సెరీస్, మూవీస్ అంటూ ఉండేదానివి" అన్నాడు మాధవ్. "ఎందుకు అంటే అక్కడ పని తనకి ఇష్టం లేదు, ఛాలెంజ్ లేదు,

తాను చదివింది కూడా కాదు" అన్నాడు విక్రమ్. "ఇప్పుడు ఏం చేద్దాం అంటావు బావ, సారీ విక్రమ్ సార్?" అంది అఖిల.

"మరి ఇది వర్క్ అవుట్ అవ్వకుంటే?" అన్నాడు విక్రమ్. "మనం హార్డ్ డిస్క్ టచ్ చేయడం లేదు, అది ముందే తొలగించి వేస్తాను, అందులో డేటా అలానే ఉంటుంది" అంది అఖిల.

"సరే మరి, అయితే మీరు ఇద్దరు ఆ పనిలో ఉండండి. నేను, మాధవ్ ట్రాకింగ్ పని లో ఉంటాము" అని బయలుదేరాడు విక్రమ్.

శర్వా అఖిల పని మొదలు పెట్టారు. "ట్రాకింగ్ నెంబర్ లో చైనా పేరు ఉన్నంత మాత్రాన చైనా ప్రోడక్ట్ అని ఎలా చెప్తావ్?" అని అడిగాడు మాధవ్, విక్రమ్ ని.

"రెండు కారణాలు ఉన్నాయ్ బావ. ఒకటి ఏంటి అంటే, చైనా ప్రోడక్ట్ అన్ని కంటైనర్ లేదా షిప్ లో వస్తాయి, చాలా తక్కువ రేట్ కి, ప్రపంచానికి వాళ్ళ అవసరం ఉంది అని తెలియడానికి వాళ్ళు పంపుతున్నారు. కానీ ఎక్కువ చీప్ ప్రొడక్ట్స్, ఇక్కడికి వచ్చాక రేట్స్ కొంచెం పెంచి మన వాళ్ళు అట్ట పెట్టెలలో సర్దుతారు మరి" అన్నాడు విక్రమ్.

"మరి రెండవ కారణం ఏంటో?" అన్నాడు మాధవ్. "అది ఏంటి అంటే, మన శత్రువులు ఇద్దరు మిత్రులు. ఐసిస్ అయినా, పాకిస్తాన్ అయినా నార్త్ కొరియా ఐనా సరే, ఎవరు కూడా చైనా అండ లేకుండా ఏం చేయరు అని నా ఒపీనియన్" అన్నాడు విక్రమ్.

"కానీ నువ్వు చెప్పిన రెండు కారణాలు కాకుండా వేరే కారణం కూడా అయ్యే ఛాన్స్ ఉంది కదా బావ" అన్నాడు మాధవ్. "ఉంది కానీ, మనం ఎక్కడో అక్కడ ఇన్వెస్టిగేషన్ అయితే చేయాలి కదా, రేపే ఎటాక్ ప్లాన్ చేసారు. ఆ ఎటాక్ ఆపాము కానీ, ప్లాన్ బి ఏంటో మనకి తెలీదు కదా" అన్నాడు విక్రమ్. "సరే" అంటూ తల ఊపాడు మాధవ్. అలా వారు ఇద్దరు ఆ మందులు పార్సెల్ వచ్చిన ఆఫీస్ కి చేరుకున్నారు.

అక్కడ ఉన్న శర్వా అసలు అఖిల ఎలా చేస్తోందా అని గమనించసాగాడు. అప్పుడే "ఏంటోయ్ తెగ చూస్తున్నావ్? బాగున్నానా..." అంది అఖిల. "బాగున్నావ్" అని తల దించుకున్నాడు శర్వా.

"అయ్యో నేను ఏం ఫీల్ కాలేదు, ఎందుకు తల దించుకున్నావ్?" అని అడిగింది అఖిల. "ఏం లేదు" అన్నాడు శర్వా.

"చెప్పారా బాబు, నీ గర్ల్ ఫ్రెండ్ గుర్తు వచ్చిందా..." అంది అఖిల. అఖిల అంత చనువుగా మాట్లేడేసరికి "అవును" అన్నాడు శర్వా. "మరి కాల్ చేసి మాట్లాడు, సారీ చెప్పు" అంది అఖిల. "అయ్యో ఎన్నిసార్లు అని సారీ చెప్తా, తనతో ఎప్పుడు టైం స్పెండ్ చేద్దాం అన్నా సరే నాకు కుదరదు, ఎప్పుడు ఏదో ఒక ఎటాక్, తనకీ ఉంటుంది కదా నాతో ఉండాలని" అన్నాడు శర్వా.

"మీరంతా చేసేది గొప్ప పని, ఎవరైనా ఉంటారు" అంది అఖిల. "అవన్నీ సినిమా వరకే, అవసరాలు అన్నిటికంటే గొప్పవి ఎవరికైనా" అన్నాడు శర్వా.

"ఎందుకు అలా మాట్లాడతావ్?" అంది అఖిల. "అయ్యో అఖిల, మరి ఒకరంటే ఒకరు పిచ్చిగా ప్రేమించుకున్న రాధిక మేడమ్, విక్రమ్ సార్ ఎందుకు విడిపోయారు. దూరం ఎప్పుడు భారం అవుతుంది అఖిల" అన్నాడు శర్వా.

"అవునా" అంది అఖిల. "అవును ఒకటి మాత్రం నిజం, విడిపోయిన ప్రేమికులని జీవితం మొత్తం అందరు గుర్తు పెట్టుకుంటారు, ఎందుకంటే ఇంకా కలవలేరు కాబట్టి. కానీ ప్రేమించి ఒకటే అయితే మాత్రం ఆ ఎదురుచూపు గుర్తింపు ఉండదు, ఎందుకు అంటే వాళ్ళు మన వాళ్ళు కదా, మనల్ని ఎంత ప్రేమించినా సరే ఇంకా ప్రేమించాలి, పక్కన ఉండాలి అని ఉంటుంది, సగం మంది భారంగా జీవితం పూర్తి చేస్తారు మరి" అన్నాడు శర్వా.

"అబ్బో, నీ దగ్గర చాల విషయం ఉంది, నిన్నోటి అడగనా?" అంది అఖిల. "అడుగు, విక్రమ్ సార్ కోసమే కదా... ఐనా ఏదయినా అడుగు ఏం పర్లేదు" అన్నాడు శర్వా.

"అంటే మొదటిసారి నువ్వు విక్రమ్ సార్ ని ఎక్కడ కలిసావ్?" అని అడిగింది అఖిల. "నేనా,

సార్ ని కాందహార్ లో ఐసిస్ జనాబ్ కి దొరికినపుడు చూసాను" అన్నాడు శర్వా.

"ఏంటి...?" అని కళ్ళు పెద్దవి చేసింది అఖిల. "మరి ఎలా ఏం కాకుండా బైట పడ్డారు?" అని అడిగింది. "విక్రమ్ సార్ వల్లనే, ఈరోజు నాతో పాటు, ఇంకో ఎనిమిది మంది ఆఫీసర్ లు ఇలా ఆనందంతో ఉన్నాం అంటే కేవలం విక్రమ్ సార్ వల్లనే" అన్నాడు శర్వా. "ఏమైంది, కొంచెం వివరించి చెప్పు బాబు" అంది అఖిల.

"నేను జాయిన్ ఐన కొత్తలో ఒక రెస్క్యూ ఆపరేషన్ చేయడానికి విక్రమ్ సార్ ఆఫ్ఘనిస్తాన్ వెళ్లారు. ఆయన ఆపరేషన్ కి సహకరించడానికి నాతో పాటు ఇంకో ఎనిమిది మందిని పంపారు.

అక్కడ ప్రభుత్వం తాలిబన్ల అధికారం లో ఉన్న సమయం అది, చాలా కష్టం లోపలికి వెళ్లడం" అంటూ గతం లోకి వెళ్ళాడు శర్వా (శర్వా, అఖిల కి చెప్తాడు, నేను మీకు చెప్తాను).

తనతో పాటు వచ్చిన ఎనిమిది మందికి, ఎనిమిది పనులు చెప్పి అక్కడ ఉన్న "రా" ఇంఫార్మెర్స్ తో పంపి జాగ్రత్తలు చెప్పి తన పని మీద తాను వెళ్ళాడు విక్రమ్.

అలాగే అప్పుడు వెళ్లిన ఎనిమిది మందిలో ఇద్దరు అమ్మాయిలు ఉన్నారు, వాళ్ళని మూడు రోజుల్లో పని ముగించమని మళ్ళా విడిపోయిన చోటులోనే కలవాలని చెప్పి పంపాడు విక్రమ్.

జాగ్రత్తగా అందరు వారికి చెప్పిన పని అప్పగించుకుని వచ్చారు, కానీ వచ్చిన వాళ్లలో ఒక అమ్మాయి ఇంకో అబ్బాయి అజాగ్రత్తగా ఉండడం వళ్ళ జనాబ్ దళాలు వాళ్ళ వైపు వచ్చాయి.

అప్పటికి ఆ విషయం మిగతా వాళ్ళకి, విక్రమ్ కి కూడా తెల్సింది. అక్కడ ఉన్న వాళ్లలో ఇద్దరు "మనం పారిపోదాం, ఇన్ఫర్మేషన్ ఉంది కదా" అన్నారు. "మీరు అందరు నా బాధ్యత, అయితే అందర్నీ తీసుకుని వెళ్తా లేదా పైకి వెళ్తా" అన్నాడు విక్రమ్.

వందల మంది చుట్టు ముట్టారు, వాళ్ళ అందర్నీ, జనాబ్ దగ్గరకి తీసుకువచ్చారు.

కొన్ని వేల మంది మధ్యలో వాళ్ళని కట్టేసి ఉంచారు, జనాబ్ వచ్చాడు, అందరు అయన కేసి దీనంగా చూసారు, ఒక్క విక్రమ్ తప్ప. అసలు అతను కేసి కూడా చూడలేదు విక్రమ్.

(అక్కడ సంబాషణ అరబిక్ లో జరిగింది, కానీ మన తెలుగు పాఠకుల కోసం అంతా తెలుగులో జరిగినట్టే రాస్తున్న)

"ఏంటి అంత దీనంగా చూస్తున్నారు, దీనంగా చుస్తే మిమల్ని వదిలేస్తా అనుకున్నారా? అలాంటి పనులు చేసేది పిచ్చి భారత దేశపు రాజులూ మాత్రమే" అన్నాడు జనాబ్.

అక్కడ ఉన్న దళాల దృష్టి మాత్రం ఉన్న ఇద్దరు అమ్మాయిల మీద ఉంది. ఎప్పుడు ఈ విచారణ అవుతుందా? ఎప్పుడు ఆ అమ్మాయిల మీద పడి కామవాంఛ తీర్చుకుందామా, అని ఎదురుచూడసాగారు వాళ్ళు.

అప్పుడే వెనుతిరిగి వెళ్ళబోయాడు జనాబ్, "మహేమూద్ అక్బర్ పాషా, జనాబ్ అని నువ్వు ఎంత అరిచినా నీ పేరు మారునా..." అన్నాడు విక్రమ్.

"నా పేరు నీకు...?" అంటూ విక్రమ్ దగ్గరగా వచ్చాడు జనాబ్.

"నీ పేరు, ఊరు, పుట్టు పూర్వోత్తరాలు అన్ని తెల్సు రా నాకు. మీ పూర్వీకులు ముందు రొమాన్స్ అంటే అంటే రాజులనే దేవుడు అని కొలిచిన నాటి వాళ్ళు, తర్వాత చాలా మతాలు మారినా, మీ పద్ధతులు మారలేదు".

"ఇప్పుడు ఇక్కడ ప్రంపంచం నీదే కావాలి అని తిష్ట వేశావు" అన్నాడు విక్రమ్. "ఏంటి ఇవన్నీ చెప్తే నిన్ను వదిలేస్తా అనుకున్నావా?"; అన్నాడు జనాబ్.

"నువ్వు ఎందుకు వదులుతావ్ రా, మీరంతా యుద్ధాలు చేసేది డబ్బు కోసం, బానిసల కోసం ఇంకా అమ్మాయిల మీద దాడులు చేయడానికి, గెలిచాక ఏం చేస్తారు మీరు? అమ్మాయిలని విపరీతంగా పాడు చేస్తారు, అందర్నీ బానిసలూ గా మార్చి చంపకుండా హింస చూపిస్తారు, ఇంకా ఏం చేస్తారు, ఏమి లేనప్పుడు ఆ బానిసలను అమ్మి బ్రతుకుతారు. నిజానికి మీరు భయంతో బ్రతుకుతారు రా". అవును, మా దేశ రాజులూ, రాణులు కూడా శిరసు వంచి లొంగిన వాళ్ళని క్షమిస్తారు, ఏదో ఒక రోజు వాళ్ళ వల్ల వీరికి చావు వస్తుంది అని తెల్సు ,అలాగే చనిపోయారు రాయల, రాజపుత్ర వంశీకులు కూడా. కానీ మీకు శత్రువు ని వదిలేస్తే మరణం వస్తుంది ఏమో అని భయం, మాకు మరణం ఎప్పుడైనా వస్తుంది, శరణు కోరిన వాళ్ళకి భిక్ష ఇవ్వడం మా ధర్మం, సనాతన ధర్మం" అన్నాడు విక్రమ్.

"చేతకానితనం" అన్నాడు జనాబ్. "శత్రువు ని హింసించి చంపే మీరు శత్రువు మారాడు అని వదిలేసే మా వాళ్ళని చేతకాని వాళ్ళు అనడం హాస్యం" అన్నాడు విక్రమ్.

"ఇప్పుడు మీ వాళ్ళ పరాక్రమం చెప్తే నిన్ను వదిలేస్తా అనుకున్నావా, కానీ నిన్ను నీ వాళ్ళని వదలాలి అంటే నా దగ్గర ఒక షరతు ఉంది..." అన్నాడు జనాబ్.

"ఏంటి అది?" అని అడిగాడు విక్రమ్.

"నా దేశానికి వచ్చి నాతో ఇంత ధైర్యంతో మాట్లాడుతూ ఉన్నావ్ అంటే నువ్వు చాల గొప్పవాడివి, అంతే కాక నువ్వు నా రహస్యాలు అన్ని తెల్సిన వాడిలా ఉన్నావు, అయినా నేటి రోజుల్లో గూగుల్ లో మా హిస్టరీ అంత ఉంటుంది, ఎందుకంటే మేము ఆధిపత్యం చూపే వాళ్ళం కదా" అన్నాడు జనాబ్. "పాయింట్ కి రా అక్బర్" అన్నాడు విక్రమ్.

"మీరు ఏదో సినిమా తీసారట కదా, మీ దేశాన హీరో వంద మందిని చంపే సినిమా, చాల భాషల్లో తర్జుమా అయింది కదా, మేము చూసాము కదా నీ మీదకి కూడా వంద మందిని

పంపుతా, కత్తులు తోటే లే మరి ఓకే నా" అన్నాడు జనాబ్. "ఓకే కాదు" అన్నాడు విక్రమ్. "ఓయ్ అదంతా నిజం కాదా, సినిమా కోసమా" అన్నాడు జనాబ్.

"నాకు వంద ఓకే కాదు, వంద మీద ఒకరు ఎక్కువ కావాలి, ఆ ఒక్కరు నువ్వే కావాలి అక్బర్" అన్నాడు విక్రమ్. "నేనా నేనా..." అన్నాడు జనాబ్.

"చెవులు పని చేయడం లేదా, నువ్వు అని చెప్పా కదా" అన్నాడు విక్రమ్. అప్పుడే అక్కడికి వచ్చిన ఖురేషి "జనాబ్ ఇతను ఏదో స్కెచ్ వేస్తున్నాడు, మీరు ఒప్పుకోకండి" అన్నాడు.

"అబ్బో మేమే వేయాలి స్కెచ్ లు, భయం కి, పిరికితనం కి మధ్య పుట్టినట్టు ఉన్నాడు మీ బాస్, అయినా చుట్టూ వేల మంది జనం, నీ వాళ్ళు వంద మంది కత్తులతో నేను ఒకడ్ని ఒకే కత్తితో, అయినా సరే మీ బాస్ స్కెచ్ వేయలేడు, నేను వేస్తాను అంతేనా" అన్నాడు విక్రమ్.

"జనాబ్ వీడు ఏదో గేమ్ ఆడుతున్నాడు, ఛత్రపతి శివాజీ పుట్టిన భూమి లో పుట్టిన వాడు, అతన్ని జైలు లో పెట్టిన ఔరంగజేబు చివరకి ఏమయ్యాడు మీకు తెల్సు కదా, మీరు రెండు పక్కల అలోచించి నిర్ణయం తీస్కోండి" అన్నాడు ఖురేషి.

"ఏంటి ఇప్పుడు, నేను నా వాళ్ళ ముందు వీడు గొప్పవాడు అని ఒప్పుకోవాలా, ఒప్పుకోను కాక ఒప్పుకోను అయినా, ఇది ఏమయినా సినిమానా? వంద మందిని ఇక్కడే ఒక్కడే చంపడానికి చూద్దాం, ఒక వేళ చంపేశాడు అనుకుందాం, నా దగ్గరికి వచ్చేలోపు వేయి బుల్లెట్స్ వాడి మీద దిగుతాయి. అయినా ఇచ్చిన మాట మీద నిలబడి ప్రాణం తీసుకుంటాడు అనుకుంటున్నావా ఈ జనాబ్, అంత మంచివాడు కాదు, అసలు మంచివాడే కాదు, దుర్మార్గం కి, దుర్మార్గం ఎదురు వస్తే ఆ దుర్మార్గము దుర్మార్గం కూడా వీడు ఎక్కడి దుర్మార్గుడురా అని తిట్టుకునే దుర్మార్గం నాది" అన్నాడు జనాబ్. ఖురేషి ఏం మాట్లాడలేదు.

"సరే నాకు అంగీకారమే, కానీ నువ్వు ఓడిపోయినా, చచ్చిపోయినా ఆ ఇద్దరు అమ్మాయిలు, మిగతా ఆరు అబ్బాయిలు మా సైనికుల బానిసలు" అన్నాడు జనాబ్.

"సరే" అన్నాడు విక్రమ్.

అప్పుడు జనాబ్ ఖురేషి తో "పాపం వాడు సిద్ధం అయ్యాడు. నెగ్గితే తన వాళ్ళని కాపాడుకోవచ్చు అనుకుంటున్నాడు. గెలిచినా, ఓడినా సరే వాళ్ళు బానిసలే కదా మనకి, కాకపోతే

గెలిస్తే తొమ్మిది బానిసలూ, ఓడిపోతే మాత్రం ఎనిమిది మంది, ఎందుకంటే వీడు చస్తాడు కదా" అన్నాడు జనాబ్.

"ఇంకోసారి ఆలోచించండి జనాబ్, అవసరం అంటారా ఇప్పుడు ఈ యుద్ధం, ఎందుకు అంటారు వాళ్ళని బానిసల్లాగా ఉంచచ్చు కదా" అన్నాడు ఖురేషి.

"అయ్యో, మరి ఆ నేల గొప్పతనం తెల్సుకోవాలి కదా, వీడు విర్ర వీగుతున్నాడు కదా" అన్నాడు జనాబ్.

"మీ ఇష్టం జనాబ్" అన్నాడు ఖురేషి.

"అక్కడ ఉన్న ఇద్దరు అమ్మాయిలు బానిసలూ అంటే ఏంటి అని అబ్బాయిలిని అడిగారు. వాళ్ళ దగ్గర పని చేస్తూ బ్రతకాలి ఏమో, అమ్మాయిలు అయితే కాపురాలు చేయాలేమో అన్నాడు ఒక అబ్బాయి, శర్వా ఏం మాట్లాడలేదు.

అది విన్న విక్రమ్ "బానిస బ్రతుకు అంత సులువుగా ఉండదు మిత్రులారా, వాళ్ళు ప్రతి పనికి మిమల్ని వాడతారు, ప్రతిదానికి కొడతారు, అమ్మాయిలని అత్యాచారాలు చేస్తూనే ఉంటారు. ఎన్నిసార్లు ఎంత మంది ఐనా, కొరడాతో కొడతారు అబ్బాయిల అమ్మాయిల మర్మ అంగల్లో శూలాల ఆటలు ఆడతారు". అది చాలా భయంకరంగా ఉంటుంది. భారత దేశాన్ని, భారతావని లో పుట్టిన రాజులు మాత్రమే పాలించినపుడు యుద్ధాలు జరిగినా, ఓడిపోయి లొంగిన వాళ్ళని సామంతులని చేసేవాళ్ళు. ఒక వేళ రాజు చచ్చిపోతే తమ వాళ్ళని అక్కడ రాజు గా ఉంచి పాలించేవాళ్ళు. అప్పుడు ప్రజలు కూడా వారి వారు అయ్యేవారు. అప్పుడు ప్రజల్లో ఆడ, మగా కూడా కుల వృత్తి నేర్చేవాళ్ళు. ఇంటి పనులు చూడాలి కాబట్టి వృత్తిలో లేకున్నా భర్త లేకుంటే ఆ వృత్తి చేసేవారు. క్రమేపి భారత దేశం పై విదేశీయుల దండయాత్రలు పెరిగాయి. వారంతా పశ్చిమ దేశాల నుంచి వచ్చిన వాళ్ళు. ముందు రాజే దేవుడు అని నమ్మిన వాళ్ళు, కాలక్రమేణా వచ్చిన మార్పులకు లోబడి కొత్త మతాల్లో మారారు. కానీ కొంత మంది లో మార్పు లేదు, వారికి బానిస అంటే మాత్రం అంతే, పైగా వారు ఆడవాళ్ళు సుఖం ఇవ్వడానికి, పిల్లల్ని ఇవ్వడానికి అని మాత్రం నమ్మేవారు. వాళ్ళు చేసేది యుద్ధం అనేకంటే సంపద కోసం దోపిడి అన్న మాట సరి ఐనది. ఎందుకంటే వాళ్ళు యుద్ధం గెలవగానే సంపదను, ఆడవాళ్లను దోచుకుంటారు. అలా వేరే ప్రాంతం వాళ్ళు, మన దేశం మీద దండెత్తి రావడం వల్ల మనవాళ్ళు ఆడవాళ్లను ఇంకా ఇంకా

కాపాడాల్సిన పరిస్థితి వచ్చింది, తర్వాత మన దేశాన బానిస బ్రతుకులు మొదలు అయ్యాయి" అని ఆపాడు విక్రమ్.

"అవునా..." అన్నాడు ఒక అతను.

"అవును, మన దేశ రాజులూ ఈ విదేశీ కట్టుబాట్లు నేర్చుకున్నారు, కానీ అందరు మారలేదు. ఐనా మన పుస్తకాల్లో చరిత్ర మనల్ని ఎక్కడ చదవనిచ్చారు. మన చరిత్ర మొదలు అయ్యేది విదేశాల వాళ్ళు హిమాలయాలు దాటి వచ్చి మన మీద దాడి చేసాక గెలిచాడు అని, గజని పట్టుదల ఉండాలి అని, ఉదాహరణలు ఇస్తున్నారు తప్ప, గీత లో శరణు అన్న శత్రువు ని విడిచేయి అని నమ్మే పృథ్విరాజ్ కోసం అసలు లేనే లేదు మరి. ఎన్నో ప్రమాణాలు, సాధనాలు ఇచ్చారు అని బ్రిటిష్ వారిని పొగుడుతారు కానీ అంతకి ముందే ఇంటి దగ్గర నుంచే ఖగోళ శాస్త్రం చెప్పగలిగే వాళ్ళు మన దగ్గర ఉన్నారు అన్న విషయం బైట పెట్టరు మరి. ఎప్పుడో వేదాల్లో ఉన్న సున్నా ని మన ఆర్యభట్ట చెప్పే వరకు వారికీ తెలీదు. అది తెలిస్తే కానీ నేడు కేవలం సున్నా మరియు ఒకటి మాత్రం తో పనిచేసే గణన యంత్రం ప్రంపచంకి తెలీదు, కానీ మనం వెనకబడిన వాళ్ళం అంటారు. మొత్తం వేదాలు ఉపనిషత్తులు ఉన్న కాశీ లైబ్రరీ ని శ్రీలంక లో ఉన్న జయవర్ధనే గిరి లైబ్రరీ ని తగల బెట్టారు. అందులో ఉన్న ముఖ్య పుస్తకాలూ పట్టుకెళ్లి పరిశోధన మొదలు పెట్టారు. ఎందుకు అంటే, అవి సైన్స్ అని వాళ్ళకి తెల్సు, మన వాళ్ళు శాస్త్రాన్ని పవిత్రంగా చూస్తారు దేవునిలా... అందుకే దైవ సంబంధం అయ్యాయి. నిజాలు అడిగేవారు, చెప్పేవాళ్ళు లేక కొంత కాలం మాత్రం ఉన్నారు, తర్వాత తిరగబడ్డా చెప్పేవాళ్ళు లేరు. అందుకే నిజం మరుగున పడింది. మొత్తానికి మనం తెలుసుకోవాల్సింది జ్ఞానం మాత్రమే, సంపద ఇంకేదీ కాదు. విదేశీయులు ముందు సంపంద, ప్రాణాలు దోచుకున్నారు తర్వాత జ్ఞానం దోచుకున్నారు. మనకి మూలాలు లేకుండా చేసారు, అయినా ఇంకా మూలాలు తెల్సిన వాళ్ళు, ఇంకా ఈ మూలాలు ప్రంపంచం అంతటా ఉంటాయి, ఎక్కడ కొత్త విషయం జరిగిన జ్ఞానం కోసం భారతీయుల అవసరం ఉంటుంది" అని మళ్ళా ఆపాడు విక్రమ్.

"కానీ మీరు ఇప్పుడు గెలవాలి, గెలిస్తేనే కదా మేము బయటికి వెళ్ళేది" అన్నాడు శర్వా.
"అవును సార్ వాళ్ళ ఘాతుకాలు మీరు చెప్తేనే భయం వేస్తోంది". అంది ఒకామె.

"అంటే నేను గెలిస్తే వాళ్ళు మనల్ని వదిలేస్తారు అనుకుంటున్నారా, ఒక వేళ అంత మందిని కొట్టి గెలవడానికి ఇదేమన్నా సినిమా నా, నేను హీరో నా" అన్నాడు విక్రమ్.

"మరి ఎందుకు సార్ మమ్మల్ని పందెం లో వేశారు" అని అరిచింది ఒకామె.

"ఎందుకా... మిమల్ని కాపాడానికి నాకు ఉన్న దారి అదొక్కటే కాబట్టి, మిమల్ని నేను పందెం లో వేయడం కాదు, వాడే మనం తప్పించుకోవడానికి అవకాశం ఇచ్చాడు" అన్నాడు విక్రమ్.

"లేదు సార్ మీ మాటలతో ఇచ్చేలా చేసారు" అన్నాడు శర్వా. "చాలా మంచిగా తెల్సుకున్నావు, సూపర్" అన్నాడు విక్రమ్. మిగతా వాళ్ళకి ఏం అర్థం కాక "ఎలా సార్?" అన్నారు. గట్టిగా నవ్వాడు విక్రమ్. "వంద మందితో పాటు జనాబ్ రెడీ అయ్యాడు, మీరు నా బాధ్యత, నా వంట్లో చివరి రక్తం చుక్క పోయే దాకా పోరాడి మిమ్మల్ని దేశం దాటిస్తా" అన్నాడు విక్రమ్.

శర్వా నవ్వాడు.

వంద మంది జనాబ్ సేన వచ్చారు, అందరికి పైన కత్తులు ఉన్నా, ప్రతి ఒక్కరి ప్యాంటు కి గన్ అటాచ్ చేసి ఉంది. జనాబ్ ని కథన రంగంలో మధ్యన ఉండమని చెప్పాడు ఒక సైనికుడు, "అప్పుడు చుట్టూ మేము కాపలా కాస్తాము" అని అన్నారు అందరు.

రంగం రెడీ అయింది, అక్కడ చుట్టూ వందమంది, మధ్యన జనాబ్, వందమంది ఒక చోటే ఉండకుండా చుట్టూ తిరుగుతూ ఉన్నారు, లోపలికి పంపారు విక్రమ్ ని, చేతికి ఒక కత్తి ఇచ్చారు.

కత్తితో లోపలికి వెళ్ళాడు విక్రమ్, తన ఎదురుగా ఉన్న వ్యక్తి మీదకి కత్తితో వెళ్ళాడు, అతను కత్తి మీద తన కత్తి వేసాడు, కానీ విక్రమ్ కత్తి అతను కత్తిని నిలువరించలేకపోయింది.

విక్రమ్ కత్తితో సహా ఎగిరి పడ్డాడు అతను తంతే. పడ్డ వాడిని చూసిన సైనికులు, "జనాబ్ వీడికి అంత సీన్ ఉన్నట్టు లేదు, వీడి కోసం మన వీరులు వంద మంది ఎందుకు అసలు, ఒకడు వెళ్లినా పోయేట్టు ఉన్నాడు" అన్నారు.

కానీ వాళ్ళకి తెలీదు అప్పుడు విక్రమ్ అక్కడ నుంచి వీళ్ళ మూమెంట్, జనాబ్ ఉన్న ప్లేస్ ని చేరుకోవడానికి ఎంత టైం పడుతుంది, వాళ్ళ దగ్గర ఏ ఆయుధాలు ఉన్నాయ్, ఇవన్నీ బేరీజు వేసుకుంటూ ఉన్నాడు అని.

అక్కడ విక్రమ్ కోసం ఎదురు చూస్తున్న అమ్మాయిలు, అబ్బాయిలు మాత్రం చాలా కంగారు పడుతున్నారు, కానీ శర్వా మాత్రం విక్రమ్ కళ్ళను చూసి చాలా ప్రశాంతగా ఉన్నాడు.

అప్పుడే ఒకామె "అసలు ఏంటి బాబు నువ్వు, ఇందాక ఆయన యుద్ధం కి వెళ్తుంటే నవ్వావు, ఇప్పుడు ఆయన పడిపోతే ప్రశాంతమైన వదనంతో ఉన్నావు. అసలు ఏంటి నువ్వు?" అని అడిగింది.

దానికి శర్వా "భారతంలో కృష్ణుడికి భగవద్గీత రూపంలో కొన్ని జీవన సూత్రాలు చెప్పాడు, అందులో ఒకటి -నీ బలం బాగా వృద్ధి చేసుకున్నాక మాత్రమే శత్రువుకు తెలియనివ్వు, అలాగే శత్రువు బలం తెలుసుకోవడానికి నాలుగు అడుగులు ముందుకు వేయి, అతి విశ్వాసం, ఆత్మ న్యూనతా రెండు పనికి రావు" అని చెప్పాడు.

"అయితే దానికి దీనికి సంబంధం ఏంటి" అని అడిగాడు. ఇంకో అతను, "ఇప్పుడు సరిగా విక్రమ్ సార్ ని చూడు, అతను శత్రువుల బలాలు, స్థానాలు అంచనా వేస్తున్నాడు" అన్నాడు శర్వా.

"కానీ ఇందాక ఆయన మాట్లాడిన దాన్ని బట్టి వాళ్ళు వంద మంది చచ్చినా, మనల్ని వదలరు కదా" అంది ఇంకో ఆమె. "ఒక విషయం తెల్సా అర్జునుడు ఒకేసారి అరవై వేల మందితో యుద్ధం చేసి గెలవగల నైపుణ్యం ఉన్నవాడు, అంత మాత్రం చేత ప్రతిసారి యుద్ధం చేస్తాడా, యుద్ధం అవసరమై అంగీకారం అయి ఉంటే చేస్తాడు". యుద్ధం ధర్మం కాపాడానికి చేయాలి, ఇప్పుడు ఆయన బాధ్యత మనల్ని కాపాడడం, మరి దానికి ఏం చేయాలి అది చేస్తాడు. ఇప్పుడు ఒకవేళ మగధీరలో కాలభైరవ లాగా విక్రమ్ సార్ వంద మందిని చంపినా, మిమ్మల్ని వదిలేస్తున్నా అనడానికి ఇక్కడ ఉన్నది షేర్ ఖాన్ కాదు జనాబ్. జనాబ్ మనల్ని వదలడు, ఇక్కడ వాళ్ళ మనుషులు వేలలో కాదు లక్షల్లో ఉంటారు, అంటే ఏం చేయాలి ఇప్పుడు?" అన్నాడు శర్వా.

"ఏం చేసినా వీళ్ళు విడువరా..., బానిసల్లా బ్రతకాల్సిందేనా, వీళ్ళకి మా శరీరాలు ఇవ్వాల్సిందేనా, పైగా వీళ్ళు మర్మాంగాలు ని భారీగా హింస పెడతారట, అసలు ఎందుకు విక్రమ్ సార్ లోనికి వెళ్లినట్టు, ఆయన మాత్రం పోయి ప్రశాంతమైన చావు పొందడానికా..." అంది ఆ అమ్మాయి.

"కాదు, ఆ బానిస బ్రతుకు మనకి రాకుండా చివరి ప్రయత్నం చేయడానికి" అన్నాడు శర్వా.

"ఎలా? ఐనా మా అమ్మ, అమ్మమ్మ చెప్తున్నా వినలేదు నేను, అందర్నీ పొడుస్తా, విరగదీస్తా అని వచ్చేసా, ఇక్కడేమో ఏమి లేదు అసలు..., ఏం చేయాలి తెలీడం లేదు. ఇంత రిస్క్ అని తెలిస్తే "రా" కి రాకుండా ఉండేదాన్ని. దేవుడా నన్ను కాపాడు, నే వెళ్లి మా నాన్న చూసిన అబ్బాయిని, అది కూడా ఏదయినా ఆఫీస్ వర్క్ చేసే వాడిని చూసి చేసుకుని ఇంట్లో పిల్లల్ని కనిపెడతా స్వామి, నన్ను గట్టెక్కించు" అంటూ దండాలు పెడుతోంది." ఆ అమ్మాయి.

"అక్కడ చూడు" అన్నాడు శర్వా విక్రమ్ వైపు చూపిస్తూ.

అక్కడ విక్రమ్ నెమ్మదిగా లేచాడు, కత్తిని తీసుకుని రెండు అంగల్లో ఎదురుగ ఉన్న సైన్యం మీదకి పోయాడు, అప్పటికి వాళ్ళు రిలాక్స్ అయ్యారు కొద్దిగా, ఇంత ప్రతిచర్య వాళ్ళు ఊహించలేదు. వాళ్ళు షాక్ లో ఉండగానే పది మందికి చేతులు, పది మందికి కాళ్ళు ఇద్దరికీ మెడ తీసేసాడు విక్రమ్.

ఆ భాగాలు మధ్యలో పడడంతో వాటిని ఆసరాగా చేసుకుని జనాబ్ ఉన్న ప్లేస్ కి వచ్చాడు. ఈ పని ఎంత చాకచక్యంగా చేసాడు అంటే మొదట ఒకడు కాలు నరికి వాడి కత్తి తీసుకుని రెండు కత్తులతో ఇద్దరు చేతులు నరుకుతూ కాలితో వాళ్ళని తంతూ, వాళ్ళ దగ్గర ఉన్న గన్ తన చేతిలోకి, తర్వాత జేబులోకి వచ్చేలా చేసుకున్నాడు.

వాళ్ళు తేరుకునేలోపే పాతిక మంది పోయారు, తేరుకుని ఎటాక్ చేసేలోపు ఇంకా పది మంది పోయి జనాబ్ పాయింట్ బ్లాంక్ లో గన్ తో నిలబడ్డాడు విక్రమ్.

అది చూసిన శర్వా ఇంకా మిగతా వాళ్ళు ఆనందానికి అవధులు లేవు.

"ఏం కావాలి నీకు?" అని అడిగాడు జనాబ్. "ముందు నా వాళ్ళు కట్లు విప్పి నా దగ్గరికి పంపు" అన్నాడు విక్రమ్. అంతా విక్రమ్ చుట్టూ వలయంలా నించున్నారు, శర్వా, మిగతా వాళ్ళు కూడా వచ్చి. "ఇప్పుడు మాకు ఒక పెద్ద ఛాపర్ కావాలి, అది ఇండియాది" అన్నాడు విక్రమ్. "అదెలా కుదురుతుంది?" అన్నాడు జనాబ్. "కుదురుతుంది, ఇక్కడికి దగ్గర లో ఉన్న ఎయిర్ బేస్ కి పంపమని చెప్పడానికి ఫోన్ కావాలి" అన్నాడు విక్రమ్.

"ఫోన్ వచ్చింది" చెప్పాడు, "మరి నన్ను ఎప్పుడు వదులుతావ్?" అన్నాడు జనాబ్, "ఎందుకు వదలాలి?" అన్నాడు విక్రమ్.

"ఎందుకంటే ఇప్పుడు ఇండియా లో, పాకిస్తాన్ ప్రధాని పర్యటన చేస్తున్నాడు, ఒక్కడే చేయడు కదా, అతను వెనక ఉన్న మనుషుల్లో నా వాళ్ళు ఉన్నారు, అలాగే అక్కడ ఇండియా లో చాలా మంది ఉన్నారు మరి, ఏం చేస్తాము, ఇక్కడ నన్ను వదలకుంటే అప్పుడు అక్కడ పాకిస్తాన్ ప్రధాని పోతాడు, పర్యటన కి పిలిచి చంపేశారు అనే నెపంతో వార్ మొదలు, ఏం చేద్దాం అంటావు?" అన్నాడు జనాబ్.

శర్వా ని పిలిచి "ఇంకా ఎంత సేపు పాకిస్తాన్ ప్రధాని ఇండియా లో ఉంటాడో కనుక్కో" అన్నాడు విక్రమ్. "ఇంకో రెండు గంటలు" అని చెప్పాడు శర్వా ఫోన్ చేసి కనుక్కుని.

"సరే అతను దేశం దాటగానే నిన్ను వదిలేస్తాము" అన్నాడు విక్రమ్. "ఎలా నమ్మేది? నా దగ్గర ఒక ప్లాన్ ఉంది" అన్నాడు జనాబ్. "ఏంటో చెప్పు?" అన్నాడు విక్రమ్. "ఇప్పుడు ఎయిర్ బేస్ కి వెళ్దాం, చాపర్ రెడీగా ఉంది, నా వాళ్ళు పది మంది వస్తారు, మీరు ఒక పారాచూట్ లో నన్ను వదలండి, అక్కడ పాక్ ప్రధాని వెళ్ళాక బేస్ కట్ చేస్కోండి" అన్నాడు జనాబ్. మధ్యలో ఏమయిన తేడా చేస్తే మా వాళ్ళు కట్ చేస్తారు" అన్నాడు జనాబ్.

"సరే" అన్నాడు విక్రమ్. అందరు ఎయిర్ బేస్ కి వెళ్లారు. వాళ్ళు వెళ్లి చాపర్ ఎక్కినా, విక్రమ్ గన్ తీయలేదు జనాబ్ పై నుంచి, అక్కడ ఇంకో ఐదు నిమిషాల్లో పాక్ ప్రధాని విమానం బయలుదేరుతుండగా అప్పుడు నెమ్మదిగా పారాచూట్ లో వదిలాడు. అక్కడ విమానం భారత వాయు సేవల పరిధి దాటడంతో పారాచూట్ కట్ చేసాడు.

కట్ చేస్తూ చెప్పాడు "నేను ఏజెంట్ నెంబర్ 12667. ఇండియా మీద ఇటువంటి ప్లాన్స్ వేస్తున్నారు అని తెల్సుకుని అది ఎలా ఆపాలి అని మేము ఆలోచిస్తూ ఇక్కడికి వచ్చాము, నువ్వే దొరికి మా మార్గం సుఖం చేసావు" అంటూ నవ్వాడు విక్రమ్.

"నిన్ను వదలనురా ఏజెంట్ 12667" అంటూ కిందకి దిగాడు జనాబ్, జనాబ్ మనుషులు వచ్చి అతన్ని తీసుకునేలోపు విక్రమ్ టీం ఆఫ్ఘాన్ దాటివేసింది.

"అది అఖిల జరిగింది" అన్నాడు శర్వా. "మరి టీవీ లో, పేపర్ లో ఎక్కడ మీ సాహసాలు రాలేదు" అని అడిగింది అఖిల.

"మేము ఉన్నది "రా" లో, మిలట్రీ లోనో, పోలీస్ డిపార్ట్మెంట్ లోనో అయితే ఏమైనా

చేయగానే పెద్ద పెద్ద మెడల్స్ ఇచ్చి పైకి లేపుతారు, కానీ ఇక్కడ ఏం చేసినా దేశం కోసం చేయాలి, కానీ గుర్తింపు కోరుకోకూడదు. అసలు అంత రిస్క్ చేసాక మా టీం అందరికి ప్రధాని బహుమతులు ఇచ్చి పిక్స్ దిగారు, కానీ ఆ పిక్స్ మేము చచ్చాక బైటకి వస్తాయి, లేదా రిటైర్ అయ్యాక కానీ. హోమ్ లోన్ పెట్టుకుని ఇల్లు కట్టుకునే పరిస్థితి మాది. ఎంత రిస్క్ చేసినా, కొన్నిసార్లు ఫ్యామిలీ కి కూడా నిజాలు చెప్పలేని పరిస్థితి" అన్నాడు శర్వా.

"ఇప్పుడు నేను కూడా "రా" నే" అంది అఖిల. "మీరు అంత ఎక్కువ రోజులు ఉండరు కదా" అన్నాడు శర్వా. "అదేంటి..., అంత మాట అనేసావు" అంది అఖిల.

"అంటే... అది..." అన్నాడు శర్వా.

"ఒరేయ్ అది, అది అని నసిగితే నిన్ను చంపి...." అంటూ ఉంది అఖిల.

"ఇంతసేపు బానే ఉన్నావు కదా అఖిల, ఏమైంది?" అన్నాడు శర్వా. "ఏదయినా ఒక విషయం చెప్తూ మధ్యలో ఆపితే నేను ఇలాగే అవుతా" అంది అఖిల.

"నీ దగ్గర చాలా సెకలు ఉన్నాయ్" అన్నాడు శర్వా. "ముందు చూద్దువు కానీ, మ్యాటర్ చెప్పు" అంది అఖిల.

"మేము వచ్చి అవార్డ్స్ తీసుకున్నాక, మా టీం లో ఉన్న అందరు రెసిగ్నషన్ ఇచ్చారు, అందులో ఆ లేడీ ఆఫీసర్స్ పెళ్లి చేసుకున్నారు, వెతికి వెతికి స్కూల్ టీచర్స్ ని చూసి, పెళ్లి చేసుకుని హౌస్ వైఫ్ లా సెటిల్ అయ్యారు" అన్నాడు శర్వా.

"అయితే?" అంది అఖిల. "నువ్వు కూడా వాళ్ళలా ఏమైనా చేస్తావేమో అని, రేపు మనకి ఇంకో ఫైట్ తప్పదు, తర్వాత ఏ దేశంలో ఐనా సరే మనం పోరాడాల్సి రావచ్చు". అన్నాడు శర్వా.

"అయితే?" అంది అఖిల. "పోరాటాలు జరుగుతాయి, రిస్క్ లు చేయాల్సి రావచ్చు, అప్పుడు విక్రమ్ సార్ ఇలాంటి డెసిషన్స్ తో భయ పెట్టవచ్చు" అన్నాడు శర్వా.

"అయ్యో పిచ్చి శర్వా... వాళ్లంతా జాబ్ చేసి ఇంట్లో వాళ్ళకి చూపించాలి అనుకున్నారు. గవర్నమెంట్ జాబ్ వచ్చింది కదా అమ్మాయిల్ని పెద్ద కష్ట పెట్టరు అనుకున్నారు, కానీ జీతాలు సమానం, హక్కులు సమానం అయినపుడు పని కూడా సమమే కదా మరి. ఇంకా... ఇక్కడ ఈ జాబ్ కి ఉండాల్సిన ముఖ్య లక్ష్యం దేశం మీద ప్రేమ, టీం మీద నమ్మకం, అది నాకు చాలా ఉంది. ఎందుకంటే ఇక్కడ రెండు విషయాలు, నేను ఇక్కడకి వచ్చింది జాబ్ లేక కాదు, డబ్బు లేక కాదు,

కేవలం అఖిల్ అదే విక్రమ్ సార్ మీద ప్రేమతో. ఇంకా ఎంత వెబ్ సిరీస్ లు పిచ్చి ఉన్న నాకు దేశ భక్తి ఎక్కువే, ఐన నిన్న బావ ఫైట్ చేస్తున్నపుడు నేను పక్కన లేనా, మజీద్ దెబ్బలు బాగానే తగిలాయి బావకి, నేనే ఎంకరేజ్ చేశా బావని బాగా కొట్టమని" అని చెప్పింది అఖిల.

"మొత్తం క్రెడిట్ నువ్వే తీసుకుంటావ్ అన్నమాట అయితే" అన్నాడు శర్వా. "నాకు ఎందుకు? విక్రమ్ సార్ క్రెడిట్ అసలు వద్దు, నా క్రెడిట్ నాకు ఇస్తే చాలు ఐన" అంది అఖిల.

"ఇస్తున్నారు గా, ఇంప్రెస్సివ్ వర్క్, స్మార్ట్ వర్క్, నైస్ వర్క్, అని మంచి మంచి కాంప్లిమెంట్స్" అన్నాడు శర్వా. "నేను వచ్చాక నీకు కాంప్లీమెంట్ రావట్లా అని కుళ్ళుబోతులా కుళ్లిపోతున్నావా అయితే" అంది అఖిల.

"అసలు లేదు, ఏదయినా దేశానికి మంచి జరిగితే చాలు" అన్నాడు శర్వా.

"అది.... అలాగే ఉండు రోయ్" అంది అఖిల. "అవునా మళ్ళీ అరేయ్, గిరేయ్ అన్నావంటే నా, చూడు" అన్నాడు శర్వా. "అంటానోయ్ అలాగే, ఏంటి ఇప్పుడు?" అంటోంది అఖిల.

"హమ్మా... ఇంతకీ నీకు ఇచ్చిన పని ఏమైంది, పూర్తి అయిందా లేక ఊరికే బిల్డప్ ఏనా?" అన్నాడు శర్వా.

అప్పుడే సిస్టం ని DOS మోడ్ లో ఓపెన్ చేసి, ఫైల్స్ అన్ని ఒక్కక్కటి గా ఫ్లాపీ డిస్క్ లోకి కాపీ చేస్తోంది అఖిల, అది చూసిన శర్వా "ఇంత వర్క్ ఎక్కడ నేర్చుకున్నావు?" అని అడిగాడు.

"అయ్యో శర్వా... ఆసక్తి ఉంటే ఏదయినా నేర్చుకోవచ్చు, ముందు కొన్ని కోర్స్ లు ఆన్లైన్ లో నేర్చుకున్నా, తర్వాత మాత్రం చాలా విధానాలు యూట్యూబ్, ఇంకా చాలా సైట్స్ గూగుల్ లో కూడా నేర్చుకున్నా, ఎలా నేర్చుకున్నాం అనే దాని కన్నా, ఎంత నేర్చుకున్నాం అనే దానిపైన మన జీవితం ఆధార పడి ఉంటుంది" అంది అఖిల.

"సరే, నేను కూడా నీ దగ్గర నేర్చుకుంటాలే" అన్నాడు శర్వా. "హమ్మా... ఊరికే నేను ఏం నేర్పను, నాకు ఫీజు కావాలి" అంది అఖిల.

"ఏంటో ఆ ఫీజు? "మళ్ళా మనీ అయితే నేను ఇచ్చుకోలేని పరిస్థితి ముందే చెప్తున్నా" అన్నాడు శర్వా.

"అబ్బా, నీ డబ్బు ఏం నాకు వద్దు నాకు కొన్ని విషయాలు తెలియాలి" అంది అఖిల.

ఏం విషయాలు?" అన్నాడు శర్వా. "అసలు రాధిక అక్క కోసం నీకు ఏం తెలుసు, వాళ్ళ పెళ్లి ఎలా జరిగింది, ఎందుకు అంత దూరం ఉన్నా, రాధిక అక్క కోసమే తపిస్తూ ఉన్నాడు విక్రమ్ సార్, కానీ రాధిక అక్క విక్రమ్ సార్ ని దగ్గరకి ఎందుకు రానివ్వట్లా, పైగా నేను బావతో క్లోజ్ గా ఉండడం అక్కకి ఎందుకు హ్యాపీ. నీకు తెల్సిన విషయాలు నాకు షేర్ చేయి, తెలియని విషయాలు తెలుసుకోవడంలో నాకు హెల్ప్ చేయి". అంది అఖిల.

"వాళ్ళ మీద నీకు ఎందుకు అంత ఆసక్తి?" అన్నాడు శర్వా. "నీకు తెల్సు కదా, నేను విక్రమ్ సార్ ని, అఖిల్ గా తెలిసినపుడు నుంచి లవ్ చేస్తున్నా, అతనికి పెళ్లి ఐంది అని నాకు తెలీదు, ఒకవేళ అతను అక్కతో హ్యాపీ గా ఉండి ఉంటే వెళ్లిపోయేదాన్ని అతని లైఫ్ లోంచి, కానీ వాళ్ళు విడిపోయారు, ఎలా వదలాలి, వాళ్ళ లైఫ్ ని సరి చేయాలి అదే నా ముందున్న లక్ష్యం, నిజానికి నా తప్పు వల్ల అక్క దగ్గర విక్రమ్ సార్ బాడ్ అయ్యాడు, దాన్ని సరిదిద్దాలి" అంది అఖిల. "ఏం తప్పు" అన్నాడు శర్వా, కార్ లో జరిగింది చెప్పింది అఖిల.

"నువ్వు చాలా గ్రేట్ అఖిల, నీ ప్రేమ దక్కించుకోవడానికి అన్ని దార్లు నీకు తెరిచి ఉన్నా విక్రమ్ సార్ ప్రేమ కోసం ఆలోచిస్తున్నావు, నీది నిజమైన ప్రేమ" అన్నాడు శర్వా.

"చెప్పిన భారీ డైలాగ్స్ చాలు కానీ, ఇప్పుడు నేను అడిగిన వాటికి సమాధానాలు చెప్పు" అంది అఖిల.

"విక్రమ్ సార్ ని "రా" డిపార్ట్మెంట్ లో భయం లేని మనిషి అంటారు. నేను "రా" లో జాయిన్ అయ్యి మూడు ఏళ్ళు అయింది, నేను జాయిన్ అయ్యే సమయానికే విక్రమ్ సార్ వచ్చి ఐదు ఏళ్ళు ఐంది. నిజానికి అతని కంటే ముందు వచ్చిన ఆఫీసర్స్ కంటే ఎన్నో సాహసాలు ఆయన చేసాడు పదుల సంఖ్యలో ఆఫ్ఘాన్, పాక్, బంగ్లా దేశాలకి అండర్ కవర్ ఆపరేషన్ లో వెళ్ళాడు, ప్రతిసారి విజయం సాధించేసాడు. "రా" లో విక్రమ్ సార్ ని భయం లేని మనిషి అంటారు, అంత ఎందుకు నిన్న మజీద్ పై నువ్వు, అప్పుడు జనాబ్ మీద మేము, ఆయన ధైర్యం చూసాం కదా" అన్నాడు శర్వా.

"ఒరేయ్ నేను అడిగింది విక్రమ్ సార్ వీర గాథ కాదు, విక్రమ్, రాధిక అక్కల ప్రేమ గాథ, ఎందుకు వాళ్ళు విడిపోయారు? అసలు వాళ్ళ ప్రేమలో బీటలు కి కారణం ఏంటి?, ఇలాంటివి అన్నీ తెలియాలి నాకు" అంది అఖిల.

"నేను ఇక్కడకి రావడానికి మునుపే రాధిక, విక్రమ్ సార్ ప్రేమించపఎంటి? లి చేసుకున్నారు తెలుసా. ఆఫ్ఘాన్ నుంచి వచ్చాక, రాక ముందు కూడా విక్రమ్ సార్ వెంట చాలా మంది అమ్మాయిలు పడ్డారు, ఆయన ఎవర్ని కన్నెత్తి చుసేవారు కాదు, ఆయన్ని అందరు ఎందుకు అలా రాముడులా ఉంటావ్ అని ఏడిపించేవారు కూడా. కొంత మంది అయితే ఆయన, రాధిక విడిపోవాలని కోరుకునేవారు, ఆయనకి ఉన్న ఫాలోయింగ్ చూసి రాధిక మేడమ్ కుళ్ళుకోవడం, అనుమాన పడటం నాకు తెల్సు, అది కూడా ప్రేమ అని చాలా సంతోషంగ ఫీల్ అయ్యేవారు విక్రమ్ సార్. సరిగ్గా మేము ఆఫ్ఘాన్ నుంచి వచ్చిన ఆరు నెలల తర్వాత విక్రమ్ సార్ ఒక ఆపరేషన్ కోసం ముంబై వెళ్లారు, అక్కడ విక్రమ్ సార్ ఆ ఆపరేషన్ లో ఉండగానే రాధిక మేడమ్ ని కలిశారు, తర్వాత ఏమైందో ఏమో విక్రమ్ సార్ ఎవరికీ కనపడలేదు, మీ ద్వారానే మళ్ళీ మాకు కనిపించారు" అని ఆపాడు శర్వా.

"అంటే ఆ ముంబై లో ఏదో జరిగింది అన్నమాట, ఏమై ఉండచ్చు?" అని అడిగింది అఖిల.

"ఏమో..., అది ఎవరికీ తెలీదు, కానీ డిపార్ట్మెంట్ వాళ్ళు అనుకునే ఇంకో విషయం కూడా ఉంది" అన్నాడు శర్వా.

"ఏంటి అది?" అంది అఖిల. రాధిక మేడమ్ ఏదో తప్పు చేసింది అని విక్రమ్ వెళ్ళిపోయాడు అని కొందరు, వాళ్ళ బిడ్డ పుట్టి చనిపోవడం లేదా పుట్టకుండా అబార్షన్ లాంటిది అయ్యి రాధిక మేడమ్ డిప్రెషన్ లోకి వెళ్లడం, ఇలా చాలా జరిగి ఇద్దరి మధ్యలో గొడవలు రావడం అయ్యాయి అంటారు కొందరు. ఇవ్వన్నీ ఎందుకు అనుకుంటారు అంటే కొన్ని సార్లు విక్రమ్ సార్ డ్యూటీ లో డిప్రెస్ అవ్వడం, ఆయన కాల్స్ రాధిక మేడమ్ సరిగా అటెండ్ చేయకపోవడం, అది జనం చూసి అనుకున్న సందేహాలే తప్ప, నిజం ఎవరికీ తెలీదు" అన్నాడు శర్వా.

"ఎలాగైనా తెల్సుకోవాలి" అంటూనే ఫ్లాపీ లో కాపీ ఐన డేటా తన లాప్ లో పెట్టి ఓపెన్ చేసింది అఖిల.

అందులో ఉన్న డేటా చూసి ఖంగు తిన్నారు అఖిల, శర్వా.

"ఇంత మందా...?" అన్నాడు శర్వా. "అవును ఈ విషయం విక్రమ్ సార్ కి చెప్పాలి" అంది అఖిల.

"అయినా, ఇంత మంది ని ఎలా? ఏం జరుగుతోందో నా దేశం లో" అన్నాడు శర్వా.

"ఏముంది, డబ్బు ఎక్కువ ఉంటే పిల్లల్ని మోయకూడదు అనుకుంటున్నారు చాలా మంది. అంతే పెళ్లి అయిన వాళ్ళు ఎంజాయ్ చేస్తూ ఉంటే కానీ, వాళ్ళు మాత్రం ఇలా పిల్లల్ని మోస్తూ డబ్బు సంపాదన, ఇంకొంత మంది వీర్యం, అండాలు దానం చేస్తూ సంపాదన, ఏదయినా సంపాదన తో ముడిపెట్టిన తరువాత ఫాతిమా లాంటి వాళ్ళు ఊరికే ఉంటారా?, ఇలా చేస్తూ ఉంటారు కదా, చెప్పేది ఏముంది, మన అవసరం ఉగ్రవాదం కి ఉపయోగపడింది కదా మరి" అంది అఖిల.

"మరి వీళ్ళకి ఇంజెక్ట్ చేసిన మెడిసిన్ డీటెయిల్స్ లేవా? అన్నాడు శర్వా. "లేదు, అవి ఎందుకో వీళ్ళు స్టోర్ చేయలేదు" అంది అఖిల.

"ఇప్పుడు మనకి రెండు పనులు, ఒకటి ఎవరు ఎవరి మీద ఏం ప్రయోగాలు చేసారు అని?, రెండు చేసిన ప్రయోగం ఏంటి అని?, అన్నాడు శర్వా.

"బావ వెళ్ళాడు కదా, తెస్తాడు లే సమాచారం" అంది అఖిల.

"ఒకసారి బావ, ఒకసారి సార్, పిచ్చి ఎక్కిస్తున్నావ్ కదా నాకు" అన్నాడు శర్వా.

"పని చూడరా" అంది అఖిల, "నాతో మాత్రం ఇంత క్లోజ్ గా ఎందుకు ఉన్నావు?" అన్నాడు శర్వా. "ఏమో నాకు తెలీదు, నాకు చాలా దగ్గర వాడిలా అనిపిస్తావ్ ఎప్పుడు నువ్వు, అందుకే అలా ఫీల్ అయ్యా" అంది అఖిల.

"లేదు, నాకు అలానే ఉంది" అన్నాడు శర్వా. "సరే అయితే, మా అక్క బావ కోసం ఇంకా వివరాలు ఉంటే చెప్పు" అంది అఖిల. "ఇప్పటికి ఇంతే, కానీ తెల్సుకుంటా లే" అన్నాడు శర్వా. "చాలా సంతోషం, ఆ పనిలో ఉండు" అంది అఖిల. "మరి ఇక్కడ పని?" అన్నాడు శర్వా. "అబ్బో పొద్దుట్నుంచి ఏం పీకావ్ మహానుభావా?" అంది అఖిల. "అదేంటి..., నువ్వు చెప్పింది చేస్తూనే ఉన్న కదా" అన్నాడు శర్వా. "ఇప్పుడు కూడా అదే చేయమంటున్న" అంది అఖిల.

"అబ్బా సరే లే అన్నాడు" శర్వా, ఈలోపు భగత్ సార్ కాల్ చేసారు శర్వా కి.

శర్వా: చెప్పండి సార్...

భగత్: అయ్యిందా మీ పని?

శర్వా: లేదు సార్, ఆ పనిలోనే ఉన్నాం నేను ఇంకా అఖిల, విక్రమ్ సార్ ఏమైనా సమాచారం ఇచ్చారా?

భగత్: నాకు తెలిసి మీకు పని అయిన నాకు చెప్పరు, మీరు విక్రమ్ సార్ కి రిపోర్ట్ చేస్తున్నారు కాబట్టి, అంతేనా...!

శర్వా: అయ్యో అలా ఏం లేదు సార్, పని అవ్వగానే చెప్తాం.

భగత్: నాకు తెల్సు లేవయ్యా, నువ్వు నీ నాటకాలు కానీ, మీ వాడు నాకు రిపోర్ట్ చేస్తాడు, అన్ని పనులు మాత్రం చేసాక చెప్తాడు. అసలు ఎవర్ని పట్టుకుందాం అని వెళ్ళాడు?

శర్వా: అదేంటి సార్, ఆ వాన్ ని, దాని ద్వారా కొరియర్ ని, దాని ద్వారా చైనా నుంచి వచ్చిన ఆ ప్రోడక్ట్ ని, పట్టుకోవడానికి కదా సార్ వెళ్ళారు.

భగత్: అసలు నాకు ఏం చెప్పడు, వెంటనే నాంపల్లి ఏరియా కి నలభై మంది ఆఫీసర్స్ ని పంపండి అన్నాడు, ఎందుకో ఏంటి కూడా చెప్పలేదు, కానీ మీకు హాస్పిటల్ లో ట్రీట్మెంట్ కి వాడిన వ్యక్తుల వివరాలు తెలుసుకోమని చెప్పా అన్నాడు, సరే తెలుసుకుని మీ సార్ కి చెప్పండి.

శర్వా: ఓకే సార్.

“ఏంటి... వాడి కింద వాళ్ళు వాడి కోసమే పని చేస్తారు, వాడి పైన నేను వాడికోసమే ఏంటో ఇది” అని ఫోన్ పెట్టేస్తూ అన్నాడు భగత్.

పక్కనే ఉన్న సారధి “మరి అంత ఇబ్బందిని బ్రతిమాలి మరీ ఎందుకు తెచుకున్నట్టు? ప్రధాన మంత్రిని బ్రతిమాలి మరీ” అన్నాడు.

“తప్పలేదు సారధి” అన్నాడు భగత్ “పోనీ ఇప్పుడు తీసివేయండి” అన్నాడు సారధి. “నీకు ఒక విషయం అర్థం కావట్లా, వాడి బుర్ర పాదరసం కంటే ఎక్కువ వేగంతో పని చేస్తుంది. ఎన్ని సార్లు శత్రు దేశంలో ఉండి కూడా మన వాళ్ళని కాపాడాడు, ఇంకా వాడి పట్టుదల అన్నిటి కంటే కూడా, దేశం అంటే తనకి ఉన్న ప్రేమ, అందుకే నేను కూడా, వాడి వెనకే ఉంటాను, వాడి ప్లాన్ నే అమలు చేస్తా” అన్నాడు భగత్.

“మరి ఎందుకు సార్ ఎప్పుడు వాడిని తిడుతూ ఉంటారు ఇలా?” అన్నాడు సారధి. “అదొక తృప్తి, నీకు అర్థం కాదు లే, నేను ట్రైన్ చేసిన ఏజెంట్ కదా వాడు” అన్నాడు భగత్.

నవ్వుకున్నాడు సారధి.

***

అది జెరూసలేం, శాన్వి గ పేరు మార్చుకుని ఇండియా లో సివిల్ స్టూడెంట్ గ తిరిగిన ఫైజా, జెరూసలేం లో తన పేరు ఆండ్రియా గ మార్చుకుని కాలం గడుపుతోంది.

అక్కడ చేయాల్సిన పనుల కోసం జనాబ్తో రోజు మాట్లాడుతోంది.

జెరూసలేం ప్రాంతం హిల్వాయ్ ఆవాసం అని అరబ్బులు నమ్ముతుండగా ఆ నగరపు దక్షిణ భాగాలై ఆ ఆనవాళ్లు ఎక్కడ ఉన్నాయ్ అని వారికీ తెలీదు, అలాగే అది బైబిల్ లో చెప్పబడిన కారణంగా వారు దావీదుపురం అనే పిలుచుకుంటారు. ఒక పక్క అది యూదుల, రాజుల యొక్క పట్టణం అని వారు నమ్మి హిట్లర్ చనిపోయాక స్థలాలు కొని ఇజ్రేయల్ దేశాన్ని స్థాపించారు.

కానీ వారి విశ్వసాల్లో ఎప్పుడో అది వారి దేవుని స్థానం మరి, ఇద్దరికీ నమ్మక స్థానం కాబట్టి పాలస్తీనులు, యూదులు ఆ ప్రదేశం కోసం యుద్ధం చేస్తూ ఉన్నారు, ఆఫ్రికా లో ఎక్కువ భాగం వెనకపడి ఉంది, చైనా ప్రస్తుతానికి జనాబ్ కి సహాయం చేస్తోంది, ఇప్పుడు ఈ జెరూసలేం లో. జనాబ్ జెండా పాతితే రోమ్ మన చేతికి వస్తుంది, కానీ ఈ భారత దేశం లో "ఫాతిమా ప్లాన్ వర్క్ అవుతుందా?" అని ఆలోచిస్తూ ఉంది ఫైజా.

అప్పుడే ఫైజా కి కాల్ వచ్చింది, చేసింది జనాబ్.

జనాబ్: ఏం ప్లాన్ చేస్తున్నావ్?

ఫైజా: యుద్ధం వల్ల ఈ రెండు దేశాలు చాలా సమస్యల్లో ఉన్నాయ్, కానీ పెద్ద సమస్య. మన ఉగ్రవాదం తో ఏదో ఒక దేశాన్ని కలుపుకోవాలి, రెండవది ఒక దేశం బలహీనపడాలి. ఇండియా లో మన ప్లాన్ వర్క్ అయ్యిందా?

జనాబ్: అయింది, నా బేటీ ఆ ప్లాన్ వర్క్ చేసి ఇప్పుడు సురక్షితంగా ఇండియా లో ఉంది.

ఫైజా: మంచిది, తనని ఇక్కడికి పంపండి, మనం పాలస్తీనా ఆర్థిక అవసరాలు వాడుకుంటూ వాళ్ళకి మద్దత్తు ఇస్తాం, మీ బేటీ ఇక్కడ ప్రజల్ని మాయ చేస్తుంది, నేను అన్ని సమకూరుస్తా.

జనాబ్: ఇంతకీ ఇప్పుడు నీ పేరు ఏంటి?

ఫైజా: ఆండ్రియా, నీ కూతురు కి అదే చెప్పు, నా ముఖం ఆమెకి కనపడదు అని కూడా, ఇండియా లో తనకి హెల్ప్ చేసిన శాన్వి వేరే, ఆండ్రియా వేరే అన్నట్టు ఉండాలి. ఆ బాబర్, అజార్ వల్ల నేను మీ ఏజెంట్ అని ఆ విక్రమ్ కి తెలిసి ఉండాలి.

జనాబ్: కనీసం ఖురేషి కి అయినా నువ్వు తెలిస్తే బెటర్.

ఫైజా: నేను మీకు మాత్రమే పని చేస్తున్నా, అది మీకే, ఒకవేళ నేను ఎవరికి కనపడాలి అన్నా ముందు ఆ విక్రమ్ ని చంపండి.

జనాబ్: ఎందుకు, అతను చావాలి, చావాలి అంటావ్ ఎప్పుడు?

ఫైజా: అతనే మనకి ఉన్న పెద్ద అడ్డు.

జనాబ్: సరే అలాగే చేద్దాం, నువ్వు పని చూడు (వాడి పనితనం మా స్థావరం లో నువ్వు చూడలేదు, అని మనసులో ముందు జరిగింది గుర్తు చేసుకున్నాడు).

***

మాధవ్, విక్రమ్ ఆ ట్రావెల్ వాన్ అద్దెకి ఇచ్చే షాప్ కి వెళ్లారు, అక్కడ విక్రమ్ ఉండి లోపలికి మాధవ్ ని పంపాడు.

మాధవ్ లోపలికి వెళ్లి డేట్స్ చెప్పి ఆ రోజుల్లో "వాన్ ఎవరు బుక్ చేసారు చెప్పు" అన్నాడు. అతను "చెప్పను" అన్నాడు. బ్లూ టూత్ లైన్ లో ఉన్న విక్రమ్ "నువ్వు సాఫ్ట్వేర్ ఇంజనీర్ కాదు బావ, మాధవ్ ఇంటలిజెన్స్ ఐ'డి చూపించు, అప్పుడు కుదరదు అంటే లాగి కొట్టు" అన్నాడు.

"ఓకే బావ ఇంక రెచ్చిపోతా" అన్నాడు మాధవ్.

వెనక్కి తిరిగాడు మాధవ్, హీరో లా ఫోజు ఇస్తూ, నడుస్తూ మళ్ళా రిసెప్షన్ దాక వచ్చాడు.

"ఏంటి సార్ మళ్ళా వచ్చారు? చెప్పను అని చెప్పా కదా" అన్నాడు రిసెప్షన్ లో అతను. "అందుకే ఒకసారి నేనెవరో కూడా చెపుదాం అని" అన్నాడు మాధవ్.

"ఎవరో తమరు...? ఇక్కడ అసిస్టెంట్ కమీషనర్ నాకు బాగా తెలుసు" అన్నాడు అతను.

"అవునా... నేను "రా" రా బచ్చా అన్నాడు మాధవ్. "అబ్బో..., చిరంజీవి స్టైల్ లో ఉపేంద్ర సినిమా పేరు చెప్తే చెప్పేస్తామా?" అన్నాడు అతను.

"ఒరేయ్ బాబు నీకు ఎలా చెప్తే అర్థం అవుతుంది, నువ్వు కమీషనర్ అంటే భయపడడానికి నేనేమి పోలీస్ డిపార్ట్మెంట్ కాదు, ఇంటలిజెన్స్ రా" అంటూ లాగి కొట్టాడు వాడ్ని. దెబ్బకి "సార్... ఏం ఇన్ఫర్మేషన్ కావాలి చెప్పండి సార్" అన్నాడు.

ఆ డేట్ లో వాన్ ఏ నెంబర్ నుంచి బుక్ అయింది? ఎక్కడికి వెళ్తోంది? అన్ని డీటెయిల్స్ చూసారు.

బైటకి వచ్చాడు మాధవ్. "ఏం సాధించుకు వచ్చావ్ బావ?" అన్నాడు విక్రమ్.

"అబ్బో... వెటకారం, నీ అంత కాకున్నా నిన్ను చూసి అంతో ఇంతో నేర్చుకున్నాం బాబు" అన్నాడు మాధవ్.

"సరే చెప్పు" అన్నాడు విక్రమ్.

"ఈ వాన్ సిటీ చివర ఉన్న చౌటుప్పల్ ప్రాంతం కి వెళ్తోంది, వాళ్ళు బుక్ చేసుకున్నాక, అక్కడ ఉన్న గోడౌన్ నుంచి సరకు తెస్తున్నారు".

"ప్రతి వారం అదే పని" అన్నాడు మాధవ్. "అయితే అక్కడికి వెళ్ళాలి",. భగత్ పంపిన పోలీస్ లని అక్కడికి డైరెక్ట్ వెళ్ళమని మాధవ్, విక్రమ్ బయలుదేరారు.

ఇద్దరు చౌటుప్పల్ చేరుకున్నారు, అప్పటికే అక్కడికి పోలీస్ వచ్చారు, సమీర్ కూడా చేరుకున్నాడు.

విక్రమ్, సమీర్ ని "వెళ్లి అక్కడ సరకు ఇంకా ఉందా? ఎక్కడ నుంచి వస్తోంది? రవాణా వివరాలు కనుక్కు రా" అని పంపాడు.

సమీర్ వెళ్లి పది నిమిషాల్లో తిరిగి వచ్చాడు, అతను చెప్పిన విషయం విని అంత షాక్ అయ్యారు.

చైనా నుంచి వచ్చిన మెడిసిన్ స్టాక్ ఉంది, కానీ పని చేసే వాళ్ళు ఎవరు లేరు.

మేనేజర్ తో సహా అంతా మృత్యువాత పడి వున్నారు. "మీనా.... ఎంత పని చేసావ్" అని గట్టిగా అరిచి కార్ బానెట్ ని బలంగా గుద్దాడు విక్రమ్.

"ఇప్పుడు ఏం చేయాలి?" అని ఆలోచిస్తున్నాడు విక్రమ్. "ఇలా అయింది ఏంటీ బావ?" అన్నాడు మాధవ్. "మనం ఫాతిమా ని పట్టుకోవాలి అర్జెంటు గా" అన్నాడు విక్రమ్. "తాను దేశం వదిలి వెళ్లి ఉండచ్చు గా" అన్నాడు మాధవ్.

"వీళ్ళు చచ్చి ఎంతో సేపు కాలేదు అంటే ఆమె ఇంకా ఇండియా లోనే ఉంది, కానీ ఇంత సెక్యూరిటీ చెక్ మధ్య ఆమె దేశం దాటలేదు, కానీ రాష్ట్రము దాటి ఉండచ్చు, తెలంగాణ దాటి ఎటు వెళ్లి ఉండచ్చు?" అని ఆలోచిస్తున్నాడు విక్రమ్.

"దేశం దాటడానికి ఎయిర్పోర్ట్ వెంటనే వాడలేదు ఆమె, జనాబ్ కోసం పని కాబట్టి పాక్ లేదా ఆఫ్ఘాన్ వెళ్లాలి. కానీ శాన్వి ఇజ్రాయెల్ వెళ్లింది, ఈమె కూడా వెళ్తుందా. ఒక వేళ వెళ్లాలి

అంటే మార్గం ఏంటి" అని అనుకోకుండా అక్కడ అప్పుడే వచ్చిన ఒక లారీ చూసాడు విక్రమ్.

అక్కడ పోలీస్ ఆ హడావిడి చూసి పారిపోబోయాడు ఆ లారీ నడుపుకు వచ్చిన డ్రైవర్.

"సమీర్ వాడ్ని పట్టుకో" అన్నాడు విక్రమ్.

వెళ్లి వాడ్ని వెంబడించి పట్టుకు తీసుకువచ్చాడు సమీర్, "అంతే సార్ తప్పు అయిపోయింది క్షమించండి" అంటూ కాళ్ళు పట్టుకున్నాడు ఆ డ్రైవర్.

విక్రమ్ వాళ్ళ దగ్గరికి వచ్చాడు, "ఎందుకు రా పారిపోతున్నావ్?" అని అడిగాడు. సార్ నేను ఈ స్మగ్లింగ్ లో భాగం అని తెలిస్తే నన్ను పట్టుకుంటారు కదా అందుకు, నాకు ఏ వివరాలు తెలీవు సార్. మచిలీపట్టణం హైదరాబాద్ హైవే లో ఐదు గంటల్లో సరకు ఈ చౌటుప్పల్ తేవాలి, అక్కడ పోర్ట్ కి షిప్ వస్తుంది, ఇవి మందులు చౌక రకం వి అని చెప్పారు మంచి మందులతో కలిపి సిటీ లో అమ్ముతారు అని చెప్పారు" అన్నాడు ఆ డ్రైవర్.

"అంటే మచిలీపట్టణం పోర్ట్ నుంచి లారీ వస్తుందా, మరి, నిన్న ఎందుకు రాలేదు నువ్వు?" అని అడిగాడు విక్రమ్. "నిన్న వస్తుంటే నేను మందు ఎక్కువ తాగేసాను సార్, దారిలో లైట్ గా చెట్టుకు గుద్దేసా, దాంతో అక్కడే పడిపోయా అందుకు లేట్ అయింది" అన్నాడు ఆ డ్రైవర్.

"ఏంటి... ఒక రోజా?" అన్నాడు సమీర్

"అవును సార్" అన్నాడు అతను. "సరే నీ పేరు ఏంటి?" అని అడిగాడు విక్రమ్.

"వీరయ్య సార్" అన్నాడు అతను. "సరే వీరయ్య, ఇక నుంచి మూడు రోజులు నువ్వు మాతో పాటు ఉంటావు" అన్నాడు విక్రమ్.

"తర్వాత వదిలేస్తారా?" అన్నాడు వీరయ్య. "లేదు నీ ప్రతిభని బట్టి ఏ జైలు లో, ఎన్ని రోజులు ఉంచాలా అన్నది డిసైడ్ చేస్తాం" అన్నాడు విక్రమ్.

విక్రమ్, భగత్ కి కాల్ చేసాడు.

విక్రమ్: విక్రమ్ రిపోర్టింగ్ సార్.

భగత్: చాలు కానీ పనేంటి చెప్పు, దేనికి అప్రూవల్ కావాలి చెప్పు.

విక్రమ్: మీరు గ్రేట్ సార్, అన్ని భలే తెలుసుకుంటారు.

భగత్: ఎవరు నేనా, సరే విషయం చెప్పు.

విక్రమ్: అంటే నేను మచిలీపట్టణం వెళ్లే వరకు ఆ షిప్ యార్డ్ మొత్తం ఆపరేషన్ ఆగిపోవాలి, మొత్తం పోలీస్ కంట్రోల్ లో ఉండాలి. ఒక్క షిప్ కాదు కదా, బోట్ కూడా కదలకూడదు, కనీసము మనిషి కూడా, నేను ఐదు గంటల లోపే అక్కడికి వెళ్తాను.

భగత్: ఒరేయ్ అసలు అక్కడ ఏం జరుగుతోందో? ఎందుకు ఇవన్నీ కావాలి, కొంచెం చెప్పగలవా? అంటే ప్రధాన మంత్రి గారు అడిగితే చెప్పాలి అందుకు.

విక్రమ్: వైష్ణవ్ హాస్పిటల్ లో వాడిన వ్యక్తులకి బలం గొట్టాలు అని చెప్పి, చైనా నుంచి వచ్చిన మెడిసిన్ ని ఫాతిమా ఇచ్చింది, ఇక్కడ వాళ్ళని చంపారు కానీ, అనుకోకుండా వీరయ్య అనే డ్రైవర్ లేట్ రావడం వల్ల బ్రతికిపోయాడు.

ఆ మాట విని వీరయ్య గొంతులో నీళ్లు నమిలాడు.

భగత్: సో అక్కడ సోదా చేయాలి, దానికి ఎందుకు మనం అందర్నీ ఆపాలి.

విక్రమ్: ఎందుకు అంటే, మీనా అనబడే ఫాతిమా అక్కడ ఉంది అని నా డౌట్, అక్కడ ఎక్కువ సెక్యూరిటీ లేక వాళ్ళు ఆ పోర్ట్ ఎంచుకున్నారు. కానీ మీరు ఒకటి గమనించాలి. ఎప్పుడు మనకి చైనా నుంచి ఏది డైరెక్ట్ గా రావాలి అన్నా కేవలం అరేబియా సి ద్వారా రావాలి, కానీ మచిలీపట్టణం బంగాళాఖాతం లో ఉంది, అంటే వాళ్ళు ముందు పాకిస్తాన్ లేదా శ్రీలంక తరలించి, ముందు హిందూ సముద్రం ద్వారా వచ్చి మచిలీపట్టణం కి తెస్తున్నారు, సో అదే మార్గం ద్వారా వేరే దేశపు ఎయిర్పోర్ట్ కి చేరాలని ఫాతిమా ప్లాన్ అని నేను అనుకుంటున్నా.

భగత్: నీ అప్రోవల్ రెడీ, వెళ్లి రా.

విక్రమ్: థాంక్ యు సార్...

విక్రమ్, సమీర్ ఇద్దరు రెండు కార్ ల లో బయలుదేరారు మచిలీపట్టణం కోసం.

మాధవ్: ఒరేయ్ బావా, ఆ మీనా కనపడాలి.... రెండు చెంపలు వాయిస్తా.

విక్రమ్: అబ్బా ఛా...నిజామా, మొన్న జరిగింది గుర్తు తెచ్చుకో.

మాధవ్: అంటే బావ అది....

విక్రమ్ నవ్వి, అఖిల మెసేజ్ పెట్టింది "డీటెయిల్స్ క్రాక్ చేసారు" అని అన్నాడు.

మాధవ్: సూపర్ తర్వాత.

విక్రమ్ అఖిల కి కాల్ చేసాడు.

అఖిల: అఖిల రిపోర్టింగ్ సార్.

విక్రమ్: (మనసులో ఇదేంటి నాలాగే చేస్తోంది) సరే, భగత్ సార్ కి విషయం చెప్పు, ఒక టీం ని పంపండి అని, మొత్తం ఆ లిస్ట్ లో ఉన్న ప్రతి ఒక్కరు లోకల్ పోలీస్ స్టేషన్ ద్వారా మన కస్టడీ లో ఉండాలి.

అఖిల: ఓకే సార్.

విక్రమ్: మెడిసిన్ డీటెయిల్స్ ఏమైనా ఉన్నాయా సిస్టం లో?

అఖిల: లేదు సార్, మీ మీదే మా అంచనాలు.

విక్రమ్: సరే.

ఫోన్ పెట్టేసాడు, "ఒరేయ్ బావా... మరీ ఇన్ని అంచనాలు తట్టుకోలేకున్నా" అన్నాడు విక్రమ్.

"సరే పోనీ, మళ్ళా వెళ్లి కోడింగ్ చేసుకుందామా?" అన్నాడు మాధవ్. "అయ్యబాబోయ్ వద్దు కానీ, ఇంకా ఎంత దూరం?" అని డ్రైవ్ చేస్తున్న పోలీస్ ని అడిగాడు, వెనక ఉన్న వీరయ్య "ఇంకో మూడు గంటలు పట్టచ్చు సార్" అన్నాడు.

***

మచిలీపట్టణం పట్టణం అందంగా ఉంటుంది. పెద్దగా ఉన్న రహదారులు చుట్టూ అన్ని పల్లెలు, అంతగా వాడని ఓడ రేవు, అందులో ఎక్కువ చేపల బోట్స్, ఎప్పుడో ఒకప్పుడు వచ్చే షిప్స్, ఆరోజు ఒక షిప్ శ్రీలంక వెళ్ళాలి కేరళ మీదుగా, అది బయలుదేరడానికి సిద్ధంగా ఉంది.

శ్రీలంక జాలరుల వేషం లో తొమ్మిది మంది ఉగ్రవాదులు ఉన్నారు, అందులో జాలరుల చీర కట్టుతో ఉంది ఫాతిమా.

అప్పుడే అక్కడికి చాలా మంది పోలీస్ కోస్టల్ గార్డ్స్ వచ్చారు, కానీ షిప్ దగ్గరకి వెళ్ళలేదు, షిప్ డ్రైవర్ తో విక్రమ్ కి కాల్ కనెక్ట్ చేయించారు.

విక్రమ్: హలో నా పేరు విక్రమ్ ఇంటలిజెన్స్ ఆఫీసర్ ఇండియా "రా".

షిప్ డ్రైవర్: నేను షిప్ డ్రైవర్ సార్, చెప్పండి.

విక్రమ్: మీ షిప్ లో మారు వేషం లో అంతర్జాతీయ ఉగ్రవాదులు తిరుగుతున్నారు మరి.

షిప్ డ్రైవర్: అయ్యో నాకైతే ఏం తెలీదు సార్, కావాలంటే మొత్తం చెక్ చేస్కోండి.

విక్రమ్: ఇప్పుడు చెకింగ్ అది పెట్టుకుంటే మొత్తం పెంట అయ్యి వాళ్ళు తప్పించుకుంటారు, మా పోలీస్ వాళ్ళు ముగ్గురు నీ అసిస్టెంట్ లాగా షిప్ లోపలి వస్తారు. అలాగే ఇంకో పది మంది ప్రయాణికుల్లా వస్తారు. సీట్ లు ఖాళీ ఉన్నాయా?

షిప్ డ్రైవర్: బోల్డు, సార్ ఎవరు తిరుగుతున్నారు షిప్ లో?

విక్రమ్: నువ్వు ఇప్పుడు వెళ్లి షిప్ స్టార్ట్ చేసినట్టుగా స్టార్ట్ చేసి లోపలికి వెళ్లి అక్కడ చూస్కో, తర్వాత సాంకేతిక లోపాలు ఉన్నాయ్ అంటూ షిప్ ఆపి, ఇంజినీర్ కోసం అది ఇది అని చెప్పి ఆపు, మరి చూద్దాం నేను రెండు గంటల్లో అక్కడ ఉంటాను.

షిప్ డ్రైవర్: ఓకే సార్, దేశం కోసం ప్రాణం అయినా ఇస్తా సార్.

విక్రమ్: నీ పేరు ఏంటి?

షిప్ డ్రైవర్: రంగయ్య సార్.

విక్రమ్: ఓకే రంగయ్య, ఫోన్ మీకు ఇచ్చిన ఆఫీసర్ కి ఇవ్వండి.

ఫోన్ ఆ పోలీస్ కి ఇచ్చారు.

అతను: సార్ నా పేరు రవి చెప్పండి.

విక్రమ్: రవి, మన వాళ్ళ అందరి దగ్గర ఫాతిమా పిక్ ఉంది కదా.

రవి: ఉంది సార్, అందరు చూసారు. ఆమె షిప్ లో ఉంది, మన వాళ్ళు చుట్టూ బోట్స్ లో ఉన్నారు, కొంత మంది షిప్ లో కూడా ఉన్నారు ట్రావెల్లర్స్ లాగా.

విక్రమ్: మీరు ఇప్పుడు ఏం స్టార్ట్ చేయకండి, ఆమె కి షిప్ స్టార్ట్ కాదు అన్న విషయం ఎట్టి పరిస్థితి లో తెలియకూడదు. అలాగే తన సపోర్ట్ ఉన్నవాళ్ళని ఏదో రకంగా సైడ్ చేస్తూ ఉండండి, ఏమైనా సరే గొడవ మాత్రం జరగకూడదు.

రవి: సరే సార్.

***

చైనా కాంట్రాక్టర్: జనాబ్ తర్వాత ట్రక్ కరాచీ కి పంపొద్దు అంటున్నాయి, కొరియా మీదుగా పసిఫిక్ సముద్రం మీదకి తెస్తే, దాన్ని అశోదాద్ పోర్ట్ కి పంపమని చెప్పారు.

చైనా యూనియన్ లీడర్: భారత్ లో పని ఐనట్టేనా?

చైనా కాంట్రాక్టర్: జనాబ్ కూతురు ద్వారా పని ముగిసింది అనే సందేశం వచ్చింది.

చైనా యూనియన్ లీడర్: ఎంత మందికి సరకు ఎక్కించారు?

చైనా కాంట్రాక్టర్: మొత్తం నలభై వేల మందికి, అలాగే వాళ్ళ ద్వారా పుట్టిన బిడ్డలికి.

చైనా యూనియన్ లీడర్: అసలు మీకు బుద్ధి ఉందా? అది అసలు ఎలా సరిపోతుంది అని ఆపరేషన్ మధ్యలో ఆపేసాడు మీ జనాబ్. వాళ్ళ నేల గొప్పది, గాలి గొప్పది, అక్కడ నడిస్తే ఇమ్యూనిటి పెరుగుతుంది, అది పోగొట్టాలని చాల మంది ట్రై చేసారు. వాళ్ళ జీవన విధానం మార్చడానికి ఇంగ్లీష్ వాడు కొంత సఫలం అయ్యాడు, రెండు వందల ఏళ్ళకి, మూడు ఏళ్లకే మీరు సరిపోతుంది అని వదిలేస్తారా.

చైనా రిపోర్టర్: అది ఆరు నెలల్లో అందరికి పాకుతుంది కదా, ఇప్పుడు మాకు ఇజ్రాయిల్ మీద పట్టు కావాలి.

చైనా యూనియన్ లీడర్: మీకు మైండ్ లేదు అసలు, ఈలోపు వాళ్ళకి ఏమైంది వాళ్ళు కనిపెడితే, భారతీయులు కి వైద్యం వందల ఏళ్ల నుంచి తెలుసు, వారు మందులు దేనికైనా కనిపెడతారు, అసలు వాళ్ళని ఈలోపే భారత ఇంటలిజెన్స్ గుర్తు పడితే...

అలా అంటూ ఉండగా, చైనా కాంట్రాక్టర్ కళ్ళు భయపడటం చూసాడు చైనా యూనియన్ లీడర్.

భయపడకుండా "ఇండియా ఇంటలిజెన్స్ ఏం చేసిందో చెప్పు?" అన్నాడు చైనా యూనియన్ లీడర్.

చైనా కాంట్రాక్టర్: సార్.... అది...., ఎప్పుడో ఇంటలిజెన్స్ నుంచి వెళ్ళిపోయినా విక్రమ్ అనే ఏజెంట్ మళ్ళా వచ్చాడు, అతను వేరేలా సాఫ్ట్వేర్ ఇంజనీర్ వేషం లో ఉన్నాడు. ఇంత కాలం అతనో కాదో తెలియకున్నా సరే మేము అతని మీద నిఘా పెట్టాము కానీ అతను మాకు ఏది దొరకనివ్వ లేదు ఏమాత్రం కూడా. మేము వెనక ఈ మెడిసిన్ ప్లాన్ రన్ చేస్తూ పైకి ఉగ్రవాద బాంబు బ్లాస్ట్ ప్లాన్ వేస్తున్నాం కానీ వాడు అనుకోకుండా రెండిటికి చెక్ పెట్టడానికి ట్రై చేసాడు.

బాంబు బ్లాస్ట్ ప్లాన్ మొత్తం ఫెయిల్ ఐంది, కానీ ఈ మెడిసిన్ కోసం మాత్రం ఏం తెలియకుండా జాగ్రత్త పడ్డాం.

చైనా యూనియన్ లీడర్: ఈ మెడిసిన్ ఇచ్చిన వాళ్ళ వివరాలు ఎక్కడైనా స్టోర్ చేసారా?

చైనా కాంట్రాక్టర్: అది 256 lunar alogorithm, ఎవరు ట్రేస్ చేయలేరు.

చైనా యూనియన్ లీడర్: ఆ అల్గోరిథం కనిపెట్టింది భారతీయలు, వారి మూలాల అనుసరించి అదేమో తీసుకెళ్ళి వాళ్ళ ఇంట్లో పెట్టి వచ్చారు, అది వాళ్ళు ఎలాగూ కనిపెట్టేస్తారు.

చైనా కాంట్రాక్టర్: మూలాలు తెల్సింది తక్కువ కదా సార్.

చైనా యూనియన్ లీడర్: అవునా..., కనిపెట్టింది మూలాలు తెలియకుండానా, తప్పు చేస్తే డిస్ట్రాయ్ చేయడం రాదు, మళ్ళీ ప్రపంచం ని మొత్తం గడగడలాడించే తీవ్రవాదులు, సరే జనాబ్ కూతురు ఇండియా దాటిందా?

చైనా కాంట్రాక్టర్: లేదు సార్, ఆమె ఇంకా దాటలేదు కానీ, ఆమె సురక్షితంగా ఉన్నారు. ఆ సరుకు ఉన్న ప్లేస్ లో అన్ని డిస్ట్రాయ్ చేసారు, అందర్నీ చంపేశారు, ఆల్రెడీ షిప్ లో ఉన్నారు. ఏదో టెక్నికల్ ఇష్యూ వచ్చి షిప్ ఆగింది అని ఇప్పుడే సమాచారం ఉంది, ఇంకో గంటల్లో షిప్ బయలుదేరుతుంది.

చైనా యూనియన్ లీడర్: ఈ మూడేళ్ళలో షిప్ కి టెక్నికల్ ప్రాబ్లెమ్ ఎన్ని సార్లు వచ్చింది?

చైనా కాంట్రాక్టర్: ఇదే మొదటి సారి సార్.

చైనా యూనియన్ లీడర్: “ఇంత చవటలు మీరు అని నేను అనుకోలేదు, అక్కడ ప్రూఫ్స్ ఉన్నాయ్, అమ్మాయి ఉంది, మొదటిసారి షిప్ ఆగింది. అయినా తెలియలేదు మీకు, అది మీ మీద జరిగిన ప్లాన్, అర్జెంటు గా ఫోన్ చేసి ఎటాక్ చేయమను లేదా పారిపొమ్మను” ...

కాంట్రాక్టర్ గుటకలు మింగుతున్నాడు, “అలా మింగక ఏమైందో చెప్పి చావు అన్నాడు” చైనా యూనియన్ లీడర్.

చైనా కాంట్రాక్టర్: అది నేను కాల్ చేసిన అక్కడ ఎవరు అందుబాటులో లేరు.

చైనా యూనియన్ లీడర్: అయిపోయింది, భారత దేశం మీద నేను పట్టు సాధించాలి అని పెట్టిన వందల కోట్ల పెట్టుబడి పోయింది, వారి మెదడును మళ్లించడానికి ఎన్ని పిచ్చి అప్ లు మన ఫోన్ ల ద్వారా వదులుతున్నా సరే టైం కి అలెర్ట్ అవుతున్నారు.

ఇప్పుడు వేల కోట్లు ఖర్చు పెట్టి మెడిసిన్ తయారు చేసాము, అయినా సరే ఏం సాధించలేపోతున్నాం.

చైనా కాంట్రాక్టర్: అదేంటి సర్, నలభై వేల మందికి, వాళ్ళ ద్వారా పుట్టిన లక్ష మందికి అది ఇంజెక్ట్ చేసాము అంటే, భావి తరాలు పాడు అయినట్టే కదా! పైగా అవి త్వరగా వేరే వాళ్ళకి

సోకుతాయి కూడా.

చైనా యూనియన్ లీడర్: అవి అలా సోకడానికి మూడు నెలలు పడుతుంది, ఈలోపు వాళ్ళు ఏంటి అన్నది కనిపెడితే? నిజానికి మన ప్లాన్ ఏంటి? అది వాళ్ళకి తెలియకుండా, ఇండియా అంత వ్యాప్తి చెందాలి అని, ఇప్పుడు వాళ్ళు మెడిసిన్ ఏంటో కనిపెడతారు, తర్వాత విరుగుడు కనిపెడతారు.

చైనా కాంట్రాక్టర్: మీరు ఎప్పుడు ఇండియా వాళ్ళ తెలివితేటల్ని పొగుడుతున్నారు, కానీ మనం వారి దేశం లో వారి మీద ఇంత పెద్ద ఎటాక్ చేస్తే వాళ్ళు ఏం చేసారు.

చైనా యూనియన్ లీడర్: వాళ్ళ సిద్ధాంతం అదే, ఎటాక్ ని ఆపడం, మనలాగే వాళ్ళు ముసుగు వేసుకుంటూ వస్తే ఆపడం మన వాళ్ల అవుతుందా, వారి తెలివి ఎప్పుడు ఎక్కువే, అందుకే వారు దేశాన్ని ఎప్పుడు కాపాడుకుంటూ వస్తున్నారు. ఈమధ్య వారి జీవన విధానాలు మారినా, పాతకాలంలో వాళ్ళకి ప్రకృతి నుంచి సహాయం తీసుకోవడం తెలుసు, వారు ఆ గమనాన్ని ఆధీనంలోకి తీసుకుంటారు, అందుకే వారితో పోరాటం అంటే మనం చాలా జాగ్రత్తగా ఉండాలి, మీరేమో పెంట పెంట చేసారు.

చైనా కాంట్రాక్టర్: కొంచెం పాజిటివ్ గా ఉండండి సార్.

చైనా యూనియన్ లీడర్: అవునా... అని తన అసిస్టెంట్ ని పిలిచి టీవీ ఆన్ చేయించాడు.

***

షిప్ డ్రైవర్ పోలీస్ లని మెకానిక్ ల వేషం వేయించి షిప్ లోకి తెచ్చాడు ఫాతిమా కి లోపల టెన్షన్ మొదలు అయింది. "వెళ్లి ఆ గొడవ ఏంటో చూడు?" అని తన మనిషిని పంపింది.

అతను నేరుగా వెళ్లి డ్రైవర్ తో "ఎప్పుడు లేనిది ఏంటన్న? ఈరోజు షిప్ కదలడం లేదు, ఏంటి సమస్య?" అని అడిగాడు.

"సమస్య ఏంటో తెలిస్తే చిటికెలో పరిష్కరిస్తాడు ఈ రంగయ్య, అది తెలికే కదా ఈ పాట్లు, అగచాట్లు అన్ని" అన్నాడు డ్రైవర్ రంగయ్య.

"వీళ్లంతా ఎవరు?" అని అడిగాడు అతను. "సార్ వీళ్ళు నలుగురు మెకానిక్స్ కదా" అన్నాడు రంగయ్య.

"అయితే నలుగురు ఎందుకు?" అన్నాడు అతను. అప్పుడు ఆ నలుగురిలో ఒకరు "సరే రంగయ్య మేము వెళ్తాము, చూస్తుంటే సార్ షిప్ రిపేర్ లో ఎక్స్పర్ట్ అనుకుంటా తన చేత చేయించుకోండి" అన్నాడు.

"అయ్యో మీరు అలా అనకండి, ఏమయ్యా ఇప్పుడు నీకు ఆనందమా సరే షిప్ రిపేర్ చేస్తావా" అన్నాడు రంగయ్య, "అమ్మో నాకు రాదు" అన్నాడు అతను.

అంతలో ఆ నలుగురు వెనక్కి వెళ్లడం మొదలు పెట్టారు. "సార్, సార్... వాడేదో తేలీక వాగుతున్నాడు, మీరు రిపేర్ చేయండి సార్ ప్లీజ్... మళ్ళా ప్రయాణికులకు ఆలస్యం అవుతోంది. రాక రాక ఇవాళే నా షిప్ లో ఇంత మంది ప్రయాణికులు వచ్చారు" అంటూ వాళ్ళని బ్రతిమాలుతూ వస్తూ ఉన్నాడు రంగయ్య.

ఇదంతా చూసి ఫాతిమా కి చిర్రెత్తుకు వచ్చింది, "ఏం జరుగుతోందో చెప్పండి..." అని గట్టిగా అరిచింది, రంగయ్య అంత చెప్పాడు.

ఫాతిమా తన మనిషిని పిలిచి గట్టిగా కొట్టింది, దాంతో అందరు సైలెంట్ అయ్యారు. మెకానిక్స్ కి సారీ చెప్పమంది, చెప్పాడు. ఎంత సేపట్లో రిపేర్ అవుతుంది అని అడిగింది. "ఒక గంట పట్టచ్చు" అన్నాడు ఒకడు. "సరే చేసేయండి" అని ఆర్డర్ వేస్తున్నట్టు చెప్పింది. "ఆమె ఎవరు ఆర్డర్ చేస్తోంది" అని గట్టిగా అన్నాడు ఒక అతను. "ఆర్డర్ కాదు, బ్రతిమాలుతున్న... రిపేర్ చేయండి అన్న" అంది ఆమె.

కానీ ఒక జాలరి యువతి చెప్పు చేతల్లో తొమ్మిది మంది ఉండడం మిగతా ప్రయాణికులకు మింగుడు పడలేదు.

అప్పుడే ఎంటర్ అయ్యాడు పోర్ట్ లోకి విక్రమ్ మాధవ్ తో కలిసి.

"ఒరేయ్ బావా, నువ్వు ఆగరా.... అన్న, అన్న అంటూ నన్ను ముంచింది. దాని అంతు తెలుస్తా నే వెళ్లి" అన్నాడు మాధవ్.

"సరే కానీ ఒక పది మందిని తీసుకెళ్ళు, డైరెక్ట్ గా ఎటాక్ చేయి" అన్నాడు విక్రమ్.

"సరే" అన్నాడు మాధవ్.

సమీర్ వచ్చాడు విక్రమ్ దగ్గరకి, "సార్ డైరెక్ట్ ఎటాక్ వల్ల ఫాతిమా తప్పించుకోవచ్చు" అన్నాడు.

"అదే కదా మన ప్లాన్, అప్పుడు మనం పట్టుకుంటాం" అన్నాడు విక్రమ్, "అదేంటి సార్?" అన్నాడు సమీర్.

"నేను ఎదురుగా కనిపిస్తే తాను వేరే దారి వెతుకుతుంది. కానీ ఎదురుగా మాధవ్ ని పంపా, నువ్వు బోట్స్ తో వెనక వెళ్ళు, నే ఇక్కడే ఉంటా" అన్నాడు విక్రమ్.

"సరే సార్" అన్నాడు సమీర్. పక్కనే టీ షాప్ కనపడింది విక్రమ్ కి. "సరే మీరు వెళ్ళండి నే ఇక్కడ ఏం బాగుంటుందో చూసి తాగుతూ ఉంటా, తాగే లోపు ఫాతిమా అండ్ టీం బేడీలతో మన వాన్ లో ఉండాలి" అన్నాడు విక్రమ్.

"అయ్యో సార్ అలాగే, మనం అరవై మంది ఉన్నాం, తన టీం మహా అయితే పది మంది ఉంటారు, ఇలా వెళ్లి అలా వచ్చేస్తాం" అన్నాడు సమీర్.

"ఆల్ ది బెస్ట్" అన్నాడు విక్రమ్.

ఆవేశంగా పది మందితో షిప్ లోకి వెళ్లి ఫాతిమా ముందు నించున్నాడు మాధవ్.

"అన్నా... బాగానే కనిపెట్టి వచ్చావ్" అంది ఫాతిమా. "ఒసేయ్ మీనా... కాదు కాదు నీ అసలు పేరు ఏంటి ఫాతిమా, ఇప్పుడు మళ్ళా వేషం, ఏంటే నీ ప్లాన్" అన్నాడు మాధవ్.

"అన్నయ్య అది", "ఒసేయ్ నువ్వు ఇంకోసారి అన్నయ్య అనకు, మళ్ళీ ఎన్ని ఘోరాలు చేస్తావు, అయినా నువ్వు నా చేతిలోంచి తప్పించుకోలేవు లే" అన్నాడు మాధవ్.

"అవునా, ఒరేయ్ నీకు, నీ చిట్టి చెల్లి అఖిల కి నన్ను పట్టుకునే సీన్ లేదు అని నాకు తెల్సు. ఎక్కడ మీ బావ?" అంది ఫాతిమా.

"నిన్ను పట్టుకోవడానికి మా బావ ఎందుకే? నేను చాలు" అని టక్కున జుట్టు పట్టుకున్నాడు మాధవ్. "అన్న అందింది కదా అని పట్టుకున్నావ్, తర్వాత బాధ పడతావ్" అంది ఫాతిమా.

"ఏంటే బాధ పడేది?" అన్నాడు మాధవ్. మాధవ్ చుట్టూ ఆమె అనుచరులు తొమ్మిది మంది చేరారు, వాళ్ళని మాధవ్ మనుషులు అదుపులోకి తీసుకున్నారు. వాళ్ళ చుట్టూ ఇంకో ముప్పై మంది చేరారు అప్పుడు అర్థం అయింది సమీర్ కి, తనని విక్రమ్ వెనకగా ఎందుకు పంపాడో, ఉన్న ఫోర్స్ అంత వాళ్ళ మీద ఎటాక్ చేసి ఆధీనంలోకి తెచ్చుకున్నారు.

అప్పుడు వాళ్ళ మీద పెద్ద సైన్యంలా రెండు వందల మంది ఊడి పడ్డారు అంతా. షిప్ కి కొంత దూరం లో బోట్స్ తో ఉన్న వాళ్ళు ఒక్క ఉదుటున మొత్తం ఆక్రమించారు, అందరు దొరికిపోవడంతో ఖంగుతిన్న మాధవ్ పట్టుకున్న జుట్టు వదిలేసాడు.

“నీ చెల్లి గురించి ఏం అనుకున్నావు అన్నయ్య? “అక్కడ శవాలు చూసి కూడా ఇక్కడికి వచ్చావ్ అంటే ఎంత ధైర్యం? ఐనా బ్యాక్ అప్ కూడా బానే తెచ్చావ్ కానీ సరిపోలా... నా బ్యాక్ అప్ చూసి మతి పోయిందా?” అంది ఫాతిమా. మాధవ్ ఏం మాట్లాడలేదు.

సమీర్ కి ఏం అర్థం కాలేదు, సమీర్ దగ్గరికి వచ్చి “ఎందుకు రా మతానికి అన్యాయం చేస్తున్నావ్” అని కొట్టింది. “నేను కాదే ప్రశాంతంగా ఉన్న దేశాన్ని మతం పేరు చెప్పి చిచ్చు రేపుతోంది మీరు, పైగా చదువుకుని ఎదిగే వాళ్ళని ఏం లేకుండా చేస్తుంది మీరు, మీ అధికారం, డబ్బు కోసం అమ్మాయిలని అమ్ముతున్నారు, అసలు ఏంటి మీరు?” అని అరిచాడు.

“ఏంటిరా ఇంత ధైర్యంగా మాట్లాడుతున్నావ్? మీరంతా మా చేతిలో బందీగా ఉన్నారు, అర్ధం అవుతోందా?” అంది ఫాతిమా.

“హహహ.... కానీ ఇంకా విక్రమ్ సార్ ఉన్నారు కదా” అన్నాడు సమీర్.

“మరి పిలువురా వాడ్ని, ఇవాళ వాడి తల పట్టుకెళ్లి మా నాన్నకి గిఫ్ట్ ఇస్తా” అంది ఫాతిమా.

“ఒరేయ్ బావా... ఇది కలలు ఎక్కువ కంటోంది, ఎక్కడ ఉన్నవురా బాబు నువ్వు, త్వరగా రారా” అన్నాడు మాధవ్.

కోపంగా ఉరిమి ఉరిమి చూసింది ఫాతిమా. “ఏంటి ఆలా చూస్తున్నావ్, మేము ఎంత మంది నీ చేతిలో బందీ అయినా సరే, మా బావ ఉన్నంత వరకు దేశం సేఫ్” అన్నాడు మాధవ్.

“కరెక్ట్ చెప్పారు బ్రో” అన్నాడు సమీర్. ఇదంతా జరుగుతన్నంత సేపు బైట టీ షాప్ వాడితో మాట్లాడుతున్నాడు విక్రమ్.

విక్రమ్: ఏంటి అన్న టీ ఒక్కటేనా, లేదా కాఫీ కూడా చేస్తారా?

టీ అన్న: టీ, కాఫీ, బూస్ట్, హార్లిక్స్, వివా అన్ని చేసేస్తా సార్. పోర్ట్ లోపల అందరికి, పక్కన రైల్వే స్టేషన్ కి, దగ్గరలో పోలీస్ స్టేషన్ కి అంతా మనదే సప్లై.

విక్రమ్: అవునా మంచిది, నాకు ఒక స్ట్రాంగ్ కాఫీ పెట్టు అన్న.

టీ అన్న: ఏంటి సార్ ఏదో టెన్షన్ గా ఉన్నారు?

విక్రమ్: మరి టెన్షనే కదా, లోపల టెర్రరిస్ట్ లు రెండు వందల మంది ఉన్నారు, మనవాళ్ళు వంద మంది వెళ్లారు, మన ఎటాక్ రివర్స్ ఎటాక్ ఇచ్చి అందర్నీ బందీ చేసారు, నేను ఏమో ఒక్కడినే ఉన్న, నాకు సహాయం నువ్వు మాత్రమే ఉన్నావు.

టీ అన్న: ఏంటి సార్, ఈ పోర్ట్ లో టెర్రరిస్ట్ ఏంటి?

విక్రమ్: సెక్యూరిటీ తక్కువ అని ఈ పోర్ట్ ఎంచుకున్నారు అన్నా, పైగా భావితరాల మీద ప్రయోగాలు చేయడానికి చైనా, పాకిస్తాన్ కలిసి పన్నాగాలు చేయడానికి వాళ్ళు ఈ పోర్ట్ వాడుతున్నారు.

టీ అన్న: నాకు మీకు సహాయం చేయాలని ఉంది కానీ, ఎలా చేయగలను అన్న?

విక్రమ్: ఒక పని మాత్రం చేస్తే చాలు అన్న, నాకు బుల్లెట్స్, గ్రనేడ్స్ అందిస్తే చాలు అన్న" అన్నాడు.

టీ అన్న: అంతేనా!

విక్రమ్: అంతే, అటు చూడు.

అక్కడ బుల్లెట్స్, గ్రనేడ్స్ ఉన్న సంచి ఉంది, విక్రమ్ వెళ్లి జాకెట్ వేసుకుని దాని నిండా బుల్లెట్స్ పెట్టుకున్నాడు, నాలుగు గన్స్, రెండు మెషిన్ గన్స్, రెండు పిస్తోలు, పిస్తోలు రెండు నడుముకి పెట్టుకున్నాడు, సైడ్ రెండు గ్రనేడ్స్ పెట్టుకున్నాడు. "ఇవి అయ్యే సమయానికి నువ్వు ఇస్తూ ఉండాలి" అన్నాడు విక్రమ్ టీ అన్నతో.

టీ అన్న: ఎలా సార్? మీరు అంటే బోల్డు ట్రైనింగ్, అది తీసుకున్నారు, నాకేమి వచ్చు సార్.

విక్రమ్: అయ్యో అన్న, దేశ భక్తి అన్నదే పెద్ద ట్రైనింగ్, అదే లేదు చాలా మందికి, మీకు ఉంది అదే మాకు చాలు, మీకు పిల్లలు ఉన్నారా అన్నా?

టీ అన్న: ఇద్దరు అబ్బాయిలు ఉండేవారు, కానీ మిలటరీ లో ఉండి చనిపోయారు, పాతిక సంవత్సరాలు నిండకుండానే, అని చెప్పాడు.

అలా చెప్తున్నపుడు అతని కళ్ళలో బాధ లేదు, నా కొడుకులు దేశం కోసం చనిపోయారు అన్న ఆనందం కనపడుతోంది.

విక్రమ్ అతనికి సెల్యూట్ చేసి "మీరు, మీ కొడుకులు కూడా చాలా గ్రేట్ అన్న. అసలు మీ లాంటి వాళ్ళు ఊరికి ఒకరు ఉంటే మన దేశం చాలా బాగుపడుతుంది" అన్నాడు. "సరే నేను

చెప్పినట్టు చేయండి" అని ఈ విధంగా చెప్పాడు.

విక్రమ్: నాకు రెండు అడుగుల వెనక నువ్వు నడుస్తూ ఉండాలి, కానీ ఒకటి చెప్తున్నా, నీ ప్రాణం కి ఏమి కానివ్వను, మాట ఇస్తున్న.

టీ అన్న: అయ్యో సార్... అదేమీ లేదు, దేశం కోసం ప్రాణాలు ఇవ్వడం కంటే పెద్ద బాధ్యత ఏముంటుంది అసలు.

విక్రమ్: నువ్వు గ్రేట్ అన్న.

టీ అన్న: కానీ నాకో మాట ఇవ్వాలి మీరు సార్,

విక్రమ్: ఏంటి అన్న అది,

టీ అన్న: ఇక్కడ ఉన్న ఉగ్రవాదులు అందరు పైకి అయినా పోవాలి లేదా జైలు కి అయినా పోవాలి, మీరు నాకు ఆ మాట ఇస్తే, నేను మీకు సహాయం చేస్తా సార్.

విక్రమ్: ఓకే నీకు మాట ఇస్తున్న, అక్కడ రెండు వందల మంది ఉన్నారు, అందులో ఒకరు మాత్రం జైలు, మిగతా అందరు నరకానికి, ఓకే నా.

టీ అన్న: డబల్ ఓకే సార్, ఎక్కడ ఉన్నాయ్ నేను మోయాల్సిన బుల్లెట్స్, గ్రనేడ్స్, మొత్తం ఇవాళ పేల్చేద్దాం, దీపావళి ముందు వచ్చేయాలి వీళ్ళకి, అసలు మన ఇండియన్ పండగలు మొత్తం చూప్పిద్దాం.

విక్రమ్ చూపించాడు, ఇవన్నీ భుజానికి ఎత్తుకుంటూ "మీకు ఎలా ఇవ్వగలను సార్" అన్నాడు టీ అన్న.

పక్కన చూడు అన్నాడు విక్రమ్. ఒక కోట్ ఒక బాగ్ ఉంది, ఆ కోట్ వేసుకో అన్నాడు విక్రమ్. ఆ కోట్ నిండా బుల్లెట్స్ పెట్టుకోవడానికి జేబులు ఉన్నాయ్, నిండా పెట్టుకుని తర్వాత బాగ్ వంక చూసాడు టీ అన్న, ఆ బాగ్ నిండా కూడా సర్దాడు, ఆ బాగ్ జిప్ మనిషి ఎదర దాక వచ్చి తేలిగ్గా లోపల ఉన్న సరకు బైట పడడానికి ఉంది.

"ఏం అన్న ఇప్పుడు ఓకే నా?" అన్నాడు విక్రమ్.

"డబల్ ఓకే" అన్నాడు టీ అన్న.

ఫోకస్డ్ మెషిన్ గన్ బైటకి తీసాడు విక్రమ్, టీ అన్న బుల్లెట్స్ తో రెడీ గా ఉన్నాడు, మచిలీపట్టణం లైట్ హౌస్ కి తీసుకెళ్లామన్నాడు టీ అన్న ని.

టీ అన్న బైక్ డ్రైవ్ చేసుకుని విక్రమ్ ని తీసుకెళ్లాడు.

లైట్ హౌస్ రాగానే, టన్ను వెయిట్ ఉన్న మెషిన్ గన్ లోడర్ పట్టుకుని పక్కనే ఉన్న స్థంబాల ద్వారా మధ్యలోకి ఉరుకుతూ ఎక్కాడు విక్రమ్.

అది చూసి టీ అన్న "సార్ మీరు అంత ఫాస్ట్ గా ఎక్కేస్తే నేను ఎలా సార్ వచ్చేది, బుల్లెట్స్ నా దగ్గర కదా ఉన్నాయ్" అంటూ అరిచాడు.

"అన్న అరవకు... బుల్లెట్స్ నాతో ఉన్నాయ్ కదా, నువ్వు మెట్లు ఎక్కి రా, నేను ఈలోపు ఈ బుల్లెట్స్ వాడతా" అన్నాడు విక్రమ్.

"అయితే ఓకే సార్" అన్నాడు టీ అన్న.

విక్రమ్ తన గన్ ఫోకస్ ఓపెన్ చేసాడు, సరిగ్గా మాధవ్ కణత మీద తుపాకీ పెట్టిన అతనికి గురి చూసి కాల్చాడు.

అంతే ఒక్కసారి అక్కడ అంత నిశ్శబ్దం రాజ్యం ఏలింది. "ఏంటి మేడమ్, ఇందాక ఏదో పలికారు, ఇప్పుడు అనండి" అది అన్నాడు సమీర్.

"నిన్ను...." అంటూ దగ్గరగా వచ్చింది ఫాతిమా సమీర్ కి. సమీర్ వెనక ఉన్న ఉగ్రవాదుల నుదిటి మీద బుల్లెట్ పోయింది, బుల్లెట్ సౌండ్ రాకుండా ఇంకో పది మంది సెకండ్ల వ్యవధిలో పోయారు, ఎందుకంటే విక్రమ్ గన్ కి సైలెన్సర్ ఉంది.

ఫాతిమా కి ఏం జరుగుతోందో తెలిసే లోపు యాభై మంది ఉగ్రవాదులు పోయారు. చాలా మంది ఆఫీసర్స్ మీద పెట్టిన గన్స్ తొలిగిపోవడంతో అందరు కూడా ఎటాక్ చేయడం మొదలు పెట్టారు. ఫాతిమా ఎటు పోకుండా మాధవ్, సమీర్ అక్కడే ఉన్నారు గన్ పెట్టి.

"అమ్మా చెల్లమ్మ, ఎటు పోకు, అక్కడ వచ్చింది బాస్... చూసావ్ కదా రెండు నిమిషాల్లో పరిస్థితి ఎలా మార్చాడో, మా బావ ఉండగా దేశానికి ఏం కానివ్వడు" అన్నాడు మాధవ్.

అప్పుడే లైట్ హౌస్ దిగి బోట్ లో బయలుదేరారు విక్రమ్, టీ అన్న కానీ కాల్పులు ఆపలేదు.

లోపలికి వెళ్తూనే విరుచుకు పడ్డాడు విక్రమ్. అప్పటికే విడుదల అయిన సమీర్, ఇంకా తన టీం కూడా తమ పోరాటం మొదలు పెట్టారు.

మాధవ్ మాత్రం షిప్ మధ్యన ఫాతిమా ముందు కాలు మీద కాలు వేసుకుని చూస్తూ ఉన్నాడు. అప్పుడే షిప్ డ్రైవర్ రంగయ్య వచ్చాడు అక్కడికి, మాధవ్ అతనితో "నువ్వేనా షిప్ డ్రైవర్

రంగయ్య” అని అడిగాడు.

“అవును సార్, షిప్ లో వంట ఎవరు చేస్తారు?” అని అడిగాడు మాధవ్. “నేనే సార్” అన్నాడు రంగయ్య. “సరే కానీ కాఫీ పెట్టడం వచ్చా?” అని అడిగాడు మాధవ్. “వచ్చు సార్ కానీ పాలు లేవు” అన్నాడు రంగయ్య. “మరి ఎలా?” అన్నాడు మాధవ్. “అంటే సార్, అది..., ఒక పది ఫ్లాస్క్ ల నిండా టీ తెచ్చాను ఇవ్వనా” అన్నాడు రంగయ్య. “సరే ఏదో ఒకటి తగలడు” అన్నాడు మాధవ్. “సార్ విక్రమ్ సార్ మీరేనా?” అని అడిగాడు రంగయ్య.

“అయ్యో పిచ్చి రంగయ్య నేను ఇలా ప్రశాంతంగా టీ తాగుతున్నా అంటే విక్రమ్ సార్ ఎలా అవుతా, అదుగో అక్కడ చూడు మొత్తం దేశ ద్రోహులందరిని మట్టు పెట్టి ఎలా నడుచుకు వస్తున్నాడో, అది కదా వీరత్వం అంటే అన్నట్టు, చూడు ఎలా ఉరిమి, ఉరిమి వెతుకుతున్నాడో ఎవరైనా ఉన్నారా, పారిపోయారా, మిగిలిపోయారా అంటూ, ఆ పాదాల చప్పుడు చూడు, అవసరం అయితే దేశం కోసం ఎటైనా పోతా అన్నట్టు లేదు. అతని దెబ్బల రుచి చూసిన వాళ్ళు చూడు, రెండో దెబ్బ తినే శక్తి మాకు లేదు అన్నట్టు ఎలా పడ్డారో, అసలు ఆ చూపుల వేడి చూడు, దేశం కోసం నేను పోరాటం ఆపను అన్నట్టు, అందరు బందీ అయ్యాము, ఒక్కడే ఉన్నాడు, సునామీలా విరుచుకు పడ్డాడు, అతనే విక్రమ్” అంటూ వస్తున్న విక్రమ్ ని చూపించాడు మాధవ్.

“అన్ని ఆయన చేస్తే మీరు కాఫీ లు, టీలు తాగుతారా? అన్నాడు రంగయ్య. “అయ్యో రంగయ్య... మరి అతను అంత చేస్తే నీలాంటి వాళ్ళకి అతని కోసం చెప్పడానికి ఎవరైనా ఉండాలి కదా” అన్నాడు మాధవ్. “అబ్బో” అంటూ నిట్టుర్చాడు రంగయ్య.

అందరు చచ్చారు, ఫాతిమా షిప్ మధ్యలో నిలబడి ఉంది, మధ్యలోకి వచ్చాడు విక్రమ్.

“ఏంటి మేడమ్ చాలా పెద్ద స్కెచ్ వేశారు, ఇప్పటికైనా అర్థం అయ్యిందా మీనా అలియాస్ ఫాతిమా మేడమ్, మా భారతీయుల గురించి, ఇక్కడ మట్టి అలాంటిది. మా మీదకి రానంత వరకు మేము బానే మా పని చేసుకుంటాం, వచ్చినా గొడవ వద్దు అని ఒకటి రెండు సార్లు చెప్తాము కానీ హద్దు మీరి వస్తే చూసావుగా ఎలాంటి పరిస్థితి వచ్చింది” అన్నాడు విక్రమ్.

“నేను ఎప్పటికి పట్టుబడను రా, మీ టీం నన్ను పట్టేసుకుంది అనుకుంటున్నావా?” అంది ఫాతిమా. “మా టీం నిన్ను పట్టుకున్నా, పట్టుకోవడానికి సహాయం చేసింది మాత్రం ముగ్గురు దేశాన్ని ప్రేమించే వ్యక్తులు, మొదటి వ్యక్తి వీరయ్య లారీ డ్రైవర్, రెండవ వ్యక్తి రంగయ్య షిప్ డ్రైవర్,

మూడవ వ్యక్తి నాకు బాగా సహాయం చేసిన వ్యక్తి టీ అన్న" అని సమీర్ ని పిలిచి వాళ్ళ పిక్స్ తీయించి "రేపు పేపర్ లో వీళ్ళ ఫొటోస్ రావాలి" అని చెప్పాడు.

"తప్పకుండా సార్" అన్నాడు సమీర్. సార్ నాదో కోరిక సార్ అన్నాడు రంగయ్య. "ఏంటి రంగయ్య అది" అని అడిగాడు విక్రమ్.

"మా ఫొటోస్ పేపర్స్, టీవీ లో రానవసరం లేదు సార్, కానీ ఇక్కడ ఒక రైతు, ఒక పేపర్ బాయ్, ఒక కూలి, ఒక డ్రైవర్, ఒక టీచర్, ఒక టీ కొట్టు బాబాయ్, ఒక పూజారి, ఒక బార్బర్, ఒక దోభీ ఇలా చెప్పుకుంటూ పోతే వృత్తి ఏదయినా కానీ, మా దేశం మీదకి వస్తే దేశం కోసం పోరాడే మీ లాంటివాళ్ళకి అడుగు అడుగున మేము సాయంగా ఉంటాము అన్న విషయం వాళ్ళకి తెలియాలి సార్. దేశంని దోచుకుందాం, పాడుచేద్దాం అనేవాళ్లకే అంత సహాయం దొరికితే, దేశం అంటే ప్రాణం అన్న మీకు దొరకదా సార్" అన్నాడు రంగయ్య.

"నే ఎప్పుడు మీకు లొంగను రా, ఈ ఫాతిమా పులి బిడ్డ రా" అని అరిచింది ఫాతిమా.

"అయ్యో నువ్వు మనిషికి పుట్టావ్ అనుకున్న పులికా, ఇంతకీ పులి మీ అమ్మా లేక నాన్నా, నువ్వు క్రాస్ బ్రీడా, అలా అయితే మీ అమ్మ, నాన్న ఇద్దరిలో ఒకరు అయినా మనిషి ఉన్నారా, లేదా రెండు జంతువులకి పుట్టవా?" అన్నాడు విక్రమ్.

"ఏంట్రా పిచ్చ పిచ్చ గా ఉందా? ఇప్పుడు ఏంటి నన్ను టార్చెర్ చేస్తారా? చంపుతారా? రేప్ చేస్తారా? మీరు వంద మంది వంద సార్లు నన్ను చెరిచినా సరే, నేను మాత్రం నోరు విప్పను. అయినా నేను ఇంకా బ్రతకాల్సిన అవసరం లేదు, మీ దేశం నాశనం నేను ఎప్పుడో ఆరంభించాను. అది ఇప్పుడు ఊపు అందుకుంది, కొంత కాలానికి మీ దేశాన్ని పెకిలించి వేస్తుంది, అప్పుడు వెయ్యరా మీసం మీద చేయి ఇప్పుడు వేసినట్టు" అంది ఫాతిమా.

"ఏంటి ఇప్పుడు నీ చేత నిజం చెప్పించాలి, నువ్వు దేశం మీద ఏం ఎటాక్ చేసావో తెల్సుకోవాలి అంటే, మాకు రేప్ చేయడం తప్ప మార్గం లేదు అనుకున్నావా? ఒకవేళ అది ఒక్కటే మార్గం ఐనా సరే మేము ఎట్టి పరిస్థితి లో ఆ పని చేయము, ఎందుకంటే నిజమైన భారతీయుడు పరాయి వనితను ఎప్పుడు సోదరి భావంతో చూస్తాడు" అన్నాడు విక్రమ్.

"మరి ఏం చేస్తావు రా నన్ను?" అని అరిచింది ఫాతిమా. నవ్వి ఊరుకున్నాడు విక్రమ్. ఏం అర్థం కాక పిచ్చి ఎక్కింది ఫాతిమా కి, తన దగ్గర ఉన్న సైనైడ్ తో చద్దాం అనుకుంది, విక్రమ్

కుదరనివ్వలా, పక్క కి వెళ్లి సముద్రంలో దూకుదాం అనుకున్నా విక్రమ్ వెళ్లనివ్వలా, అలా ఆమె చద్దాం అని చేసే పనులు అన్నింటిని ఆపుతునే ఉన్నాడు విక్రమ్.

"హలో సార్ మీకు ఏం కావాలి? నన్ను చంపరు, రేప్ చేయరు, చావనివ్వరు, ఆఖరికి నేను నిజాలు చెప్పను అని కూడా నీకు తెలుసు, అసలు నా నుంచి మీకు వచ్చేది ఏంటి?" అని అడిగింది ఫాతిమా." నీ నుంచి మాకు ఏం రాదు కానీ, మా నుంచి నీకు ఒక మంచి గిఫ్ట్ వస్తుంది, అది అలాంటి ఇలాంటి గిఫ్ట్ కాదు" అన్నాడు విక్రమ్.

"ఏంటో ఆ గిఫ్ట్?" వెటకారం గా అడిగింది. "నిశ్శబ్దం" అంటూ చాల నెమ్మదిగా చెప్పాడు విక్రమ్.

అందరు చాలా ప్రశాంతంగా అక్కడ సంభాషణ వినడం మొదలు పెట్టారు.

"ఏం మాట్లాడుతున్నావ్ రా" అంటూ అరిచింది ఫాతిమా. అవును నిశ్శబ్దం చాలా పెద్ద శిక్ష.

"ఇక నుంచి నువ్వు బ్రతికున్న రోజులు అన్నీ నీతో మాట్లాడానికి ఒక మనిషి కూడా ఉండదు, నీకు ఒక చీకటి గది, చావడానికి దారి ఉండదు, అప్పుడు అప్పుడు తిండి వస్తుంది, అది ఎవరు ఇస్తున్నారో నీకు కనపడదు. భారతీయులు మాత్రమే వెయ్యగలిగే శిక్ష ఇది, మేము చంపము, కొట్టము, హింస పెట్టము, రేప్ కూడా చేయము, కానీ క్షమించి మాట్లాడం మానేస్తాము. ఈ భూమి మీద ఒంటరితనం కంటే పెద్ద శిక్ష ఏది ఉండదు మేడమ్" అన్నాడు విక్రమ్.

ఒక్కసారి అదంతా ఉహల్లోకి తీసుకుని ఆలోచించ సాగింది ఫాతిమా. ఒక గంట ఒంటరి గా ఉంటేనే ఏం చేయాలో తోచదు, కానీ రోజులు, నెలలు, ఏళ్ళు అలా ఒంటరిగా ఏం చేయాలో తెలియక, ఉండి ఏం లాభం, చచ్చే దారి లేదు, బ్రతికే మార్గం లేదు, అసలు ఆ జీవితం ఎలా బ్రతకాలి? అసలు ఎందుకు అలా, కానీ బాధ పెట్టినా ఏడుస్తూ బ్రతకచ్చు, కసితో బ్రతకచ్చు, ఏంటిది ఇలా ఉన్నాడు వీడు అంటూ అక్కడే కూలబడింది.

"ఏమైంది మేడమ్?" అన్నాడు విక్రమ్.

"ఏముంది బావ నువ్వు చూపించిన బొమ్మ 70MM స్క్రీన్ లో కనపడి ఉంటుంది నా చెల్లికి" అన్నాడు మాధవ్. "అవును మా బావ వైష్ణవ్ ని బాగా వాడుకున్నావ్, ఇద్దరు పిల్లల్ని కన్నావు, మరి వాళ్ళని దుబాయ్ లో పెట్టావ్, వాళ్ళు ఉగ్రవాదులుగా బ్రతుకుతారా మరి?" అని అడిగాడు మాధవ్.

"ఒక్కసారి కళ్ళలో నీళ్లు వచ్చాయి ఫాతిమాకి. ఒరేయ్ ఇది మళ్ళా యాక్టింగ్ మొదలు పెట్టింది రా బావ, అయినా మీకు ట్రైనింగ్ లో యాక్టింగ్ కూడా నేర్పిస్తారా?" అన్నాడు మాధవ్. అందరు ఒక్కసారిగా నవ్వారు.

సమీర్ ముందుకు వచ్చి "నిజంగా ఏడుస్తోంది ఏమో సార్" అన్నాడు.

"బాబు సమీర్ దీని ఓవర్ యాక్టింగ్ గురించి నీకు తెలియక నిజం అని నమ్మేస్తున్నావు. మేము లైవ్ లో మేడమ్ గారి యాక్షన్ ఒకటికి రెండు సార్లు చూసి బుక్ అయ్యాము. అందుకే మాకు చాలా మంచిగా తెలుసు ఆవిడ కోసం". అన్నాడు మాధవ్.

"ఆ ఏడుపు నిజమైనా, అబద్ధం అయినా మనకి ఎందుకు, మనం వేసే శిక్ష ని మనం రాణి వారికి విన్నమించాం కదా" అన్నాడు విక్రమ్.

"నాదో చివరి కోరిక తీరుస్తారా మీరు" అని అడిగింది ఫాతిమా.

"హలో మేడమ్ చివరి కోరిక క్షణాల్లో చచ్చే వాళ్ళకి, మీకు కాదు" అన్నాడు విక్రమ్.

"అదేంటి?" అంది ఫాతిమా. "అదే కదా, మీరు ఇప్పుడు జైలు కి వెళ్తారు. ఒక పూట తిండి పెడతారు, కానీ పెట్టడానికి ఎవరు రారు, బ్రతకడానికి సరి పోయే నీళ్లు ఇస్తారు, కానీ త్రాగించరు, నువ్వు అండర్ గ్రౌండ్ సెల్ లో ఉంటావు, చాలా విశాలంగా ఉంటుంది, కానీ మాట్లాడే మనిషి ఉండదు, నీకు నీళ్ళు, ఆహారం డ్రోన్ ద్వారా వస్తాయి, నువ్వు జైలు లో ఉన్న విషయం బైట తెలియనివ్వం, నువ్వు బ్రతికావో, చచ్చావో కూడా ఎవరికీ కూడా తెలీదు. నువ్వు సగం సగం తింటూ, ఒక పక్క శారీరక బలహీనం అవుతూ, తోడు లేకా, మాటలు ఉన్నా, మాట్లాడే వీలు లేకా, గోడలు, ఇంకా నేలతో మాట్లాడుకుంటూ బైట ఎవరు ఉన్నారో తెలీక మానసిక సంఘర్షణ పడుతూ, ఒక్కో నరం ఒక్కో కణం పగులుతూ, శరీరంలోని ప్రతి భాగం కొద్ది కొద్దిగా కుళ్ళుతూ, చేసిన పాపాలకి ప్రత్యక్ష నరకం అనుభవిస్తూ బైట అందరికి, ముఖ్యంగా నీ పిల్లలికి నువ్వు ఎవరో తెలీక, వారి తిట్లు పడుతూ, నువ్వు బ్రతికావో, చచ్చావో తెలీక మీ నాన్న పడే పాట్లు, నీ వాళ్ళతో మాట్లాడాలని నీ ప్రయాసలు పడుతూ, చివరలో ఒక అరవై ఏళ్ళు వచ్చేసరికి తినడానికి ఓపిక లేక, శరీరం కుళ్ళి కుళ్ళి మొత్తం చర్మం ఊడి, ఎందుకు ఇంకా బ్రతికి ఉన్నా అని రోజు చస్తూ, చివరికి నీ పాపాలకి శిక్ష పడ్డ రోజు నువ్వు ప్రశాంతంగా చస్తావ్" అన్నాడు విక్రమ్.

అందరు ఒక్క క్షణం అలా ఉండిపోయారు. రంగయ్య ముందుకు వచ్చాడు, "శిక్ష అంటే ఎలా ఉంటుందో చెప్పావ్ బాబు. మా చిన్నతనంలో చెప్పేవారు, శివయ్య కి బాగా మొక్కండి మంచి చావు వస్తుంది అని, అప్పుడు మేము అనుకునేవాళ్లం చావు మంచిది ఎలా అవుతుంది అని. ఈమధ్య అర్థం అయింది, మన చావుకే మనం పూజ చేస్తున్నాం, ప్రశాంతంగా చావాలి అని చెప్పి. అందుకే పెద్దవాళ్ళు చెప్పింది ఫాలో అయ్యి పాపాలు వీలైనంత తక్కువ చేసాము ఇలా ఉన్నాము. పాపాలు ఎక్కువ చేసిన వాళ్ళు ఇలా చావడానికి ఇబ్బంది పడతారు, దాన్నే నరకం అంటారు అన్నమాట. ఏమైనా భారత దేశం లో ఒక సూత్రం చెప్పారు, దాని వెనక నిగూఢ అర్థం దాగి ఉంటుంది అని" ముగించాడు రంగయ్య.

"అవును రంగయ్య, మీరు సరిగా చెప్పారు" అన్నాడు మాధవ్.

"మర్డర్ చేసేవాళ్ళు, రేప్ చేసేవాళ్లకంటే మీరే పెద్ద శాడిస్టులు, అసలు ఇలా శిక్ష ఎవరైనా వేస్తారా, ఎక్కడ నేర్చుకున్నారు ఇవన్నీ?" అంది ఫాతిమా.

విక్రమ్ ఏం మాట్లాడలేదు, అందరు సైలెంట్ ఉండాలి అని సైగ చేసాడు.

"అసలు ఏంటి మీ సమస్య, మాట్లాడి చావండి లేదా నన్ను చావనివ్వండి" అంది ఫాతిమా.

ఎవరు ఏం మాట్లాడలేదు, హ్యాండ్ కఫ్స్ వేసాడు సమీర్ ఫాతిమా కి, షిప్ నుంచి బైటకి తీసుకు వస్తున్నారు.

***

గబ గబా టీవీ ఆన్ చేసారు, చైనా చానెల్స్ వస్తున్నాయి, ఇండియా ఛానల్ పెట్టమన్నాడు యూనియన్ లీడర్, అక్కడ వాళ్ళకి ఇండియా బాషాలని, చైనీస్ లోకి తర్జుమా చేసే సాఫ్ట్వేర్ ఉంది, నిజానికి దాని ద్వారా వాళ్ళు చాలా చేస్తున్నారు, ఆండ్రాయిడ్ విప్లవం కారణంగా ఇది సాధ్యపడింది. అక్కడ వస్తున్న విషయాలు చూసి వాళ్ళు ఆశ్చర్య పోయారు, యూనియన్ లీడర్ కాంట్రాక్టర్ కూడా. అందులో వస్తున్న విషయాలు ఇలా ఉన్నాయ్, "హైదరాబాద్ మీద ఎటాక్ కి ప్రయత్నించిన ఇంటర్నేషనల్ టెర్రరిస్ట్ గ్యాంగ్ ని తుదముట్టించిన ఇండియన్ ఇంటిలెజెన్స్ టీమ్, వంద మంది ఉగ్రవాదుల హతం. టీం ని అభినందించిన భారత ప్రధాన మంత్రి" అంటూ వార్తలు వచ్చాయి.

"సరే సార్" అంటూ ఫోన్ చేసాడు చైనా కాంట్రాక్టర్.

చైనా కాంట్రాక్టర్: సలామలేకుం జనాబ్, మీతో యూనియన్ లీడర్ మాట్లాడతా అంటున్నారు.

జనాబ్: సరే!

చైనా యూనియన్ లీడర్: ఫాతిమా ఎక్కడ ఉంది?

జనాబ్: తెలీదు.

చైనా యూనియన్ లీడర్: ఆ మాట చెప్పడానికి సిగ్గుగా అనిపించడం లేదా అసలు మీకు?

జనాబ్: అనిపించడం లేదు, ఎందుకు అనిపించాలి? తండ్రి కోరిక కోసం అద్భుతమైన జీవితం వదిలి శత్రు దేశం లో బ్రతికింది, అక్కడ వాళ్లలో ఒకరిగా కలిసి మన ప్లాన్ కోసం పని చేసింది, ఇప్పుడు వాళ్ళ చేతులో బందీగా ఉందో, చనిపోయిందో తెలీదు, ఒక్క విషయం కూడా కాన రాలేదు, కానీ తన నోటి నుంచి ఒక్క మాట కూడా బైటకి రాదు, ఆ హమీ మాత్రం ఇస్తున్నా.

చైనా యూనియన్ లీడర్: అయితే మన ప్లాన్ వాళ్ళకి తెలీదు అంటావ్...

జనాబ్: తెలిసే అవకాశం లేదు, అయినా మీరు డీల్ చేస్తున్నది ఐసిస్ లీడర్ తోనే కాదు, త్వరలోనే ప్రపంచమునకు రాజు అయ్యే వాడితో, మీరు భయ పడవలసిన అవసరం లేదు.

"అబ్బా...., వీడు, వీడి బిల్డప్" అనుకున్నాడు, మనసులో చైనా యూనియన్ లీడర్.

చైనా యూనియన్ లీడర్: సరే కానీ ఈ విక్రమ్ కోసం మీకు ఏమైనా తెలుసా?

విక్రమ్ పేరు వినగానే ఒక్క క్షణం గుండెలో దడ వచ్చింది జనాబ్ కి, ఏం మాట్లాడలేదు. అలా ఆలోచనలో ఉన్నాడు, విక్రమ్ చేసింది మొత్తం గుర్తు వచ్చింది.

"జనాబ్ ఉన్నారా?" అని గట్టిగా అన్నాడు చైనా యూనియన్ లీడర్.

"హా... ఉన్నా కానీ, మీరు చెప్పిన పేరు ఎప్పుడు వినలేదు అని ఆలోచిస్తున్నా" అన్నాడు జనాబ్.

"అదేంటి అతను డిపార్ట్మెంట్ నుంచి వెళ్ళిపోయాడు అనుకున్నాం అని, అకస్మాత్తుగా వచ్చి ఈ ఆపరేషన్ ఫెయిల్ చేసాడు అని, ముందు సాఫ్ట్వేర్ ఇంజనీర్ గా ఉన్న అతని పై మీ నిఘా ఉంది అని, మన కాంట్రాక్టర్ చెప్పాడు" అన్నాడు చైనా యూనియన్ లీడర్.

ఏం చెప్పాలో అర్ధం కాలేదు జనాబ్ కి. "ఒకసారి అతని పేరు మళ్ళా చెప్పండి" అన్నాడు జనాబ్. "విక్రమ్ అతని పేరు" అన్నాడు చైనా యూనియన్ లీడర్.

"అవునా విక్రమ్ పెద్ద ఖిలాడీ ఆఫీసర్, కష్టమే వాడితో" అన్నాడు జనాబ్. "మరి నీ కూతురు వాడికి చిక్కితే?" అన్నాడు.

"ఇప్పటికి రెండు సార్లు వాడ్ని పిచ్చి వాడ్ని చేసి ఆడుకుంది నా కూతురు, ఇంకోసారి కష్టం కాదులే" అన్నాడు జనాబ్.

"ఈసారి వాడు ఆడుకుంటే?" అన్నాడు యూనియన్ లీడర్. "సార్ కేవలం మీరు మాకు డబ్బు ఇస్తున్నారు, ఆపరేషన్ చేసేది మేము, మీకు కావలసిన పని ఏంటో చెప్పండి చేసి పెడతాము, మిగతావి మీకు దేనికి? మీ మెడిసిన్ పంపిణి చేయడానికి ఇంకొకరు రేపే ఇండియా వెళతారు" అన్నాడు జనాబ్.

"అవునా..., కానీ వాళ్ళు ఆ మెడిసిన్ ఏంటో కనిపెట్టేస్తే ఎలా? అన్నాడు యూనియన్ లీడర్.

"పోనీ మీరే పంపిణి చేస్కోండి" అన్నాడు జనాబ్.

"మీరు లిమిట్ క్రాస్ చేసి మాట్లాడుతున్నారు" అన్నాడు చైనా యూనియన్ లీడర్. మరి నే చెప్పింది మీరు వినడం లేదు కదా...! అన్నాడు జనాబ్. "సరే ఇంకొకరిని పంపండి" అన్నాడు యూనియన్ లీడర్.

"సరే" అని ఫోన్ పెట్టేసి "విక్రమ్......" అంటూ గట్టిగా అరిచాడు జనాబ్.

***

రాధికా డోర్ మోగుతుంటే వెళ్లి తలుపు తీసింది. "రాజేష్ నిన్ను నన్ను కలవద్దు అని చెప్పా కదా, ఎందుకు ఇలా వచ్చావ్, ఐ యాం సారీ" అని తలుపు వేసింది రాధిక.

మళ్ళా డోర్ కొట్టాడు రాజేష్, డోర్ ఓపెన్ చేసి "మళ్ళా ఏంటి?" అని అడిగింది రాధిక.

"రాధిక అసలు నువ్వు ఏం చేస్తున్నావో నీకైనా అర్థం అవుతోందా, ఆరోజు జరిగింది ఆక్సిడెంట్. అందులో నా తప్పు ఎంత ఉందో, నీదీ అంతే ఉంది. ఎందుకు మొత్తం నాదే అన్నట్టు మాట్లాడటం మానేసి నన్ను దూరం పెడుతున్నావ్? ఇలా అసలు ఇది పద్ధతి కాదు, ఆఫీస్ లో నా దగ్గరకి రావు, పోనీ నేను నీ దగ్గరికి వస్తే ఏదో పాపం చేసిన వాడిలా చూసి దూరం నెట్టేస్తూ ఉన్నావు అసలు ఏంటి నీ సమస్య?" అని అడిగాడు రాజేష్.

రాధిక: నీకు ఏం తెలీనట్టు మాట్లాడకు రాజేష్, నా సమస్య ఏంటో నీకు బాగా తెల్సు, విక్రమ్ తో ఎంత సమస్య అయిందో కూడా, అయినా కూడా నువ్వు ఇలా ఎలా మాట్లాడుతున్నావ్?,

రాజేష్: కానీ నేను ఏం చేశా దీనిలో? అయినా రెండేళ్లు పైన అయింది ఇంకా ఇలాగ ఏంటి?

రాధిక: ఏం చేయలేదు సార్, మొత్తం నేనే చేశా సరేనా?

రాజేష్: ఎందుకు అలా మాట్లాడుతున్నావ్ అసలు?

రాధిక: సారీ చెప్పా కదా, నన్ను వదిలేయచ్చు కదా!

రాజేష్: నువ్వు నా ఫ్రెండ్ వి.

రాధిక: మనం ఫ్రెండ్స్ లా ఉన్నామా? ఉంటే ఈ బాధలు ఎందుకు మనకి?

రాజేష్: మనం ఫ్రెండ్స్ లాగే ఉన్నాము కదా!

రాధిక: ఒరేయ్, కొడతా నిన్ను ఇంకా.

రాజేష్: హమ్మయ్య ఫ్రెండ్స్ లా మాట్లాడావు మొత్తానికి అయితే.

రాధిక: అబ్బా రాజేష్, ప్లీజ్ నేను చేసిందే మిస్టేక్, నీది కాదు ఓకే నా...

రాజేష్: ఇద్దరిది తప్పు ఉంది, నేను మాట్లాడనా విక్రమ్ తో.

రాధిక: నేను చెప్పాను రాజేష్, కానీ ఎందుకో గొడవ పెరిగింది, విక్రమ్ నా మాట వినలేదు. సరే కానీ విక్రమ్ కి ఆ స్థితి వచ్చే రోజు దగ్గర లోనే ఉంది, చూడాలి ఏం చేస్తాడో?

రాజేష్: ఏం మాట్లాడుతున్నావ్?

రాధిక: అబ్బా అదంతా ఏం లేదు కానీ, రేపటినుంచి ఆఫీస్ లో మాములుగా ఉంటా, కానీ నా ప్రైవేట్ స్పేస్ లో నీకు చోటు లేదు.

రాజేష్: సరే బ్రతికించావు ధన్యవాదాలు.

అలా చెప్పి అక్కడ నుంచి వెళ్ళిపోయాడు రాజేష్.

"అమ్మా అఖిల, నేను అనుకున్నది చేస్తావా నువ్వు అసలు, ఎక్కడ ఉన్నావు?" అని గట్టిగా అరిచింది రాధిక.

***

అఖిల, శర్వా తో మాట్లాడుతూ ఉంది.

శర్వా: ఇప్పుడు నలభై వేల మందిని ఎలాగోలా వెతికి పట్టుకుంటాం అవునా...!

అఖిల: అవును కానీ, దానికి చాలా సమయం పట్టచ్చు.

శర్వా: ఏం కాదు, ఒక వందమంది ని వాళ్ళకి ఫోన్ చేయడానికి పెడదాం, దొరకగానే వాళ్ళని దగ్గర లో ఉన్న పోలీస్ లు వెళ్లి తీసుకువస్తారు అంతే కదా.

అఖిల: అంతే కదా అంటే, దానికి ఒక వారం పట్టచ్చు.

శర్వా: అవును, అయితే...?

అఖిల: అబ్బా... అసలు ఆ మెడిసిన్ ఏంటి? ఎలాంటి పరిస్థితి తెస్తుంది తెలీదు, వాళ్లనే వారానికి పట్టుకుంటే వీళ్ళ బాడీ లో ఏముంది ఎప్పటికి తెలిసేది?

శర్వా: అయితే వీళ్ళని త్వరగా రప్పించే మార్గం ఆలోచించాలి.

అఖిల: అవును, అదే నేను ఆలోచిస్తున్న.

శర్వా: విక్రమ్ సార్ కి కాల్ చేసి ఐడియా అడిగితే?

అఖిల: అవును, బావ ఖాళీగా ఉన్నాడు మరి, నాకు తెలిసి బావ వాళ్ళని కనిపెట్టే పనిలో, ఆ మెడిసిన్ ని కనిపెట్టే పనిలో ఉండి ఉంటాడు, కనీసం మనం ఎలాగోలా ఈలోపు అందర్నీ ఒక చోట చేరిస్తే ప్రాసెస్ సులభం అవుతుంది.

శర్వా: నాకేం ఐడియా తట్టడం లేదు, కనీసం వాళ్ళని ఈ క్లినిక్ కి ఎవరు తెచ్చారో తెలిసినా బాగుండేది, ఏం చేద్దాం ఇప్పుడు?

అఖిల: ఏమి అన్నావు ఇప్పుడు?

శర్వా: ఏం చేద్దాం ఇప్పుడు అన్న.

అఖిల: దానికి ముందు,

శర్వా: ఏం ఐడియా తట్టడం లేదు అన్న.

అఖిల: అబ్బా... ఆ తరవాత,

శర్వా: అంటే నాకు ఆ జనాన్ని ఈ హాస్పిటల్ కి ఎవరు పరిచయం చేసారో తెలిసినా బాగుణ్ణు అన్న.

అఖిల: పరిష్కారం దొరికింది శర్వా.

శర్వా: అవునా, ఎలా?

అఖిల: నువ్వే కదరా చెప్పావు, ఇప్పుడు తింగరి.

శర్వా: నేను ఏం చెప్పాను, నీకు ఏం అర్థం అయింది అసలు?

అఖిల: నువ్వు చెప్పిందే నాకు అర్థం ఐంది.

శర్వా: తిన్నగా చెప్పకుంటే కొడతా చెప్తున్నా నిన్ను.

అఖిల: సరే కొట్టు, నీ పని బావ కి చెప్తా.

శర్వా: అవునా, విక్రమ్ సార్ కి వద్దు, అమ్మాయిలిని అంటే ఆయనకి పిచ్చ కోపం అసలు, అలాంటి పని చేయద్దు.

అఖిల: అలారా దారికి?...

శర్వా: నేను ఏం ఐడియా ఇచ్చానో చెప్పచ్చుగా కాస్త...,

అఖిల: కాస్త ఎందుకు, పూర్తిగా చెప్తా విను, వాళ్ళకి మనుషులిని సరఫరా చేయడానికి ఒక మీడియం కావాలి. అంటే అండాలు కొనాలన్నా, వీర్యం కొనాలన్నా లేక సరోగసి కి మనుషులు కావాలన్నా సరే,

శర్వా: మజీద్ చేసి ఉంటాడా?

అఖిల: ఛాన్సే లేదు, మజీద్ ప్రాసెస్ స్టార్ట్ అయ్యాక వాళ్ళని భయపెట్టడానికి పోలీస్ పొలిటికల్ పవర్స్ అడ్డు తప్పించడానికి ఉంటాడు.

శర్వా: మరి ఎలా? ఎవరని తెలుస్తుంది.

అఖిల: సింపుల్, వైష్ణవ్ ని అడిగితే?

శర్వా: చెప్తాడా?

అఖిల: చెప్పిద్దాం.

శర్వా: ఒకటి చెప్పనా?

అఖిల: ఆలస్యం దేనికి కానీ.

శర్వా: నువ్వు అచ్చు విక్రమ్ సార్ లాగే ఆలోచిస్తున్నావు, అసలు ఎక్కడ తేడా లేదు, నువ్వే విక్రమ్ సార్ కి సరి ఐన జోడి.

అఖిల: అబ్బో ఏంటి సోప్ వేస్తున్నావ్ నాకు?

శర్వా: నిజం చెప్పాను.

అఖిల: అంటే రాధిక అక్కని విడదీసేద్దాం అంటావా?

శర్వా: నేను అలా అనలేదు అసలు, కానీ నువ్వు అచ్చు విక్రమ్ సార్ లాగే ఆలోచిస్తూ ఉన్నావ్. మజీద్ విషయం లో నువ్వు ఆలోచించిన విధానం అచ్చు అలానే ఉంది అందుకు అన్నా, రాధికా మేడమ్ కోసం నాకు ఏం తెలీదు.

అఖిల: అబ్బా అవునా, అంటే రాధిక దగ్గర నా గురించి ఇలా అంటావా?

శర్వా: అయ్యో..., అలా ఎందుకు అంటాను?

అఖిల: మరి ఎలా అంటావు?

శర్వా: అబ్బా... ఇప్పుడు ఏం చేద్దాం చెప్పు?

అఖిల: మేము ఏం చేస్తాము కానీ, మీకు అప్పచెప్పిన పని ఏం చేసారు మిత్రమా?

శర్వా: ఏంటి మేడమ్ ఈ గ్రాంథికం, నాకు ఏం పని అప్పచెప్పారు?

అఖిల ముఖం కోపంతో రగిలి పోయింది "మరిచితివా అప్పుడే" అంది.

శర్వా: అవును, అని తల దించుకున్నాడు.

"విక్రమ్ బావకి, రాధిక అక్కకి గొడవ ఏంటి?" అని తెల్సుకోమన్నా కదా అంది అఖిల.

"అవును మర్చిపోయా కదా, అయినా అంత టైం రాలేదు కదా, ఈ పని అవ్వగానే ఆ పని చేస్తా అఖిల" అన్నాడు శర్వా.

అఖిల: సరే పద, వైష్ణవ్ దగ్గరకి వెళ్దాం.

శర్వా: కానీ, వైష్ణవ్ ని కలవడానికి మనకు అనుమతి లేదు.

అఖిల: ఎందుకు?

శర్వా: భగత్ సార్, విక్రమ్ సార్ ఇంకా సమీర్ కి మాత్రమే.

అఖిల: ఇప్పుడే భగత్ సార్ కి కాల్ చేస్తా.

శర్వా: సరే నీ ఇష్టం.

ఈలోపు విక్రమ్ కాల్ చేసాడు శర్వా కి.

శర్వా విక్రమ్ సంభాషణ ఇలా జరిగింది.

శర్వా: సార్ చెప్పండి,

విక్రమ్: ఏం చేస్తున్నారు?

శర్వా: అంటే అఖిల వైష్ణవ్ ని ఒకసారి విచారణ చేయాలి అనుకుంటోంది ఎలా?

విక్రమ్: ఎందుకు అసలు అతనితో పని ఏంటి?

ఫోన్ లాక్కుంది అఖిల, వాళ్ళు ఇద్దరు సంభాషణ ఈ విధంగా సాగింది.

అఖిల: సార్, ఇక్కడ మనం నలబై వేల మంది నంబర్స్ పట్టుకుని ఇక్కడికి రప్పించడానికి, వారం నుంచి పది రోజులు పడుతుంది.

విక్రమ్: ఓకే, ఇప్పుడు నీ ప్లాన్ ఏంటి?

అఖిల: అంటే ఇప్పుడు వైష్ణవ్ హాస్పిటల్ కి మనుషులని తీసుకురావడానికి మధ్యవర్తి అదే బ్రోకర్ ఉంటాడు కదా, అలాంటి వాళ్ళని పట్టుకుంటే అప్పుడు మన పని సులువు అవుతుంది కదా!

విక్రమ్: అద్భుతమైన ఆలోచన, అఖిల సూపర్ నువ్వు, ఇలాగే బాగా పని చేయి.

అఖిల: ఏంటి బావా..., మంచి హుషారుగా చెప్పావు, అంత నచ్చానా, మొన్న ఇచ్చినట్టు ముద్దులు ఏమైనా ఇమ్మంటావా?

విక్రమ్: మొన్న నువ్వు ఇచ్చిన ముద్దుకే మీ అక్క కు మనం ఏదో సంసారం చేస్తున్న ఫీలింగ్ కి వచ్చింది, వీడియో కాల్ చేసి మరి ఇచ్చావు కదా.

అఖిల: నేను ఏమైనా చేయద్దు అన్నానా బావా, నువ్వే కదా మధ్యలో కళ్ళలో నీళ్లు తెచ్చుకుని అక్కకి ఏదో అన్యాయం చేస్తున్నట్టు ఫీల్ అయి, ఏడ్చి నన్ను దూరం గెంటేసావు, అయినా నేను కదా బాధ పడాలి.

విక్రమ్: నేను, రాధిక ని ప్రేమిస్తున్నా కదా అఖిల.

అఖిల: నేను నిన్ను ప్రేమిస్తున్నా అఖిల్, ఉరఫ్ విక్రమ్, ఉరఫ్ బావ.

విక్రమ్: సరే వదిలేయ్, ముందు ఆ వైష్ణవ్ సంగతి చూడు.

అఖిల: అవునా, సరే బావ నేను వెళ్ళచ్చా వైష్ణవ్ దగ్గరికి?

విక్రమ్: వద్దు అంటే ఆగిపోతావా?

అఖిల: లేదులే కానీ, ఏదో అడిగా.

విక్రమ్: సరే కానీ, నేను కాల్ చేసి భగత్ సార్ తో పర్మిషన్ తెప్పిస్తా, నువ్వు బయలుదేరు శర్మా తో.

అఖిల: సరే ఏమైనా చెప్పారా సార్?

విక్రమ్: ఏమైనా అడగాలా?

అఖిల: అయ్యో చాలా అడగాలి బావ, అంటూ గోముగా ఫోన్ లో మాట్లాడుతూ తిరుగుతూ చెప్పింది.

అది చూసిన శర్వా ఒక పక్క పర్ఫెక్ట్ వర్క్ చేస్తూ ఇంత బాగా రొమాన్స్ చేయగలిగే వారు ఎవరైనా ఉంటే, అది కేవలం అఖిల మాత్రమే అయి ఉంటుంది, అని మనసులో అనుకోకుండా ఉండలేకపోయాడు.

విక్రమ్: అమ్మా! నేను అడిగింది పని గురించి?

అఖిల: అదే ఏ పని కోసం? సిగ్గు పడుతూ అడిగింది అఖిల...

విక్రమ్: అమ్మా తల్లి... వైష్ణవ్ ద్వారా విషయం రాబట్టే పనిలో.

అఖిల: అది కాదు కానీ, ఫాతిమా విషయం లో ఉంది.

విక్రమ్: ఏంటి అది?...

అఖిల: తాను ఎక్కడ ఉంది, అసలు బ్రతికే ఉందా? మెడిసిన్ కోసం ఏమైనా ఇన్ఫర్మేషన్ తెల్సిందా?

విక్రమ్: ఇంకో రెండు గంటల్లో తెలుస్తుంది, మిగతా విషయాలు కలిసినపుడు మాట్లాడదాం.

అలా చెప్పి ఫోన్ పెట్టేసాడు విక్రమ్.

"ఇదేంటి, పూర్తి ఆన్సర్ చెప్పకుండానే పెట్టేసాడు?" అంది శర్వా తో అఖిల.

"రెండు కారణాలు ఉండవచ్చు, ఒకటి ఆ ఆన్సర్ మనకు చెప్పాల్సిన అవసరం లేకపోవడం, లేదా మన ఫోన్స్ టాప్ అవుతాయి అని అనుమానం రావడం".

అఖిల: అలా అయితే ఓకే కానీ, మన విచారణకి ఏమైనా పనికి వస్తుందా అని ఆలోచిస్తూ ఉన్నా అంతే.

శర్వా: అవునా, సరే కానీ బయలుదేరదామా మరి.

సరే ఇవ్వన్నీ సర్దేయ్, లాప్టాప్ ఇంకా డ్రైవ్స్ అలాగే ఫైల్స్, ఫ్లాపీ డిస్క్, నేను అన్ని డ్రైవ్స్ లో సేవ్ చేసుకున్నా. ఎలాగూ మనం ఇంటలిజెన్స్ ఆఫీస్ కి వెళ్తూ ఉన్నాము కాబట్టి, అక్కడ మన సార్, అదే భగత్ సార్ కి ఇచ్చేద్దాం" అంది అఖిల.

"ఓకే అఖిల" అన్నాడు శర్వా. "అఖిల ఫ్రెష్ అయ్యి వస్తా", అని చెప్పి అక్కడ నుంచి వెళ్ళింది.

“ఇంతకు ముందు నేను డీకోడ్ చేస్తే, మిగతా వాళ్ళు, ఈ అసిస్టెంట్ పనులు చేసేవాళ్ళు, ఇప్పుడు నేను అసిస్టెంట్ అయ్యా అని బాధపడుతూ కాసేపు ఆలోచించాలి అనుకుని, “ఏది ఏమైనా అఖిల రియల్లీ గ్రేట్, తనకి ఈ జాబ్ మీద చాల పాషన్ ఉంది, ఎంత బాగా చేస్తుంది, విచారణ ఎలా చేస్తుంది” అని ఆలోచనలో మునిగాడు శర్వా.

ఈలోపు అక్కడికి వచ్చింది అఖిల, “ఏంటి సార్, అయ్యాయా మీ ఆలోచనలు, నన్ను బాగా తిట్టుకున్నావా? “అని అడిగింది అఖిల.

“అసలు లేదు, నువ్వు నాకు బాస్, చెప్పిన పని చేయాలి కదా... నే ఏం తిట్టుకోలేదు” అన్నాడు శర్వా. “నువ్వు తిట్టుకున్నా పర్వాలేదు, తిట్టుకోకున్నా పర్వాలేదు, నువ్వు అన్నదానికి కట్టుబడి ఉండు” అంది అఖిల.

“దేనికి?” అన్నాడు శర్వా

“అదే..., నేను నీ బాస్ ని అన్నదానికి, ఎందుకంటే బాస్ ని ఎంత తిట్టుకున్నా బాస్ కోసం పని చేయాలి, చెప్పినట్టు వినాలి అంతే...! “అంది అఖిల.

“అంతే అంతే” అన్నాడు శర్వా. “నువ్వు ఎథికల్ హాకింగ్ ఎక్కడ నేర్చుకున్నావు?” అని అడిగాడు శర్వా అఖిల ని. “కొన్ని కోర్సెస్ అటెండ్ అయ్యా, తరువాత గూగుల్, సొంత ప్రయోగాలు అంతే అంది అఖిల”.

“ఆఫీస్ లో నువ్వు హాకింగ్ మీద పని చేసేదానివా? అని అడిగాడు శర్వా. “లేదు సిస్టం సెక్యూరిటీ, కానీ ఎప్పుడు పెద్ద ఇంటరెస్ట్ చూపేదాన్ని కాదు, కానీ ఏదయినా ఇష్యూ వస్తోంది సెక్యూరిటీ బ్రీచ్ అవుతుంది అన్నపుడు ఆక్టివ్, అయ్యో నా సొంత తెలివి వాడి పరిష్కారం చూపేదాన్ని. అలా కొన్నిసార్లు చేయడం చూసాడు బావ, కానీ ఎందుకు బైటకి వెళ్లి సాల్వ్ చేస్తున్నావ్ వద్దు అనేవాడు, నా పని మీద శ్రద్ధ పెట్టు అనేవాడు, నేను నా టాలెంట్ పట్టించుకోవడం లేదు అని ఫీల్ అయ్యే దాన్ని. కానీ నా టాలెంట్ కి ఇదే మంచి ప్లేస్ అని గుర్తించాడు మీ సార్, అందుకే విక్రమ్ సార్ నమ్మకం నిలబెట్టాలి కదా” అంది అఖిల.

“అవును అవును తప్పక నిలబెట్టాలి. కార్ లో వెళ్దామా, బైక్ లోనా” అన్నాడు శర్వా.

“త్వరగా దేంట్లో వెళితే దాంట్లో వెళ్దాం” అంది అఖిల. “సరే అయితే బైక్ లోనే” అన్నాడు శర్వా.

"నాకో సందేహం మాస్టారు, మనం ఇక్కడికి ఎలా వచ్చాము?" అని అడిగింది అఖిల.

"ఇంటలిజెన్స్ వెహికల్స్ లో" అన్నాడు శర్వా. "బైట ఏమైనా ఉన్నాయా?" అని అడిగింది అఖిల.

"అయ్యో ఏం లేవు" అన్నాడు శర్వా. "మరి కారా, బైకా అని ఆప్షన్స్ ఇస్తావే?" అంది అఖిల.

"ఓహ్... దాని కోసమా, నువ్వు కార్ అంటే ఉబెర్ బుక్ చేస్తా, బైక్ అంటే రాపిడో చేస్తా" అన్నాడు శర్వా.

"ఏడ్చావులే కానీ, మూసుకుని క్యాబ్ బుక్ చేయి" అంది అఖిల. "సరే అలాగే" అని మారు మాట్లాడకుండా క్యాబ్ బుక్ చేసాడు శర్వా.

కాబ్ వచ్చింది, ఇద్దరు ఎక్కి కూర్చున్నారు.

"నాకొక సందేహం, అడగనా?" అన్నాడు శర్వా. "శర్వా... నీకోటి తెలుసా, నేను కూడా ఎదుటివాళ్ళు ఆలోచనలో ఉన్నపుడు పిచ్చి క్యూక్యూస్ ప్రశ్నలు తో చంపేదాన్ని. కానీ వాళ్ళు ఎంత బాధపడి ఉంటారో నీ ప్రశ్నల వల్ల తెలుస్తోంది" అంది అఖిల.

"సరే ఏమీ అడగను లే" అన్నాడు శర్వా. "మాములుగా అన్నా లే, కానీ అడుగు" అంది అఖిల.

"అదే అఖిల బైక్ అన్నదానివి, కాబ్ కి ఎందుకు షిఫ్ట్ అయ్యావ్?" అన్నాడు శర్వా.

"పిచ్చి శర్వా...... ఇప్పుడు మనం ఉన్న పరిస్థితి లో ఇద్దరం ఒక్క చోటే ఉండాలి అంతే కానీ చెరో చోట ఉంటే, అవసరం అయితే కమ్యూనికేషన్ కట్ అయు పోతుంది" అంది అఖిల.

"నిజమే కదా" అన్నాడు శర్వా. వాళ్ళు వెళ్లాల్సిన ఇంటలిజెన్స్ ఆఫీస్ కి కొంచెం దగ్గరలో కార్ దిగి, మనీ పే చేసి వెళ్లిపోయారు లోపలికి.

***

ఫాతిమా ఎదురుగ కూర్చున్నాడు వాన్ లో విక్రమ్. ఫాతిమా విక్రమ్ మీద ఉమ్మి వేయడానికి ట్రై చేసింది, తిట్టింది, ఏడ్చింది, విక్రమ్ ఎక్కడ ఉన్నవాడు అక్కడే ఉన్నాడు.

"ఒరేయ్ నాకు ఈ మౌనం, అహింస వద్దు. హింసించు, నన్ను చంపెయ్, ఏదో ఒకటి చేసి" అంటూ ఏడ్చింది ఫాతిమా, ఏం మాట్లాడలేదు విక్రమ్.

"సరే నాకు ప్రశాంతమైన చావు కావాలంటే ఏం చేయాలి?" అని అడిగింది ఫాతిమా.

"సరే అడిగింది చేస్తావా మరి?" అని అడిగాడు విక్రమ్. అప్పటికి ఒక మాట విని రెండు గంటలు అయింది ఫాతిమా కి, జీవితం మొత్తం ఇలా ఉండాలి అని రాసిపెట్టి ఉంటే, ఆ నరకం కంటే ఏదయినా పర్లేదు అనుకుంది ఫాతిమా.

"నువ్వు చెప్తా అంటే నువ్వు కోరిన హింస తో కూడిన చావు నీది అవుతుంది, లేదా మా అహింస మార్గం లోనే నువ్వు పోవాలి" అన్నాడు విక్రమ్.

"సరే ఏం కావాలి అడుగు?" అంది ఫాతిమా.

"అసలు నువ్వు ఇండియా లో ఏం చేద్దాం అని వచ్చావు?" అని అడిగాడు విక్రమ్.

"నేను నాకు వచ్చిన ఆర్డర్స్ పాస్ చేయడానికి వచ్చాను, అందరు మిలిటెంట్ లాగే, ఐసిస్ వాళ్ళు ఇంప్లీమెంట్ చేయమంటారు నేను చేస్తాను" అంది ఫాతిమా.

"అవునా నిజామా? ఏం ఇంప్లీమెంటేషన్ చేస్తారో తమరు?" అన్నాడు విక్రమ్.

తర్వాత వాళ్ళ సంభాషణ ఇలా సాగింది.

ఫాతిమా: వాళ్ళు బాంబ్స్ ఎక్కడ పెట్టాలో చెప్తారు, వెళ్లి పెట్టి రావాలి లేదా మా కుటుంబాన్ని చంపేస్తారు.

విక్రమ్: మరి చైనా మెడిసిన్, అక్కడ ల్యాబ్ లో తయారు అయ్యేది ఇక్కడికి ఎలా వస్తుంది?

ఫాతిమా: డబ్బు సంపాదన కోసం నేనే చైనా వాళ్ళతో పొత్తు పెట్టుకున్న, అవి నకిలు మందులు.

విక్రమ్: అవునా, మిగతా మిలిటెంట్ అంత చనిపోతున్నా పట్టించుకోని ఐసిస్ నీ మీద ఎటాక్ అయితే వచ్చి నీ కోసం పోరాడారు. నీకోసం హెలికాప్టర్, షిప్స్, నువ్వు దేశం దాటడానికి వంద మంది ఉగ్రవాదుల సపోర్ట్, కానీ నువ్వు భయపడుతున్నావ్ నీ వాళ్ళని ఏదో చేస్తారు అని".

ఫాతిమా: నా దగ్గర ఉన్న సమాచారం అలాంటిది.

విక్రమ్: ఏం సమాచారం?

ఫాతిమా: ఏ నగరాల్లో ఎలాంటి పేలుళ్లు జరగాలని.

విక్రమ్: నీ దగ్గర మాత్రం ఎందుకు ఉంది? ఎవరు ఇచ్చారు?

ఫాతిమా: ఎవరు ఇచ్చారో తెలీదు, కానీ ఇచ్చారు.

విక్రమ్: ఇస్తే నువ్వు ఏం చేయాలి?

ఫాతిమా: ఇస్తే నువ్వు ఏం చేయాలి?...

విక్రమ్: నువ్వు మా శిక్ష అనుభవించడమే మంచిది.

ఫాతిమా: నేను నిజమే చెప్తున్నా...

విక్రమ్ ఏం మాట్లాడలేదు.

ఫాతిమా: నేను నిజమే చెప్తున్నా ప్రామిస్.

విక్రమ్ ఏం మాట్లాడలేదు

ఫాతిమా: నేను నిజమే చెప్తున్నా, అని విక్రమ్ కాళ్ళు పట్టుకోవడానికి ప్రయత్నించింది.

విక్రమ్ ఏం మాట్లాడలేదు.

ఇలా ఒక నలభై సార్లు జరిగింది, కానీ విక్రమ్ లో చలనం లేదు.

తెలుగు, ఇంగ్లీష్, ఉర్దూ, అరబిక్ లో ఫాతిమా కి వచ్చిన అన్ని తిట్లు తిట్టింది.

విక్రమ్ కనీసం పలకలేదు.

విక్రమ్ అమ్మని తిట్టింది, చెల్లిని తిట్టింది, అక్కని తిట్టింది, భార్య ని తిట్టింది. ఒక ఉలుకు పలుకు లేదు విక్రమ్ నుంచి.

తిట్టి తిట్టి అలసి ఆగింది ఫాతిమా, ప్రశాంతంగా ఉన్నాడు విక్రమ్. పోలీస్ వాన్ లో వెనక విక్రమ్, ఫాతిమా ఉన్నారు. ఎదర డ్రైవర్, సమీర్ వీళ్ళ మాటలు వింటూ ఉన్నారు.

ఎందుకు అంత సైలెంట్ గా విక్రమ్ ఉన్నాడో వారికీ అర్థం కాలేదు.

అప్పుడే విక్రమ్ బండి ఆపమని చెప్పాడు సమీర్ కి మెసేజ్ చేసి, బండి ఆగింది. విక్రమ్ కిందకి దిగి ఆ వాన్ తాళం వేసాడు లోపల ఫాతిమా ఒక్కతే ఉంది, సమీర్ ఇంకా డ్రైవర్ బండి దిగారు.

సమీర్ "ఏంటి సార్ బండి ఆపమన్నారు?" అని అడిగాడు విక్రమ్ ని. "ఇక్కడ టీ బాగుంటుంది" అని అన్నాడు విక్రమ్. "లోపల చీకట్లో ఉన్న మీకు ఈ ఏరియా రావడం తెలీడం సూపర్ సార్" అన్నాడు సమీర్.

నవ్వి ఊరుకున్నాడు విక్రమ్. ఆ తర్వాత డ్రైవర్ తో "అన్న కొంచెం మన ముగ్గురికి మూడు టీ తీసుకురావా" అని డబ్బులు ఇచ్చాడు. "నే తెస్తా సార్, డబ్బులు వద్దు" అన్నాడు డ్రైవర్. అన్న మీకు ఏం డబ్బులు ఊరికే రావు కదా, తీసుకురండి" అన్నాడు విక్రమ్ డబ్బులు అతని చేతిలో

పెట్టి. అతను వెళ్లి మూడు టీ తెచ్చాడు. టీ తాగుతున్నప్పుడు సమీర్ విక్రమ్ తో సార్. "మిమల్ని ఒకటి అడగొచ్చా?" అన్నాడు.

"అడుగు సమీర్" అన్నాడు విక్రమ్. "ఆమె మిమల్ని అంతలా తిడుతుంటే మీ కుంటుంబం తో సహా మీకు కోపం రాలేదా అన్నాడు సమీర్.

"ఇప్పుడు మనకి కావాల్సింది సమాచారం, కోపం కాదు కదా" అన్నాడు విక్రమ్. అర్థం కానట్టు చూసాడు సమీర్, "నాయన నీకో కథ చెప్తా విను".

"భారత దేశంలో గౌతముడు అనే రాజు అహింస మార్గం కోసం బుద్ధుడు గా మారాడు, కాని ఆయన సిద్దాంతాలు ఆసియా లో చాలా దేశాలు పాటిస్తాయి అని మీకు తెలుసు కదా! అన్నాడు విక్రమ్.

"తెలుసు" అంటూ తలా ఊపారు సమీర్, డ్రైవర్ కూడా. "అయితే అతను చెప్పిన సిద్ధాంతాల్లో ఒకటి నాకు బాగా నచ్చింది. అది ఇక్కడ వాడాను" అన్నాడు విక్రమ్.

"ఏంటి సార్ అది?" అని అడిగాడు సమీర్.

విక్రమ్ వాళ్ళకి కథ చెప్పడం మొదలు పెట్టాడు.

ఒకసారి బౌద్ధ భిక్షువులు దేశాటన చేస్తూ అందర్నీ బిక్షం అడుగుతూ వెళ్తూ ఉన్నారు. దారిలో ఒక అతను ఆయన్ని తిట్టాడు, తిడుతునే ఉన్నాడు. ఇప్పుడు నన్ను ఫాతిమా తిట్టింది దానికి పది రెట్లు. అక్కడ ఉన్న బుద్ధుని శిష్యులకి చాల కోపం వస్తోంది, ఎవరు బుద్ధుని మాట జవ దాటరు. కాబట్టి అలా పంటి బిగువన కోపం దాచుకున్నారు కానీ బుద్ధుడు మాత్రం ప్రశాంతంగా ముందుకు నడిచాడు.అందరు బుద్ధుడ ఎందుకు అలా ఎలా చేశాడా అని ఆలోచించసాగారు. వాళ్ళ శిష్యులు కి అయితే అందరికి హిత బోధ చేసే గురువు గారిని ఎంత మాట అన్నాడు రా అసలు అని బాధపడసాగారు. ఐనా గురువు గారు ఎందుకు ఏమి అనలేదు అని అడుగుదాం అనుకున్నారు. కానీ అడగడానికి ధైర్యం చేయలేదు ఎవరు.

అప్పుడు ఒక శిష్యుడు "గురువు గారు, అతను అన్ని మాటలు అంటే మీకు కోపం రాలేదా?" అని అడిగాడు. "అందరు ఒక మాట గుర్తు పెట్టుకోండి. అతను మనల్ని తిట్టుకున్నాడు అని మీరు పట్టించుకుంటే అవి మీ దాక వస్తాయి, లేదంటే అవి అక్కడే ఉంటాయి. వారికీ వాళ్ళవి వాళ్ళకే వెళ్తాయి, అందుకే నేను ప్రశాంతంగా ధ్యానం చేసుకుంటూ ఉన్నా" అన్నాడు బుద్ధుడు.

"అదయ్యా విషయం అలా నేను ధ్యానం లో ఉన్నా" అన్నాడు విక్రమ్.

"సూపర్ సార్ మీరు" అన్నాడు డ్రైవర్. "అవును సార్, సూపర్ మీరు. కానీ నాకు ఇంకొక సందేహం సార్" అన్నాడు సమీర్.

"ఆలస్యం దేనికి అడుగు" అన్నాడు విక్రమ్. "మన పాఠ్య పుస్తకాల్లో భారత దేశం ప్రాచీన పద్ధతులు, వారి కళలు గురించి తక్కువ, విదేశీయులు వారి గమనాలు వారి చరిత్ర ఎక్కువ ఉంది కదా. మనం అంతా వాటి కోసం చదివే పరీక్షలు రాసి ఉద్యోగాలు తెచ్చుకున్నాం. కానీ మీరు ఎప్పుడు పురాతన చరిత్ర ఇంత గొప్పగా చెప్తారు, ఎలా సాధ్యం" అని అడిగాడు.

దానికి విక్రమ్ నవ్వుతూ "ఉద్యోగం కోసం చదవడం తప్పని విషయం కానీ, ఎంతో గొప్ప పనులు చేసిన పూర్వీకులను వారి వివరాలు తెలుసుకోవడం మన బాధ్యత. నేను మన పుస్తకాల్లో ఉన్న చరిత్ర ముందు ఇండియా ఎలా ఉండేదో తెల్సుకోవాడానికి ప్రయత్నించాను, అది కొన్ని వేల సంవత్సరాలు ఉంది, అందులో కొన్ని తెలుసుకున్న, మీకు చెప్తున్నా" అని ముగించాడు విక్రమ్.

"మీ స్ఫూర్తి తో నేను కూడా తెల్సుకుంటా సార్. ఎందుకు అంటే ఆ విషయాలు భావితరాలకు చాలా అవసరం అని నాకు అనిపిస్తోంది" అన్నాడు సమీర్. "సరిగా చెప్పావ్ సమీర్" అన్నాడు విక్రమ్.

ఇదంతా ఫాతిమా చెవులు రిక్కించి వింటోంది వాన్ లోపల నుండి. అప్పుడు ఫాతిమా ఇలా అనుకుంది, "ఈ విక్రమ్ లాంటి వాళ్ళు వంద మంది ఉంటే చాలు, ఈ ఇండియా ని ఏమి చేయలేము, వీడు అందర్నీ తన లాగే తయారు చేద్దాం అనే తలంపు లో ఉన్నాడు. నాన్నా! నీ కోరిక తీరేదెలా అసలు? వీడు ఇలా ఉంటే ఏం చేయాలి ఇప్పుడు, వీడికి ఫేస్ రీడింగ్ కూడా వచ్చు అనుకుంటా, మాట్లాడుతున్నది నిజమో, అబద్ధమో కూడా చెప్పేస్తున్నాడు" అనుకుంది ఫాతిమా.

సమీర్, డ్రైవర్ ఇంకా విక్రమ్ టీ తాగి వాన్ ఎక్కారు. డ్రైవర్ సమీర్ తో "ఎలాగైనా సరే విక్రమ్ సార్ చాలా గ్రేట్ సార్. మా తాత చిన్నపుడు చెప్పేవాడు ఎవరు అయితే భావోద్వేగ పరిస్థితి నియత్రించగలరో వాళ్ళు జీవితం లో చాలా ఎత్తుకు ఎదుగుతారు అని" అన్నాడు డ్రైవర్. "అవును అన్న, మనం సరిగా పట్టించుకోక కానీ, మన ఇళ్లలో పల్లెలో పెద్ద వాళ్ళు వాళ్ళకి ఉన్న జ్ఞానం మనకి ఎక్కడిది. ఇదివరకు గ్రామాలూ సంపాదనకు పుట్టినిల్లు, పండించిన సరకులు అమ్మడానికి మాత్రం ఎప్పుడు బైటకి అదే మార్కెట్ కి వచ్చేవాళ్ళు. ఇప్పుడు ఆ మార్కెట్ ప్రదేశాలు కాస్త సిటీ

లు గా మారాయి, గ్రామాలూ కొట్టుకు పోయాయి" అన్నాడు సమీర్. "అవును సార్" అన్నాడు డ్రైవర్.

"విక్రమ్ సార్ కి పెళ్లి అయ్యిందా సార్?" అని అడిగాడు డ్రైవర్. "ఏంటి అన్న సంబంధాలు ఏమయినా చూస్తావా?" అని అడిగాడు సమీర్. "ఆయన చేసుకోవాలే కానీ నా కూతురు ని ఇచ్చి చేస్తా కదా" అన్నాడు డ్రైవర్. "అన్న నీ పేరు ఏంటి?" అని అడిగాడు సమీర్. "నా పేరు ముస్తాక్ సార్" అన్నాడు డ్రైవర్. మరి మీ మతాలు వేరు కదా అన్నాడు సమీర్.

"అయ్యో! అదేం లేదు సార్, అయినా నాకు, మా అమ్మాయికి అదేం లేదు. ఆమెకి దేశ భక్తి ఎక్కువ సార్. అలాగే ఎప్పుడు పురాతన విషయాలు, ఇండియా కోసం బుక్స్ లో లేని చరిత్ర ఇవన్నీ రాస్తుంది, చదువుతుంది. సార్ కి మంచి జోడి అని నా అభిప్రాయం". అన్నాడు డ్రైవర్

"అయ్యో పిచ్చి ముస్తాక్, ఇద్దరు ఒక లాంటోళ్ళకి ఎప్పుడు పెళ్లి చేయకూడదు, చేస్తే వాళ్ళు కలిసి ఉండరు. ఇంతకీ అమ్మాయి ఏం చేస్తోంది?" అని అడిగాడు సమీర్. "ఐఏఎస్ ట్రైనింగ్ లో ఉంది సార్" అన్నాడు ముస్తాక్.

"అంటే అన్న అది... మన విక్రమ్ సార్ కి పెళ్లి అయింది ఆయన భార్య పేరు రాధిక, రాధిక మోహన్, ప్రముఖ పాత్రికేయురాలు". "అవునా సార్, ఆమెకి పెళ్లి అయిన విషయం అసలు తెలీదు నాకు" అన్నాడు ముస్తాక్. "నాకు కూడా తెలీదు, ఈమధ్య తెల్సింది" అన్నాడు సమీర్. "సార్ వాళ్ళు ఇద్దరు కూడా ఒక లాంటి వాళ్లే కదా" అన్నాడు ముస్తాక్.

"అందుకే కదా, అప్పుడే విడిపోయారు" అన్నాడు సమీర్. "అయ్యో సార్ ఎందుకు?" అన్నాడు ముస్తాక్. "ఎందుకు అన్నది ఎవరికీ తెలీదు, వాళ్ళు విడిపోయాక విక్రమ్ సార్ ఇంటలిజెన్స్ ఆఫీస్ వదిలి రెండేళ్లు ఉన్నారు, ఈమధ్య మళ్ళీ తిరిగి "రా" లో చేరారు, చేరుతూ చేరుతూ ఇంకో ఇద్దర్ని చేర్చారు. అందులో ఒకామె పేరు అఖిల, ప్రేమ అంటూ విక్రమ్ సార్ వెంట పడుతూనే ఉంది తెలుసా" అన్నాడు సమీర్.

"అవునా సార్, అయితే విక్రమ్ సార్ కి చాలా ఫాలోయింగ్ ఉంది అన్నమాట" అన్నాడు ముస్తాక్. "అవును" అతని కోసం అందరికి తెలియక కానీ, తెలిస్తే సగం మంది పెళ్లి కాని అమ్మాయిలు అతని వెనకే ఉంటారు కదా మరి" అన్నాడు సమీర్.

"నిజమే కదా" అన్నాడు ముస్తాక్. "ముస్తాక్ గారు మిమల్ని ఒకటి అడగొచ్చా", "అడగండి సార్, అయినా అంత మర్యాద నాకు ఎందుకు సార్?" అన్నాడు ముస్తాక్. "అంటే కాబోయే మామగారు కదా అని", "ఏమంటున్నారు సార్?" అన్నాడు ముస్తాక్.

"అంటే అది..." అని సమీర్ సిగ్గు పడుతూ, "సార్ నేను ఐపియెస్, ఐదు ఏళ్ళ అనుభవం మరి. విక్రమ్ సార్, మీ అమ్మాయి అంత కాకున్నా దేశభక్తి కొంచెం ఉంది. నాకు కుల, మతాలు పట్టింపు లేకున్నా నేను మీ మతమే, కొంచెం నన్ను పరిగణనలోకి తీస్కోవచ్చు కదా" అన్నాడు సమీర్..

"మీరు నాకు చాలా బాగా నచ్చారు సార్, మీరు అయితే బంధువుల్లో కూడా సమస్య లేదు, కానీ అమ్మాయికి నచ్చాలి కదా" అన్నాడు ముస్తాక్. "మళ్ళా నే ఒక పని చేస్తా" అన్నాడు ముస్తాక్. "ఏంటి మావయ్య అది" అన్నాడు సమీర్. "మావయ్య అప్పుడేనా సార్" అన్నాడు ముస్తాక్. "మీ అమ్మాయికి నేను నచ్చినా, లేకున్నా మీరు నాకు ఇప్పటినుంచి మావయ్య" అన్నాడు సమీర్.

"సరే, నే ఒకసారి అమ్మాయితో పెళ్లి సంబంధం వచ్చింది అని మాట్లాడతా సార్" అన్నాడు ముస్తాక్. "ఇంకా సార్ ఏంటి మావయ్య, అల్లుడు అనో, బాబు అనో అనచ్చు కదా" అన్నాడు సమీర్. "అంటే సార్ నాకు టైం పడుతుంది లెండి" అన్నాడు ముస్తాక్.

"సరే మీ అమ్మాయి ఏ టైపు?" అన్నాడు సమీర్. కొంచెం కోపంగా చూసాడు ముస్తాక్. "అయ్యో మావయ్యా... నే అన్నది అలా కాదు, మీ అమ్మాయి పేరెంట్స్ చూసిన సంబంధం చేసుకునే టైపా, లేక తనకి నచ్చినవాడ్ని చేసుకునే టైపా అని?" అడిగాడు సమీర్. దానికి ముస్తాక్ "మా అమ్మాయి తనకి ఎవరైనా నచ్చితే, పేరెంట్స్ ని ఒప్పించి చేసుకునే టైపు" అన్నాడు.

"అలా అయితే ఒక పని చేయండి, మీ అమ్మాయి ఎక్కడ ఉంటుంది చెప్పండి, రేపటినుంచి ఆమె ని ప్రేమించే పనిలో ఉంటాను" అన్నాడు సమీర్.

"దానికి ఎందుకు ఇదంతా" అన్నాడు ముస్తాక్. "ముందు మీ అమ్మాయికి నచ్చాలి కదా, నచ్చితేనే నేను చేసుకుంటా. ఒక అమ్మాయికి నచ్చకుండా పెళ్లి చేసుకునే మూర్ఖుడిని కాదు నేను మీరు చెప్తే ఆమె పెళ్లి చేస్కోవచ్చు కానీ, ఆమెకి నచ్చి, మీకు చెప్పి, మా పెళ్లి జరిగి... ఆ ఆనందమే వేరు కదా" అన్నాడు సమీర్.

"సరే కానీ సార్, అసలు మీకు మా అమ్మాయి ఇంతలా నచ్చడానికి కారణం ఏంటి సార్.

ఒకవేళ మా అమ్మాయి బాగోకుంటే, నల్లగా, లావుగా ఉంటే ఏం చేస్తారు?" అన్నాడు ముస్తాక్.

"అయ్యో మావయ్య, నిజానికి మీ దేశ భక్తి నన్ను కట్టి పడిసేంది. విక్రమ్ సార్ గొప్పతనం చూసి మీ అమ్మయికి సరైన జోడి అనుకున్నప్పుడే మీరు చాలా నచ్చారు నాకు. మీ అమ్మాయి వ్యక్తిత్వం చెప్పారు, రంగు, లావు నాకు ఎందుకు సార్" అన్నాడు సమీర్.

"అవునా సరే సార్" అన్నాడు ముస్తాక్. "మనలో మన మాట, ఇంతకీ మీ అమ్మాయి నిజంగా అందంగా ఉండదా?" అన్నాడు. "ఒకసారి ఫోటో చూపించండి అన్నాడు" సమీర్.

"అదేంటి సార్ ఇప్పుడు అందం వద్దు అన్నారు" అన్నాడు ముస్తాక్. "అయ్యో అందం కోసం కాదు సార్, రేపు నా ప్రేమ గీతాలు మొదలు పెట్టాలి కదా దాని కోసం" అన్నాడు సమీర్.

"సరే సార్" అని ఫోన్ తీసి పిక్ చూపించాడు, అడ్రస్ కూడా ఇచ్చాడు ముస్తాక్.

ఫోటో చూడగానే ఆమెతో ప్రేమలో పడ్డాడు సమీర్, ముస్తాక్ సమీర్ ని గమనించసాగాడు. అప్పుడు "మీ ప్రేమ పెళ్లి చూపులు అయితే మనం పని మొదలు పెడదాం" అని మెసేజ్ చేసాడు విక్రమ్ సమీర్ కి, వెంటనే సమీర్ కి కంగారు వచ్చేసింది. "సారీ సార్, సారీ సర్" అంటూ మెసేజ్ చేసాడు. "పర్లేదు లే బాగానే సెట్ చేసుకున్నావ్, ఆల్ ద బెస్ట్" అన్నాడు విక్రమ్.

నవ్వుకున్నాడు సమీర్. విక్రమ్, ఫాతిమా కేసి చూసాడు ఆమె ముఖం లో బాధ లేదు, కసి లేదు, అసలు ఏం లేదు.

తన వైపు చూసిన విక్రమ్ ని చూసి ఒకసారి తల దించుకుంది ఫాతిమా. అలా చేస్తే ఏమైనా మాట్లాడాతాడేమో అనుకుంది, కానీ విక్రమ్ అసలు ఏం మాట్లాడలేదు, అలాగే ఉన్నాడు, అంతే ఉన్నాడు, కదల లేదు మెదల లేదు.

"సరే నేను నిజం చెప్తా, నాకు వచ్చే లాభం ఏంటి?" అని అడిగింది ఫాతిమా. ఒకటే అన్నాడు "ప్రశాంతమైన చావు లేదా జీవితం మొత్తం మిగతా ఖైదీ లతో కలిసి జీవనం గడిపే అవకాశం ఏదో ఒకటి లభిస్తుంది" అన్నాడు విక్రమ్. "అవునా ఏది లభిస్తుంది చెప్పగలవా?" అంది ఫాతిమా. "నువ్వు ఇచ్చే సమాచారం బట్టి ఉంటుంది" అన్నాడు విక్రమ్.

"సరే మొత్తం చెప్పేస్తా నేను ఎవరు, ఏంటి అన్నది మొత్తం చెప్తా, కానీ నాకు ఒక మాట ఇవ్వాలి" అని అడిగింది ఫాతిమా.

"ఏంటి అది?" అని అడిగాడు విక్రమ్. చెప్పింది ఫాతిమా, విక్రమ్ ఆలోచనలో పడ్డాడు.

"మొత్తానికి విక్రమ్ మనసు ఆలోచనలో మునిగేలా చేశా" అని సంబర పడింది ఫాతిమా, ఆమె మనసుకి కాస్త ఊరటగా ఉంది ఇప్పుడు.

"ఏం చేయాలా?" అని ఆలోచిస్తూ ఉన్నాడు విక్రమ్.

***

"అప్పుడే ఇంటెలిజెన్సు "రా" ఆఫీస్ హైదరాబాద్ కి వచ్చారు శర్వా మరియు అఖిల.

అఖిల వచ్చి భగత్ సార్ కి రిపోర్ట్ చేసింది. అప్పటికే విక్రమ్ అఖిల వస్తుంది అని, వైష్ణవ్ ని విచారణ చేయడానికి ఆమెకి అనుమతి ఎందుకు కావాలి డీటెయిల్ మొత్తం మెయిల్ చేసాడు విక్రమ్, అదంతా చదివాడు భగత్.

అఖిల వచ్చి రిపోర్ట్ చేయగానే, "అమ్మా! అఖిల, నువ్వు ఇంత టాలెంట్ పర్సన్ అని అనుకోలేదు, ఇలాంటి అల్లరి పిల్లని "రా" లో పెట్టి "రా" నాశనం చేస్తున్నాడు విక్రమ్ అనుకున్నా, కానీ అదేంటో వాడి అంచనా ఎప్పుడు తప్పదు కదా, ఎప్పుడూ కరెక్ట్ గా ఆలోచన చేయడం వాడి సొంతం. మొత్తానికి "రా" లో చాలా తెలివి, శక్తి ఉన్న నువ్వు మా టీం లో జాయిన్ అవ్వడం మా అదృష్టమే" అన్నాడు భగత్.

"సార్ నిజమే సార్... నేను అల్లరి పిల్లనే, కానీ నా అల్లరి విక్రమ్ సార్ కోసమే, పైగా ఆయన నాకు నచ్చే పని ఏంటి తెలుసుకుని పెట్టారు ఇక్కడ, నాకు ఏమైనా పర్లేదు, నన్ను ఎవరు ఏమన్నా పర్లేదు, కానీ నేను ఇక్కడ ఒక తప్పు చేసినా మాట పడేది విక్రమ్ సార్ కే, నాకు అది ఇష్టం లేదు అసలు, అందుకే నేను వంద శాతం నా బాధ్యత ఇక్కడ నిర్వహిస్తాను" అంది అఖిల.

"మంచిది అమ్మా... నిజమే నువ్వు నిర్వహణ చేస్తావ్, ఆ ధైర్యం నాకు, విక్రమ్ కి ఉన్నాయ్ ఇప్పుడు చాలా, శర్వా నీ సపోర్ట్ అఖిల కి ఉండడం చాలా ముఖ్యం" అన్నాడు భగత్. "చాలా సపోర్ట్ చేస్తాడు సార్ శర్వా" అంది అఖిల నవ్వుతూ. అంత కు ముందు డిస్క్ లు, డ్రైవ్ లు సర్దిన విషయం గుర్తు వచ్చింది ఆమెకి.

"ఆమె నవ్వుతోంది, ఏం పిచ్చి పని చేసావురా అసలు?" అంటూ అడిగాడు భగత్. ఆమె ఎందుకు నవ్వుతోంది అని అర్థం అయినా, శర్వా ముఖం చిన్న బుచ్చుకుని "సార్ నేనేం పిచ్చి పనులు చేయలేదు, ఆమె చెప్పిందే చేశా, ఇలా నవ్వితే నేను రిజైన్ చేసి వెళ్ళిపోతా" అన్నాడు శర్వా.

"ఇప్పుడు ఏమైంది శర్వా, నేను ఊరికే నవ్వాను సార్, శర్వా చాలా సపోర్ట్ చేస్తాడు, ఇంకా చాలా టాలెంటెడ్ హాకర్ మన "రా" లో. అతనితో కలిసి పని చేయడం నా అదృష్టం" అంది అఖిల సీరియస్ ఫేస్ తో, అంతే శర్వా ముఖం లో ఆనందం వచ్చింది.

"సరే మీరు వెళ్లి వైష్ణవ్ ని విచారణ చేయండి" అన్నాడు భగత్.

"సరే సార్, థాంక్ యు" అని చెప్పి కదిలారు ఇద్దరు.

వెళ్తూ ఉన్నపుడు "నేనొటి చెప్పనా శర్వా?" అంది అఖిల. "చెప్పు" అన్నాడు శర్వా. "నవ్వుతూ చెప్పినంత మాత్రాన ఎదుటివాళ్ళు మనల్ని గేలి చేసినట్టు కాదు, సీరియస్ గా చెప్పినంత మాత్రాన వాళ్ళు చెప్పేవి అన్ని నిజాలు కాదు" అంది అఖిల.

"అంటే ఇందాక నువ్వు చెప్పింది అబద్ధమా?" అన్నాడు శర్వా. "అబ్బా శర్వా... చెప్పేది పూర్తిగా విను" అంది అఖిల. "సరే చెప్పు" అన్నాడు శర్వా.

"అదేంటి అంటే, నేను నవ్వుతూ చెప్పింది కూడా నిజమే, నువ్వు ఎప్పుడు సపోర్ట్ చేసే వ్యక్తివే" అంది అఖిల.

ఇంకా నవ్వాడు శర్వా. "ఇలా నవ్వితే చాలా నిర్మలంగా ప్రశాంతంగా చిన్న పిల్లాడిలా అనిపిస్తోంది నాకు, ఇంత హాయిగా ఉన్న నువ్వు "రా" లోకి ఎలా వచ్చావు?" అంది అఖిల.

"మా నాన్న "రా" ఆఫీసర్, నేనేమో సాఫ్ట్వేర్ ఇంజనీర్. మా నాన్నకి బాంగ్లాదేశ్ లో ఒక ఆపరేషన్ పడింది, వెళ్లారు అక్కడే చనిపోయారు, శవం తీసుకురావడనికి ఉండదు కదా, "రా" వాళ్ళ జీవితాలు అంతే. దేశం కోసం విదేశాల్లో ఉంటూ సమాచారం చేరవేయడం ఎప్పుడు ఒకలా రోజులు ఉండవు కదా, దొరికిన రోజు చనిపోవడం, అది కూడా ఎవరికీ చెప్పరు, చెప్పలేరు అలా ఉంటుంది జీవితం. ఒకసారి జాబ్ వచ్చింది అంటే, చచ్చే వరకు ఇలాంటి సీక్రెట్ ఆపరేషన్ లో ఉండాలి. ఆయన చనిపోయాక ఆ జాబ్ నాకు వచ్చింది, మొదటి ఆపరేషన్ లో నేను చనిపోవాల్సింది, మొన్న చెప్పా కదా విక్రమ్ సార్ వల్ల బ్రతికా" అని చెప్పాడు శర్వా.

"అవునా చాలా సారీ" అని సాగదీస్తోంది అఖిల. "ఏంటి అలా సాగదీస్తున్నావ్?" అన్నాడు శర్వా. "అంటే ఎంత పెద్ద సారీ నో తెలియాలి కదా" అంది అఖిల. "ఓహో అవునా..." అంటూ తెగ నవ్వేసాడు శర్వా. "హమ్మయ్య... నవ్వావా, క్యూట్ బాయ్" అంటూ బుగ్గ లాగింది అఖిల.

"హమ్మో, నా బుగ్గ" అని బుగ్గని చేత్తో రాసుకున్నాడు శర్వా.

"నొప్పి పెట్టిందా, ఏం పర్లేదు లే" అంది అఖిల. "శాడిస్ట్ పిల్ల" అన్నాడు శర్వా. "అవును" అంది అఖిల.

"కానీ ఒక విషయం అఖిల, నా వ్యక్తిగత అభిప్రాయం" అన్నాడు శర్వా "ఏంటో అది?" అంది అఖిల.

"రా" లో ఉన్నవాళ్లు పెళ్లి చేసుకోకపోవడమే మంచిది, ప్రేమలో పడకపోవడం ఇంకా మంచిది కుదిరితే. ఎందుకు అంటే ఎక్కడ, ఎప్పుడు ఉంటామో తెలీదు, తెలిసినా ఫ్యామిలీ కి చెప్పలేము, వాళ్ళతో సమయం గడపలేము, వాళ్ళకి సరిగా స్పేస్ ఇవ్వలేము. మిలిటరీ అయినా పర్లేదు, వారి చావు కుటుంబాన్ని గర్వించేలా చేస్తుంది. కానీ "రా" అలా కాదు, దేశం కోసం ఎంత చేసినా "రా" చేసింది అంటారు, కానీ వారి పేర్లు బైటకి రావు. నిన్న విక్రమ్ సార్ ఒక్కరు అంత పెద్ద సాహసం చేసారు, ఆఫ్ఘాన్ లో ఇంకా పెద్ద సాహసం కానీ, అసలు ఒక్క రివార్డ్ కూడా బైటకి చెప్పలేదు "అంటూ బాధ పడ్డాడు శర్వా.

"ఏడవకు శర్వా, నీ లవర్ గుర్తు వచ్చిందా ఏమి?" అని అడిగింది అఖిల.

"అయ్యో అఖిలా, మా డాడీ డ్యూటీ చేసే రోజుల్లో అమ్మ, నేను, చెల్లి, డాడీ ని తిట్టుకోని రోజు లేదు. ఫామిలీ ఫంక్షన్ లో ఉండరు, మాకు ఎప్పుడు అవసరం ఉన్నా సరే, డ్యూటీ లో ఉంటారు. ఆఖరికి అమ్మ బాగాలేనపుడు చెల్లి, నేను చూసుకున్నాం, ఆయన లేరు. అప్పుడు తిట్టుకున్నాం కానీ ఒకసారి ఈ జాబ్ కి వచ్చాక తెల్సింది, ఎంత కష్టం అని. పైగా నేను కంప్యూటర్ వర్క్ కోసం వచ్చాను, ఆయన ఫీల్డ్ వర్క్ ఎంత కష్టపడి ఉంటారు, అవన్నీ ఆయన పోయాక అర్థం అయ్యాయి" అన్నాడు శర్వా.

"సరే కూల్ శర్వా" అంది అఖిల. "నా గర్ల్ ఫ్రెండ్ నన్ను వదిలేయడం కరెక్ట్, ఇక్కడ ఉన్నవాళ్లు అంతా ఒంటరి ఉండడమే కరెక్ట్" అన్నాడు శర్వా. "అయ్యో "రా" లో ఉండేవాళ్ళకి పెళ్లిళ్లు కావా?" అంది అఖిల. "అవుతాయి కానీ వారి జీవితం, ముఖ్యంగా కుటుంబ జీవితం ఆనందంగా ఉండదు" అన్నాడు శర్వా.

"సరే సరే, అవన్నీ ఆలోచిద్దాం, అనవసరంగా నిన్ను కదిపా, వెళ్లి వైష్ణవ్ ని విచారణ చేద్దాం పద" అంది అఖిల. "సరే" అని లోపలి వెళ్ళారు ఇద్దరు.

లోపల వైష్ణవ్ ఏడుస్తూ కూర్చుని ఉన్నాడు. "ఏంటి అన్నయ్యా... ఏడుస్తూ ఉన్నావు, వదిన గుర్తు వచ్చిందా?" అంది అఖిల.

వెంటనే శర్వా "వీడు నీకు అన్నయ్య అవుతాడా, అందుకే వీడిని కలవాలి అనుకున్నావా, వీడ్ని తప్పించడానికి ప్లాన్ వేస్తునావా?" అంటూ మెల్లగా అడిగాడు.

"కాసేపు సైలెంట్ గా ఉండకుంటే మూతి పళ్ళు రాలతాయి. ఆ మీనా, అదే ఫాతిమా ఆఫీస్ లో ఉన్నపుడు, వీడిని అన్న, దాన్ని వదిన అని పిలిచేదాన్ని. అందుకు కాస్త సెంటిమెంటల్ గా వర్క్ అవుట్ చేస్తున్నా, నీ సందేహాలు మాని విచారణలో సహాయం చేయి" అంది అఖిల మెల్లగా చెప్తూ, శర్వా డొక్కలో పొడిచింది.

శర్వా కి కడుపులో తిప్పినట్టు ఐంది, "నువ్వు నిజంగా టెక్కీ వేనా?" అని అడిగాడు శర్వా. "నిజమే కానీ, ముందు రా, వాడి ముందు కూర్చుందాం" అని వెళ్లి వైష్ణవ్ ముందు కూర్చుంది.

"ఎందుకు అన్నయ్య బాధ పడుతూ ఏడుస్తున్నావ్?" అని అడిగింది. ఆ తర్వాత వైష్ణవ్, అఖిల మధ్య సంభాషణ ఇలా సాగింది.

వైష్ణవ్: అదేం కాదు, నేను మొత్తం ఫాతిమా కోసం చేశా, కానీ అది నన్ను వదిలి వెళ్ళిపోయింది, నన్ను బుక్ చేసి, అందర్నీ మోసం చేసి. కనీసం నా పిల్లలు ఎక్కడ, ఎలా ఉన్నారో తెలీదు, వాళ్ళతో మాట్లాడి మూడు రోజులు అయింది. నా కూతురు కి రెండు ఏళ్ళు తీసుకెళ్లి దుబాయ్ లో వదిలేసింది. అదయినా మాట్లాడుతోందో, లేదో అసలు, ఏం జరుగుతోందో ఏం తెలీడం లేదు నాకు.

అఖిల: మరి అలాంటి దాన్ని చేసుకున్నందుకు అన్నీ వదిలేసి, దాంతో కలిసి వ్యాపారం మొదలు పెట్టావ్, దేశాన్ని మోసం చేసావు, ఇప్పుడు నీ పిల్లలు శిక్ష అనుభవిస్తారు. మా తాతమ్మ ఎప్పుడు అనేది, మనం చేసిన తప్పులకి, మోసాలకి శిక్ష పిల్లలు అనుభవిస్తారు అని, అందుకే తప్పులు చేయద్దు అని, మోసాలు అసలు చేయకండి అని.

వైష్ణవ్: నన్ను నా పిల్లల్తో ఒకసారి మాట్లాడించు, నువ్వు ఏం చెప్తే అది చేస్తా.

అఖిల: అలా చేయాలి అంటే, నీ పిల్లలు ఎక్కడ ఉన్నారో తెలియాలి, వాళ్ళు ఫోన్ ని ఆపరేట్ చేసే పర్సన్, కేర్ తీసుకునే పర్సన్ తెలియాలి, వాళ్ళకి మనం కాల్ చేయచ్చో లేదో తెలియాలి.

వైష్ణవ్: అవి నేను చెప్తాను, సరోగసి లో హెల్ప్ చేసిన అమ్మాయిని అక్కడ వాళ్ళ కేర్ తీస్కోవడాన్కి పెట్టింది, ఆమె ఇండియా నుండే వెళ్ళింది. కానీ వాళ్ళ కాపలా మనుషులు ఇద్దరు ఉంటారు, వాళ్ళు ఎక్కడ వాళ్ళో తెలియదు, ఇండియా వాళ్ళు మాత్రం కాదు.

అఖిల: సరే అన్నా, నేను వాళ్ళతో ఈ విషయం కోసం మాట్లాడతా. కానీ నేను ఇలా మాట్లాడాలి అంటే నువ్వు దేశానికి ఒక సహాయం చేయాలి తప్పదు. ఇప్పటికే నువ్వు దేశానికి చాలా ద్రోహం చేసావు, మాయ లేడి వలలో పడి. ఈసారి కాస్త సహాయం చేయి, నీ పిల్లల్తో మాట్లాడగలవేమో చూస్తాను, విక్రమ్ సార్ తో మాట్లాడతాను.

వైష్ణవ్: నాకు తెలిన వివరాలు అన్ని చెప్పాను, ఇంకా నా దగ్గర ఏముంది చెప్పడానికి?

అఖిల: అయ్యో చాలా ఉన్నాయ్ అన్నా చెప్పడానికి, నే టక టక టక అంటూ అడుగుతా, నువ్వు చెప్పేయ్.

వైష్ణవ్: సరే అమ్మా, తప్పకుండా... నాకు తెలిస్తే ఖచ్చితంగా చెప్తాను.

అఖిల: ఖచ్చితంగా నీకు తెలుస్తుంది అన్నయ్య.

వైష్ణవ్: అడుగు అమ్మా.

అఖిల: ఇప్పుడు మీ హాస్పిటల్ లో వీర్య దానం, అండ దానం, ఇంకా సరోగసి కో మనుషులు ఎలా వచ్చేవాళ్ళు.

వైష్ణవ్: అది అంత మీనా, అదే ఫాతిమా చూసుకునేది.

అఖిల: అవునా, సరే బాయ్ అన్నయ్య.

వైష్ణవ్: ఆగు అమ్మా, నన్ను పూర్తిగా చెప్పనీయి.

అఖిల: సరే చెప్పు అన్న.

వైష్ణవ్: అన్ని మీనా నే చూసుకునేది, మూర్తి అని ఒక ఆయన వీర్య దానం కోసం అబ్బాయిలు ని తెచ్చేవాడు. అలాగే అండ దానాల కోసం ఎక్కువ స్కూల్, ఇంటర్ పిల్లల్ని ఒక టీచర్ తెచ్చేది ఆమె పేరు మాయ. చివరగా ఈ సరోగసి కోసం కాలేజీ అమ్మాయిలని సెయింట్ విల్లా కాలేజీ వైస్ ప్రిన్సిపాల్ జోయా తెచ్చేది కానీ మొత్తం వివరాలు మీనా తోనే మాట్లాడేవారు, నాకు కనపడి వెళ్లేవారు అంతే.

అఖిల: నమ్మచ్చా?

వైష్ణవ్: నా పిల్లల మీద ఒట్టు వీళ్ళే ఆ పనులు చేసింది. నాకు తెల్సి నేను వారి మాటలు విన్నంత వరకు వాళ్ళకి ఒక వాట్సాప్ గ్రూప్ ఉంది, ప్రతి విభాగానికి వేరుగా, వీళ్ళే దాన్ని మైంటైన్ చేస్తూ ఉంటారు, అందులో కావలసినపుడు అందరికి మెసేజ్ పెడతారు, ఉన్నవాళ్ళు వస్తారు.

అఖిల: మంచిది అన్న, చాలా మంచి సమాచారం ఇచ్చారు. మేము వాళ్ళని పిలిచి అడుగుతాము, నీ పిల్లల కోసం ఒకసారి విక్రమ్ సార్ తో మాట్లాడాతాను.

వైష్ణవ్: ఒక్కసారి అయ్యేలా చూడు అమ్మా, అంటూ దండం పెట్టాడు, కళ్ళలో నీళ్లు తెచ్చుకుని. ఒకసారి వాళ్ళతో మాట్లాడుకుని చనిపోయినా పర్వాలేదు అమ్మా, అంటూ బోరున విలపించాడు.

అఖిల: అన్న నేను ఖచ్చితంగా ఏదో ఒకటి చేస్తా.

అఖిల, శర్వా అక్కడ నుంచి బైటకి వచ్చారు.

బైటకి రాగానే విక్రమ్ కి మెసేజ్ పెట్టింది ఇలా.

అఖిల: సార్ ఒకసారి కాల్ చేయచ్చా?

విక్రమ్: ఏమైనా అర్జెంటా?

అఖిల: అవును సార్.

విక్రమ్: సరే ఒక పది నిముషాలు, నేనే చేస్తాను.

అఖిల: ఓకే సార్.

అఖిల విక్రమ్ కాల్ కోసం వెయిట్ చేస్తోంది, విక్రమ్ బండి ఆపమని మెసేజ్ చేసాడు సమీర్ కి. ఇదేంటి ఇంకో అరగంటలో మనం "రా" ఆఫీస్ కి చేరుకుంటాం అనగా అప్పుడు ఆపమన్నారు సార్ బండిని అని ఆపారు సమీర్, ముస్తాక్.

విక్రమ్ దిగి అఖిల కి కాల్ చేసాడు, వారి సంభాషణ ఇలా సాగింది.

అఖిల: హలో సార్, నేను వైష్ణవ్ తో మాట్లాడాను, అతను సమాధానం చెప్పడానికి ఒక షరతు పెట్టాడు. కానీ నేను వీలైతే చేస్తాను, అని మాత్రం చెప్పాను. కానీ తాను మొత్తం చెప్పాడు, మనం ఇప్పుడు ముగ్గురు మనుషులిని పట్టుకోవాలి. సెయింట్ విల్లా కాలేజీ వైస్ ప్రిన్సిపాల్ జోయా, ఇంకా మాయ టీచర్, మూర్తి అనే ఒక వ్యక్తి. మీరు ఎలాగూ ఫాతిమా ఫోన్ రికవర్

చేసుకున్నారు కాబట్టి వాళ్ళని పట్టుకోవచ్చు, ఈవెన్ హాస్పిటల్ రికార్డ్స్ లో కూడా ఉంటాయి వారి డీటెయిల్స్.

విక్రమ్: గుడ్ వర్క్ అఖిల, మరి అతని షరతు ఏంటి?

అఖిల: అతని పిల్లల్తో మాట్లాడించాలి అని.

విక్రమ్: అవునా సరే నేను ఖచ్చితంగా ఆ పని చూస్తాను.

అఖిల: ఫాతిమా ఏమైనా చెప్పిందా?

విక్రమ్: చెప్పడానికి షరతు పెట్టింది?

అఖిల: తాను కూడా పిల్లల్ని చూడాలి అందా?

విక్రమ్: నా మొహం, ఆమెకి పిల్లలు ఉన్న విషయం కూడా గుర్తు లేదు అసలు.

అఖిల: అవునా మరి ఏం అడిగింది? అయినా ఒక తల్లికి పిల్లలు గుర్తు ఉండకపోవడం వింతే మరి, ఎంత ఎలా ఉన్న తల్లి తల్లే కదా.

విక్రమ్: కానీ వీళ్ళు సరోగసి పిల్లలు కదా, మోయలేదు, కనలేదు కదా, అందుకు పేగు ప్రేమ లేదు, ఎందుకంటే ఈమె పేగు కాదు కదా.

అఖిల: హా, ఇందాక వైష్ణవ్ చెప్పాడు ఆ సరోగసి కి సహాయం చేసిన అమ్మాయిని పిల్లలకి తోడుగా పెట్టిందిట ఫాతిమా.

విక్రమ్: చూసావా ఎంత తెలివైనది, పేగు బంధం కాబట్టి ఆమె ఎక్కడికి వెళ్ళదు అని, సరే చూద్దాం పిల్లల్ని ఇండియా రప్పించడానికి.

అఖిల: బావ, ఇంతకీ ఫాతిమా ఏం షరతు పెట్టింది కొంపతీసి...

విక్రమ్: ఆపేయ్, అక్కడే ఆపేయ్, నువ్వు అనుకున్నది ఏం కాదు లే.

అఖిల: నేను ఏం అనుకున్నా నీకెలా తెలుసు, సరే చెప్పు ఏమందో ఫాతిమా.

విక్రమ్: నువ్వు గట్టిగా సాగదీసినపుడే అర్థం అవుతుంది లే, నువ్వు అన్నది ఏంటో?

అఖిల: సరే బావ, మనకి ఎప్పుడు ఉండేదే కానీ చూద్దాం అది, ఫాతిమా షరతు ఏంటో చెప్పు.

విక్రమ్: అదా... ఆమె మొత్తం చెప్పడానికి రెడీ ఐంది కానీ ఒకవేళ ఆమెకి యావజ్జీవ కారాగార శిక్ష అంటే, పదిహేను ఏళ్ళు పడితే ప్రతివారం ఒక గంట నేను ఇండియన్ హిస్టరీ, అది

భారత దేశం పూర్వ చరిత్ర అది పుస్తకాల్లో ఎక్కువ చెప్పని విషయాలు రాజులూ రాణులు కోసం చెప్పాలిట.

అఖిల: అంటే ఇది ఆ పదిహేను ఏళ్ళు తర్వాత కూడా ఇండియా ని ఏదో చేద్దాం అని ప్లాన్ లో ఉంది, నువ్వు ఒప్పుకోకు.

విక్రమ్: నాకు అదే అనిపిస్తోంది కానీ, ఇప్పుడు చైనా వాళ్ళతో కలిసి ఐసిస్ ఏం చేసిందో తెల్సుకోవాలి అంటే మనకి వేరే దారి ఏముంది?

అఖిల: నువ్వు చెప్పింది నిజమే బావ, కానీ ఇప్పుడు ఆమెకి యావజ్జీవ శిక్ష పడితేనే కదా మనకి సమస్య ముందే పోతే.

విక్రమ్: కదా ఈ ఐడియా నాకు ఎందుకు రాలేదు, ఐనా సూపర్ ఐడియా ఇచ్చావ్ పో.

అఖిల: నేను ఏం ఐడియా ఇచ్చా అసలు?...

విక్రమ్: ఏదో ఇచ్చావ్ లే మళ్ళా చేస్తా.

అఖిల: అవునా? "సరే బావ, ఏమైనా నేను లేకుంటే ఏమవుతావో కదా నువ్వు అయ్యో".

విక్రమ్: అవును, అవును సరే బాయ్.

ఫోన్ పెట్టేసి నవ్వుకుంది అఖిల, అప్పుడే అఖిల కి ఫోన్ చేసింది రాధిక. వారి మాటలు ఇలా సాగాయి.

రాధిక: నా చెల్లి ఏం చేస్తున్నావ్ అమ్మ, మీ బావతో సరస సల్లాపాలు అయిపోయాయి అనుకుంటా, వెంటనే ఫోన్ ఎత్తావ్.

అఖిల: అయ్యో అక్క ఎందుకు బావని తప్పుగా అర్థం చేసుకుంటావు, అయినా చాలా మంచివాడు, నాకు ఎప్పుడు ఓకే నే సరసాలు ఆడటానికి, తనకి మాత్రం నీ మీద ప్రేమ.

రాధిక: అలా అని నీతో చెప్పిస్తున్నాడా! మీ నాటకాలు నా దగ్గరా..., డ్యూటీ కి వెళ్తూ కూడా ముద్దులో మునిగారు కదా!

అఖిల: ఆరోజు తప్పు నాది, నేనే బావ దగ్గరికి వెళ్ళాను, అయినా బావ తేరుకుని, నిన్ను గుర్తు చేసుకుని నన్ను వదిలేసాడు.

రాధిక: స్టోరీ లు చాలా ఉన్నాయ్, నెరజాణవే నువ్వు, ఇలాంటి అఫైర్స్ ఇంకా ఉన్నాయా?

అఖిల: అక్క నువ్వు ఎన్ని అన్నా పడటానికి నేను సిద్ధం, కానీ బావని తప్పుగా అర్థం

చేసుకోకు.

రాధిక: నా మొగుడి మీద చాలా ప్రేమ ఉంది నీకు.

అఖిల: ఎంత అయినా అందమైన బావ, పైగా వీరుడు, ధీరుడు, శూరుడు ను. అలాంటి వాడి మీద ప్రేమ చూపించకుంటే తప్పు కానీ, చూపిస్తే తప్పు లేదక్కో, అయినా నేను నీకు ఏం ద్రోహం చేయాలనుకున్నా, నీ మొగుడు ఒప్పుకునే రకం కాదు లే.

రాధికా: చెప్పు ఇంకా...,

అఖిల: చెప్పాలని ఉంది అక్క, కానీ ముందు డ్యూటీ ఉంది. బాయ్, అని పెట్టేసింది ఫోన్.

దీనికి కొవ్వు బాగా పెరిగింది, దీంతో ఇంత చేస్తున్నాడు, ఆ శాన్వి తో ఏం చేసాడు అనుకుంది రాధిక.

వాన్ ఎక్కాడు విక్రమ్, "సరే నువ్వు అడిగిన దానికి నేను ఒప్పుకుంటున్నా, అసలు నీ విషయం ఏంటో, చైనా వాళ్ళ ప్రమేయం ఏంటో, అన్ని చెప్పు" అన్నాడు విక్రమ్.

"మరి నాకు మాట ఇచ్చినట్టేగా" అంది ఫాతిమా.

"ఖచ్చితంగా నీకు కనుక యావజ్జీవ కారాగార శిక్ష పడితే, ఖచ్చితంగా వచ్చి నేను పాఠాలు చెప్తా" అన్నాడు విక్రమ్.

"చాలా మంచి విషయం చెప్పావు, అసలు ఎక్కడ నుంచి చెప్పాలి మా చరిత్ర కూడా చాలా పెద్దదే, రకరకాల మతాలు, మారి చివరకి ఇస్లాం లో కొనసాగుతూ ఉన్నాం మేము, మా కథ లో చాలా ధృవాలు ఉంటాయి, జాగ్రత్తగా విను" అంది ఫాతిమా. "బిల్డప్ ఆపి విషయం చెప్పు" అన్నాడు విక్రమ్. "అబ్బా... అంత కోపం వలదు నాయక" అంది ఫాతిమా. "మరీ ఇంత అచ్చ తెలుగు ఎలా?" అన్నాడు విక్రమ్. "పాత సినిమాలు చూసి, వైష్ణవ్ కి పిచ్చి అవి" అంది ఫాతిమా. "సరే చెప్పు" అన్నాడు విక్రమ్.

"సరే అయితే నేను నీకు మొదటి నుంచి చెప్తాను. నేను పుట్టేసరికి మాది ఆఫ్ఘనిస్తాన్, అంతకు పూర్వం పశ్చిమ దేశాలు, మాకు బాగా పూర్వికులు అక్కడ రాజ్య పాలనా చేసేవారు. అప్పుడు మేము యూదులం, యూదులంటే రాజునే దేవుడిగా కొలుస్తారు కదా. వాటికన్ సిటీ నిర్మించాక అప్పుడు మా పూర్వికులు క్రైస్తవులుగా ఉన్నారు, కొంత కాలం తుర్కెజ్ టర్కీ లో, అప్పుడే ముస్లిం మతం ఏర్పడ్డాక అందులో చేరారు, అలా ఆఫ్ఘాన్ దాక వచ్చారు. ఆఫ్ఘాన్ లో మాత్రం సంక్షోభాల్లో

ఉన్నపుడు ఐసిస్ లో మా తాత చేరాడు, మా నాన్న ఐసిస్ లీడర్ అయ్యాడు. నన్ను చిన్నపుడు లండన్, ఇండియా, చైనా లో చదివించారు, అలా చాలా భాషలు వచ్చు నాకు. ఐసిస్ లో మా కార్య కలాపాలు తీవ్రం అవ్వసాగాయి, ఎన్నో దాడులు చేసిన తర్వాత తూర్పు ఆసియా దేశాలు అన్ని కూడా మా కంట్రోల్ కి వచ్చాయి. అప్పుడే మా నాన్నకి జనాబ్ అనే బిరుదు ఇచ్చారు, కానీ ఆయనికి అది సరిపోలేదు, ప్రపంచం మొత్తానికి జనాబ్ కావాలి అనుకున్నాడు. దానికోసం ఎక్కడ లూప్ హోల్స్ దొరుకుతాయా అని చూసాడు. అలా పాక్, ఇండియా మీద చేసే బాంబు దాడులకు సహాయం ఇవ్వడం మొదలు పెట్టాడు, గత ఏడు ఏళ్లుగా ఇండియా లో ఏ దాడి జరిగిన అది ఐసిస్ సహాయం తో జరిగిందే. అలాగే ఇండియా, చైనా మధ్య చిచ్చు, ఇండియా, రష్యా కి ఉన్న మంచి సంబంధాలు అన్ని తెల్సుకుని, రష్యా ఇండియా కి చెక్ పెట్టాలి అంటే వెనక నుంచి చైనా మద్దతు ఉండాలి అనుకున్నాడు. అప్పటికే చాలా దాడుల వల్ల మాకు ధనం లోటు కనపడి లూటీలు చేసే పరిస్థితి కి వచ్చాము. అప్పుడే ఒక మీటింగ్ కోసం చైనా వాళ్ళు కరాచీ వచ్చారు. ఆ మీటింగ్ కి మా నాన్న జనాబ్ కి ఇన్విటేషన్ అందింది. ఆ మీటింగ్ అయ్యాక ఫైజా ని, నన్ను హుటాహుటిన రప్పించారు. ఆఫ్ఘాన్ లో ఉన్న మా బేస్ కి..." అని ఆపింది ఫాతిమా.

"ఫైజా ఎవరు?" అని అడిగాడు విక్రమ్. "తాను ఎవరో నాకు కూడా తెలీదు కానీ, చిన్నపటినుంచి మా నాన్న దగ్గర ఎక్కువ పెరిగింది, తాను అంటూ ఒకామె ఉంది అని అందరికి తెల్సు, కానీ తన ముఖం చూసింది మాత్రం ఇద్దరే నేను మా నాన్న. మా ఇద్దర్ని ఇండియా కి వెళ్ళమని ఆర్డర్ చేసారు, ముందు ఫైజా ఒప్పుకోలేదు, కానీ ఆమె నీ పిక్ చూసాక వెంటనే ఒప్పుకుంది". అని చెప్పింది ఫాతిమా.

"అవునా... అలా ఎలా? నేను ఆమెకి ఎలా తెల్సు, అంటే శాన్వి నే ఫైజా నా?".

"అవును తానే శాన్వి, నిజానికి నేను తనని చూసినట్టు తనకి తెలీదు, మా నాన్న ఎందుకు అయినా మంచిది అని తన వివరాలు నాకు చెప్పారు. ఆరోజు ఆమెతో మాట్లేడేప్పుడు పక్క గదిలోంచి విన్నా, ఆమెకి ఇంకా ఇరవై ఏళ్ళు కూడా నిండ లేదు, కానీ మా నాన్న కోసం ప్రాణం పెడుతుంది, కానీ ఇంకా ఎవర్ని కలవదు" ... అని ఆపింది ఫాతిమా.

"సరే కలవదు, అసలు మీ ఇద్దరికీ అప్పగించిన పనులు ఏంటి? మీరు ఏం చేసారు?" అని అడిగాడు విక్రమ్.

"ఇద్దరు చేసే పనులు మధ్యలోనే ఆగిపోయాయి, మీ దయ వల్ల" అంటూ వెటకారంగా అంది ఫాతిమా.

"పాయింట్ కి రా" అన్నాడు విక్రమ్.

"వస్తున్నా, అక్కడికే వస్తున్నా" మా నాన్న ఖురేషి నాతో ఇలా మాట్లాడారు.

జనాబ్: అమ్మా, నా లక్ష్యం సాధించడానికి నువ్వే నా ఆయుధం. నువ్వు ముందు చైనా వెళ్ళు, అక్కడ నీకు కొన్ని మెడిసిన్ ఇస్తారు, తర్వాత ఇండియా వెళ్ళు, సముద్ర మార్గం ద్వారా దానిని ఇండియా చేర్చు, కొంచెం మోతాదు లో మాత్రమే. ఒకసారి నువ్వు ఇండియా లో స్థిర నివాసం ఏర్పాటు చేసుకున్నాక ఏం చేయాలో చైనా వాళ్ళు చెప్తారు.

ఖురేషి: జాగ్రత్త అమ్మా, కనీసం తర్వాత ఏం చేయాలో మనకి అయినా తెలిస్తే బాగుంటుంది కదా జనాబ్.

జనాబ్: మీ పని నన్ను అనుసరించడమే.

ఖురేషి: చిత్తం జనాబ్, అని అక్కడ నుండి వెళ్ళిపోయాడు.

"అలా మా మధ్య మాటలు జరిగాయి" అని చెప్పింది ఫాతిమా. "సరే" అన్నాడు విక్రమ్. "విక్రమ్... తర్వాత ఎందుకో మా నాన్న ఖురేషి ని పూర్తిగా నమ్మడు. అవ్వడానికి కుడి భుజం కానీ చాలా విషయాలు తెలియనివ్వడు, మా నాన్న లేనపుడు పరిపాలన అలా చూసుకోవడానికి ఇంకా అక్కడ పనులికి మాత్రం ఉపయోగిస్తాడు" అని చెప్పింది ఫాతిమా.

"తర్వాత?" అని అడిగాడు విక్రమ్.

ఆరోజు సాయంత్రం ఫైజా ని ఇంటికి పిలిచాడు, "నువ్వు రేపే ఇండియా వెళ్ళాలి" అని చెప్పాడు. "దేనికి?" అని అడిగింది ఆమె. "దానికి ఒక ఆపరేషన్ చేయాలి, ఒక వ్యక్తి ని చంపాలి" అన్నాడు.

"ఆమె ఎవరినైనా పంపండి, నన్ను ప్రపంచంలో ఎక్కడికైనా పంపండి కానీ ఇండియా కి వద్దు" అంది.

అప్పుడు నాన్న నీ పిక్ చూపించాడు. "ఇతన్ని ఫాలో అవ్వాలి. అతనే ఏజెంట్ 12667 అని తెలిస్తే వెంటనే చంపేసి రావాలి" అని చెప్పాడు. "అప్పుడు ఆమె తన వేష భాషలు మార్చి శాన్వి లా ఇక్కడ చెలామణి అయింది. కానీ రెండు ఏళ్ళు అయినా నువ్వు నువ్వే అని, అఖిల్ కాదు అని

కనిపెట్టలేకపోయింది". "సరే" అన్నాడు విక్రమ్.

"నేను చైనా వెళ్ళాను, వాళ్ళు నాకు ఆమె మెడిసిన్ కొంచెం ఇచ్చారు. అది ఒక బాడీ లోకి ఎక్కిస్తే వాళ్ళ పూర్వీకుల జన్యు సంబంధాలు మొత్తం పోతాయి. వారి జ్ఞానం నాశనం అవుతుంది. అది ఒక బాడీ లోకి ప్రవేశం చేసాక తొమ్మిది నెలల తర్వాత వారిలో జన్యు సంబంధ విధానాలు తొలగించబడతాయి, వారి ఇంటలిజెన్స్ మొత్తం తీసివేయబడుతుంది. వారి ద్వారా పుట్టిన పిల్లలు ఎలాగూ జ్ఞానం లేకుండా పుడతారు, ఇది చైనా వాళ్ళు చాలా ఖర్చు పెట్టి తయారు చేసారు. అవి పట్టుకు ఇండియా వచ్చిన, నాకు మొదటి సంవత్సరం షెల్టర్ పెట్టుకోవడం అనే పనే అయింది. రెండవ సంవత్సరం వైష్ణవ్ వల్ల ఈ ప్రాజెక్ట్ పట్టాలు ఎక్కుతుంది అని నమ్మకం వచ్చింది. మూడవ సంవత్సరం వైష్ణవ్ ని ఏమార్చి, మజీద్ ని ఏమార్చి ప్రాజెక్ట్ పట్టాలు ఎక్కించాను. నేను డబ్బు సంపాదన చేశా, అలాగే సరోగసి అండాలు, వీర్యాలు అంటూ వెనక పెద్ద స్కామ్ నడిపాను. అసలు ఎంత కష్టపడ్డాను అలా నలభై వేల మందికి ఎక్కించాను. నిజానికి ఈ ప్రాజెక్ట్ పూర్తి చేస్తే మాకు వేల కోట్లు వస్తుంది, ఒక కార్గో షిప్ పూర్తి చేసి పంపితే మాకు ఆరు వేల కోట్లు వస్తాయి. అలా మూడు షిప్స్ పూర్తి చేశాను, నాలుగవ షిప్ కోసం చేసేప్పుడు నువ్వు వచ్చేసావు. అయినా సరే మేము మిమల్ని దారి మళ్లించడానికి అన్నట్టు బాంబు దాడులు చేస్తూ ఉంటాము, కానీ నువ్వు ఇటు వచ్చావు, ఇలా దొరికేసా. ఏ మాట కి ఆ మాటే చెప్పుకోవాలి, నువ్వు నిజంగా గొప్పవాడివి. ఆ ఆలోచన, ఆరోజు షిప్ లో ఆ ఫైట్, ఒక్కసారిగా నీకు ఫ్యాన్ అయ్యా, నీ క్రష్ లా మారిపోయా" అంది ఫాతిమా.

"ఈ మాటలు అన్ని వదిలేసి, అసలు దీనికి విరుగుడు ఎక్కడ దొరుకుతుంది చెప్పు" అన్నాడు విక్రమ్. "నాకు తెల్సింది అంతా చెప్పేశా, ఇంకా ఏమైనా కావాలి అంటే చైనా వెళ్లి తెచ్చుకుని రావాలి, ఎందుకు అంటే అది ఎలా చేసారు, ఎందుకు చేసారు, నాకు తెలీదు తీసుకు వచ్చి జనాలకు ఎక్కిచండమే" అంది ఫాతిమా.

"పోనీ ఏ ల్యాబ్ లో తయారు చేసారు, నువ్వు ఎక్కడ వాళ్ళని కలిసావు?" అని అడిగాడు విక్రమ్. "నేనా... వాళ్ళని గుయాంగ్జూ ల్యాబ్ లో కలిసా, అక్కడే ఇవ్వన్నీ తయారు అయ్యాయి మరి" అంది ఫాతిమా.

"అంటే ఇప్పుడు ఆ ఫార్ములా సంపాందించాలి అన్నమాట నేను" అన్నాడు విక్రమ్.

"అంతే కదా" అంది ఫాతిమా నవ్వుతూ. అప్పటిదాకా ఆమె మాట్లాడింది రికార్డు చేసిన విక్రమ్ అది భగత్ కి పంపాడు.

అది భగత్, శర్వా ఇంకా అఖిల విన్నారు. ఫాతిమా మాటలు విన్న అఖిల కోపంతో ఊగిపోతోంది. "అసలు నిన్ను.... వదిన అని పిలిస్తే మా వాడ్ని క్రష్ అంటావ్, పెళ్లి అయింది ఇద్దరు పిల్లలు ఉన్నారు, ఈ సరోగసి లో మొత్తం మార్చి చచ్చినట్టుంది చెత్త ముఖంది" అని తిడుతోంది అఖిల.

"కంగారులో మార్చినట్టు ఉన్నావ్, తమరు పెళ్లైన వాడినే ప్రేమిస్తూ ఉన్నారు" అన్నాడు శర్వా. "అవును, అఖిల్ లా వచ్చాడు, పెళ్లి అయింది అని తెలిక ప్రేమించాను, ఇప్పుడు పోదు కదా" అంది అఖిల. "అది నిజమే" అన్నాడు శర్వా. "కాదు అదే నిజం" అంది అఖిల. "అబ్బా మీరు ఉండండి" అని అరిచాడు భగత్. "ఈ సారధి ఎక్కడ?" అని అరిచాడు మళ్ళా భగత్. అప్పుడు శర్వా "విక్రమ్ సార్ ఫాతిమా ని తీసుకు వస్తున్నారు కదా, ఆ ఏర్పాట్లు చూడటానికి వెళ్ళాడు" అన్నాడు.

"వాళ్ళు సిటీ కి వచ్చి గంట దాటింది కదా, ఇంకా ఆఫీస్ కి రాలేదు ఏంటి?" అని ఆలోచిస్తున్నాడు భగత్.

***

జనాబ్ ఫైజా కి కాల్ చేసాడు.

ఫైజా: చెప్పండి జనాబ్.

జనాబ్: అక్కడ అంతా నిన్ను నమ్మారా? వార్ సెట్ చేయడానికి నీకు ఎంత టైం పడుతుంది?

ఫైజా: అంతా నమ్మారు, ఒక రెండు వారాల లోపే యుద్ధం మొదలు, మీరు పాలస్తీనా కి సహాయం చేయడానికి రెడీ గా ఉండండి, ఈ పార్ట్ మీద మన ఆధిపత్యం మొదలు అవుతుంది".

జనాబ్: మంచిది, కానీ ఇండియా లో పరిస్థితి బాగా లేదు, ఫాతిమా తిరిగి రాలేదు, శవం లేదు అంటే "రా" దగ్గర ఉండచ్చు, నాకు వచ్చిన సమాచారం ప్రకారం అక్కడ అందరు మనకి చిక్కిన తరువాత, విక్రమ్ ఒక్కడే వచ్చి అందర్నీ చంపేశాడు, వాళ్ళ వాళ్ళని విడిపిస్తూ ఒక మినీ యుద్ధం చేసాడు.

ఫైజా: నన్ను ఇండియా వెళ్ళమంటారా?

జనాబ్: అక్కడ యుద్ధం మొదలు అయ్యాక వెళ్దువు, నేను ఈలోపు వేరే వాళ్ళని పంపుతా.

ఫైజా: సరే జనాబ్.

తర్వాత ఫోన్ పెట్టేసాడు జనాబ్. ఎలాగైనా ఇక్కడ పని పూర్తి చేసి ఆ ఏజెంట్ విక్రమ్ ని మట్టు పెట్టడానికి ఇండియా వెళ్ళాలి, నేను బ్రతికి ఉన్నదే వాడ్ని చంపడం కోసం, వాడి చావు నా చేతిలో ఉంది. అనుకుంటూ అక్కడ పని పూర్తి చేయడానికి వెళ్ళింది ఫైజా.

ఏం చేయాలా అని ఆలోచిస్తున్న జనాబ్ కి, అలీ గుర్తుకు వచ్చాడు. వెంటనే ఖురేషీని పిలిచాడు, ఖురేషి వచ్చాడు.

ఖురేషి: చెప్పండి జనాబ్.

జనాబ్: అలీ ఎక్కడ ఉన్నాడు.

ఖురేషి: ఖతార్ లో ఏదో గొడవ అంటే వెళ్ళాడు, ఈపాటికి వచ్చేస్తూ ఉండాలి.

జనాబ్: సరే రాగానే నా దగ్గరికి రమ్మని చెప్పు, అలాగే ఒక వంద మంది మిలిటెంట్ గ్రూప్ ని రెడీ చేయి.

ఖురేషి: సరే జనాబ్, దేనికో తెలుస్కోవచ్చా?

కోపంగా చూసాడు జనాబ్, తల దించుకుని అక్కడ నుండి వెళ్ళిపోయాడు ఖురేషి. వెళ్లి అలీ ఎప్పుడు వచ్చినా జనాబ్ ని కలవమని, అలీ ఇంటి వద్ద కాపలాదారులకి పిలిచి చెప్పాడు.

అలీ ఖురేషి దగ్గరకి వచ్చాడు, "ఏంటి విషయం మళ్ళా ఏమైంది జనాబ్ కి?" అన్నాడు. "ఏమో నాకు తెలీదు వెళ్లి కలువు, అడిగాడు కదా!" అన్నాడు ఖురేషి.

"ఎప్పుడు నన్ను ఇండియా పంపు అన్నా, ఇండియా వాళ్ళు అమ్మాయిలికి గౌరవం ఇస్తారు, ఏం చేయరు వాళ్ళని అని, ఫైజా ని, ఆ ఫాతిమా ని పంపారు, ఏమైంది ఇప్పుడు?" అన్నాడు అలీ. "ఏమో నాకు తెలీదు కానీ, ఫాతిమా చావలేదు, ఎక్కడ ఉందో సమాచారం కూడా లేదు" అన్నాడు. ఖురేషి "అవునా... ఏమై ఉంటుంది, సరే వెళ్లి కలిసి వస్తా" అన్నాడు అలీ. "సరే" అన్నాడు ఖురేషి.

అలీ జనాబ్ దగ్గరకి వెళ్ళాడు, వాళ్ళ సంభాషణ ఈ విధంగా సాగింది.

అలీ: సలమలేకుం జనాబ్.

జనాబ్: మాలేకుం సలాం అలీ.

అలీ: కలవమన్నారు అని ఖురేషి చెప్పాడు.

జనాబ్: అవును, నువ్వు ఇండియా వెళ్ళాలి. ఈపాటికే నీకు విషయం తెలిసి ఉండవచ్చు.

అలీ: ఏ విషయం?

జనాబ్: ఇండియా లో చైనా మెడిసిన్ సరఫరా చేస్తున్న నా కూతురు ఇండియా “రా” కి దొరికింది, వాళ్ళు చంపేసారా లేదా జైలు లో పెట్టారా తెలీదు.

అలీ: ఇప్పుడు నే వెళ్లి ఆమెని కనిపెట్టి తేవాలా.

జనాబ్: కాదు, ఆమె ఆపిన సరఫరా నువ్వు కంటిన్యూ చేయాలి, మన వాళ్ళని వంద మందిని రెడీ చేశా, తీసుకువెళ్లి వేరే పోర్ట్ వాడి సరఫరా మొదలు పెట్టు.

అలీ: అసలు ఏంటో తెలీకుండా ఎలా?...

జనాబ్: నువ్వు ఇటు నుంచి ఇటు చైనా వెళ్లి అక్కడ వాళ్ళు చెప్పిన సూచనలు ఫాలో అవ్వు.

హాంకాంగ్ మీదుగా ఇండియా వెళ్ళు, ఫాతిమా త్యాగం వృధా కాకూడదు, అంతే కాకుండా మనకి కావలసిన పది వేల కోట్లు ఈ పని ద్వారానే వస్తాయి.

అలీ: నేనే ఎందుకు?

జనాబ్: ఇప్పుడు అక్కడ పని నువ్వు మాత్రమే చేయగలవు, నిన్ను ముందే పంపాల్సింది, నాదే తప్పు.

ఆ మాట జనాబ్ నోటి నుంచి రాగానే అలీ మనసు ఆనందంతో పొంగింది.

అలీ: ఇప్పటికైనా పంపిస్తున్నారు కదా, పని పూర్తి చేసి వస్తా.

జనాబ్: ఒక విషయం, కాందహార్ లో నువ్వు లేనపుడు ఇక్కడ విధ్వంసం సృష్టించిన ఏజెంట్ విక్రమ్ 12667. ఇప్పుడు అక్కడ లీడ్ చేస్తున్నాడు, అతన్ని ఆపగలవా చూడు.

అలీ: ఆపడమా, వెళ్ళగానే ముందు వాడ్ని లేపేస్తా.

జనాబ్: నేను మళ్ళా చెప్తున్నా, మన టార్గెట్ సరఫరా అంతే, కానీ వాడు కాదు.

అలీ: సరే జనాబ్, నేను బయలుదేరాతా.

జనాబ్: సరే వెళ్ళిరా.

అలీ వెళ్ళిపోయాడు, ఈ ఆవేశం తో వీడు ఏం చేస్తాడో, “విక్రమ్.... ఎందుకు రా, నా లక్ష్యం

తో ఆటలు ఆడుతున్నావ్" అని గట్టిగా అరిచాడు జనాబ్.

అలీ వంద మంది మిలిటెంట్ ని పిలిచాడు, కొంత మందిని బాంగ్లాదేశ్ ద్వారా కలకత్తా రేవు కి వెళ్ళమన్నాడు. మరి కొంతమంది ని హాంకాంగ్ వెళ్లి అరేబియా సముద్రం ద్వారా వడోదర చేరుకోమన్నాడు. మరి కొంతమంది ని పాక్ ద్వారా లంక, అక్కడ నుంచి తాత్తైకుడి ఎయిర్పోర్ట్ ద్వారా చెన్నై చేరుకొమ్మనాడు. తాను ఒక పది మందిని తీసుకుని ఖతార్ ఎయిర్పోర్ట్ ద్వారా చైనా బయలుదేరాడు.

***

"ఎందుకు ఇంకా వాళ్ళు రాలేదు" అని ఆలోచిస్తూ ఉన్నాడు భగత్.

అదే పైకి అన్నాడు, వెంటనే "కొంపతీసి మా వదిన, అదే ఫాతిమా మా వాడ్ని రొమాన్స్ కి కనెక్ట్ చేసిందా ఏమి?" అంది.

"అబ్బా... నువ్వు ఉండు అఖి, అసలు ఏమైందో తెలీక నేను భయపడుతూ ఉంటే, నువ్వేమో ఓ రొమాన్స్ గోల" అన్నాడు భగత్.

"వయస్సు అలాంటిది సార్" అన్నాడు సారధి. "హీహీహీ" అని నవ్వింది అఖిల.

"అబ్బా మీరు ఆపండి, అక్కడ విక్రమ్ సార్ ఏం చేస్తున్నారో నాకు తెలీడం లేదు" అన్నాడు శర్మా.

"బాబు బంగారం, అంత టెన్షన్ ఎందుకు, మీ సార్ సత్తా నీకు నాకు కూడా తెల్సు కదా, ఎదుటివాళ్ళని విరగదీస్తాడు కానీ, తనకి ఏం కాదు కదా" అంది అఖిల.

"అదేనమ్మ నా భయం, వాడికి ఏదయినా నిర్ణయం తీసుకునేప్పుడు, అసలు పైన నేను ఒకడ్ని ఉన్న అని ఆలోచన ఉండదు, ఏం చేస్తాడో ఇప్పుడు" అన్నాడు భగత్.

"ఇందాక నేను ఏదో ఐడియా ఇచ్చా అన్నాడు బావ, నాకు అర్థం కాలేదు" అంది అఖిల. "ఏంటో చెప్పు" అన్నాడు భగత్. "చెప్పింది కానీ భగత్ కి కూడా అర్థం కాలేదు".

***

విక్రమ్ సమీర్ కి మెసేజ్ చేసాడు, "సిటీ అంత వాన్ ని తిప్పుతూ ఉండండి" అని. అర్థం కాలేదు వాళ్ళకి, కానీ విక్రమ్ చెప్పినట్టు చేస్తున్నారు, ఫోన్స్ ఆఫ్ చేయమని చెప్పాడు ఆపేసారు.

అఖిల కి మెసేజ్ చేసాడు “ఆ నలభై వేల మంది హైదరాబాద్ హాస్పిటల్ వస్తున్నారా? ఎంత టైం పడుతుంది?” అని.

“ఆ సెయింట్ విల్లా కాలేజీ ప్రిన్సిపాల్ వచ్చారు, వాట్సాప్ గ్రూప్ ద్వారా సరోగసి మెంబెర్స్ ని అలెర్ట్ చేసారు, మూర్తి దారి లో ఉన్నాడు, ఇంకా చివరగా మాయ మేడం ఆచూకీ తెలియలేదు” అని మెసేజ్ పెట్టింది అఖిల.

“సరే అక్కడ భగత్ సార్ ఉన్నారా? మాధవ్ ఇంకా మిగతా వాళ్ళు వచ్చారా?” అని అడిగాడు విక్రమ్.

“హా అంతా వచ్చారు” అని చెప్పింది అఖిల. “సరే ఫోన్ చేసి స్పీకర్ ఆన్ చేయి” అన్నాడు విక్రమ్.

“సరే” అని ఫోన్ చేసి స్పీకర్ ఆన్ చేసింది అఖిల.

“హలో అందరు వింటున్నారా, మేము వాన్ లో సిటీ లో వస్తుంటే ట్రాఫిక్ ఎక్కువ ఉన్న చోట ఫాతిమా నన్ను కొట్టి డోర్ అద్దం పగలగొట్టి పారిపోయింది” అని చెప్పాడు విక్రమ్.

“బావ నిన్ను కొట్టి, అది పారిపోయింది అంటే ఖచ్చితంగా నువ్వు వదిలేసి ఉండాలి. ఎందుకు అంటే నిన్ను కొట్టి పారిపోయే మనిషి మగ అవ్వచ్చు, ఆడ అవ్వచ్చు ఇంకా భూమి మీద పుట్టలేదు” అన్నాడు మాధవ్.

“అయ్యో బావ ఈమె పుట్టింది అంటుంటే వినవు ఏంటి నువ్వు” అని అడిగాడు విక్రమ్.

“బావ అది నేను...” అంటుంటే మధ్యలో భగత్ సార్ వచ్చాడు.

“సరే విక్రమ్..., చంపేసావా చంపబోతున్నావా?” అని అడిగాడు భగత్.

అప్పుడు విక్రమ్ ఫోన్ కూడా స్పీకర్ ఆన్ చేసి పెట్టాడు అదంతా ఫాతిమా వింటోంది.

“సార్... నేను ఏం చేసినా క్రెడిట్ మొత్తం అఖిల దే, ఎందుకు అంటే ఐడియా ఇచ్చింది తనే” అన్నాడు విక్రమ్. ఆ తర్వాత ఫోన్ పెట్టేసాడు.

భగత్ అఖిల ని కోపంగా చూస్తూ “ఇప్పటిదాకా వాడు ఒక్కడే అనుకున్నా, నువ్వు కూడా దాపురించావు. అయినా..., ఇలాంటి పనికిమాలిన ఐడియా వాడికి ఎందుకు ఇచ్చావు?” అన్నాడు భగత్.

“అంటే సార్, అది... నేను ఏదో మాట్లాడేసా, అది బావకి ఐడియా లా అర్థం అయింది”,

అంది అఖిల. “ఏడ్చావులే వెళ్లి ఆ లిస్ట్ కోసం చూడు” అన్నాడు భగత్. “సరే సార్” అని అక్కడి నుంచి వచ్చేసారు అఖిల, శర్వా.

శర్వా నవ్వుతున్నాడు. “ఎందుకు నవ్వుతున్నావో చెప్పి చావు” అంది అఖిల. “అది కాదు అఖిల, నేను చెప్పిన వాటిలో నీకు పరిష్కారం దొరుకుతుంది. అలాగే నువ్వు విక్రమ్ సార్ తో ఏం మాట్లాడావో నీకు తెలీదు, కానీ అందులో ఆయనకి పరిష్కారం దొరుకుతుంది” అన్నాడు శర్వా. “అయితే?” అంది అఖిల. “అందుకే నవ్వు వచ్చింది” అన్నాడు శర్వా. “సంతోషం... పోయి పని చూస్కో” అంది అఖిల

ఎందుకో బాధ వేసింది శర్వా కి, వెళ్లి పని మొదలు పెట్టాడు, కానీ తిక్క ఫేస్ తో ఉన్నాడు. “ఒరేయ్ శర్వా బాబు, అందరి దగ్గర నేను అల్లరి చేస్తే, నువ్వు నా దగ్గర చేస్తావేంటి రా బాబు, సారీ రా” అంది అఖిల. “సరే” అని నవ్వేసాడు శర్వా.

***

“ఇప్పుడు ఏంటి నన్ను చంపేస్తున్నావా?” అని అడిగింది ఫాతిమా. ఫాతిమా ని పైనుంచి కింద దాక చూసాడు విక్రమ్, కానీ సమాధానం చెప్పలేదు.

ఫాతిమా మళ్ళా అడిగింది.

***

“హమ్మయ్య నవ్వేసావా పద, ఆ వైస్ ప్రిన్సిపాల్ ఏం చేస్తోంది చూద్దాం”.

ఆమె ఫాతిమా ని కాంటాక్ట్ చేయడం కోసం ట్రై చేస్తోంది, ఎన్ని సార్లు ట్రై చేసిన ఫాతిమా ఫోన్ అవుట్ అఫ్ కవరేజ్ ఏరియా అని వస్తోంది.

ఆమెకి ఫాతిమా మీనా లాగే తెల్సు. “వీళ్లు ఏమో నన్ను తీసుకొచ్చారు, మీనా మేడం ఫోన్ ఎత్తడం లేదు, ఆమె ఎప్పుడూ ఇంత ఇష్యూ రానివ్వలేదు. నేను ఇలాంటి పనులు చేస్తున్న అని బైట తెలిస్తే ఫ్యామిలీ అంత ఉరి వేసుకు చావాలి, ఫోన్ ఎత్తండి మేడం” అనుకుంటూ మళ్లా మీనా అని సేవ్ చేసుకున్న ఫాతిమా కి కాల్ చేసింది, సెయింట్ విల్లా వైస్ ప్రిన్సిపాల్ జోయా.

మళ్ళా “మీరు కాల్ చేసిన వినియోగదారులు అందుబాటులో లేరు, వాయిస్ మెసేజ్ పంపడం కోసం ఒకటి నొక్కండి” అని వచ్చింది. “ఏమైతే అది అయింది అని నన్ను పోలీస్ లు తీసుకువచ్చారు మీరు వెంటనే ఎక్కడ ఉన్న రాష్ట్రపతి భవన్ పక్కనే ఉన్న ఇంటలిజెన్స్ ఆఫీస్ కి

వచ్చి నన్ను కలవండి" అని వాయిస్ మెసేజ్ పెట్టింది జోయా మేడం.

అప్పుడే లోపలికి వచ్చి జోయా మేడం ని, ఆమె చేసే పనులని చూసిన అఖిల, "ఏంటి మేడం..., మీ మీనా ఫోన్ కలవడం లేదా?" అంది

"అంటే అది..." అంది జోయా మేడం, "ఒక బాధ్యతయుతమైన వృత్తి లో ఉండి ఇలాంటి పనులు చేయడానికి సిగ్గు అనిపించడం లేదా మీకు" అంది అఖిల.

"అవునా, అంత సిగ్గు పడే పని ఏం కాదు అమ్మా ఇది, డబ్బులు ఎక్కువై శరీరం నలగకూడదు అన్నవాళ్ళు డబ్బులు ఇస్తే, నేను చాలా మంది పేద ఆడవాళ్ళకి సహాయం చేస్తున్నా" అంది జోయా.

"ఏంటి... పదిహేడు, పద్దెమిది ఏళ్ళు నిండకుండా అమ్మాయిలు గర్భం దాల్చేలా చూసి, అది ఒకసారి కాదు చాలా సార్లు, వాళ్ళ శరీరాలు హూనం అయితే ఎవరు చూస్కుంటారు? వారి వయస్సు త్వరగా కరుగును, అప్పుడు ఈ ధనం ఏమైనా ఉపయోగపడునా, సరే ఒకటి చెప్పండి జోయా మేడం" అంది అఖిల.

"ఏంటి అది?" అని అడిగింది జోయా మేడం. "మీకు ఎంత మంది పిల్లలు?" అని అడిగింది అఖిల. "ముగ్గురు పిల్లలు ఇద్దరు ఆడ, ఒక మగ" అని చెప్పింది జోయా మేడం.

"అవునా, వాళ్ళు ఏం చేస్తున్నారో?" అని అడిగింది అఖిల. పెద్ద అమ్మాయి ఇంటర్, చిన్న అమ్మాయి పది, బాబు ఎనిమిది" అని చెప్పింది జోయా మేడం.

అవునా..., సరే అయితే మీ అమ్మాయిలు కూడా ఈ సరోగసి లో డబ్బు సంపాదన చేస్తున్నారా?" అని అడిగింది అఖిల. "వాళ్ళకి ఏం ఖర్మ" అనబోయి మళ్ళా ఆగి "లేదు" అంది జోయా మేడం.

"ఏదో ఖర్మ అన్నట్టు వినపడింది" అంది అఖిల, తల దించుకుంది జోయా మేడం. "సరే వదిలేయండి, ఇందాక ఏదో సోషల్ సర్వీస్ చేస్తున్నట్టు బిల్డప్ ఇచ్చారు కదా మరి, ఈ తతంగంలో తమరు ఒక్క రూపాయి కూడా తీసుకోరా" అని అడిగింది అఖిల.

"తీసుకుంటా, నేను కష్టపడుతున్నా కదా" అంది జోయా మేడం "చాలా కష్టం, మీ అమ్మాయిలు అయితే నలగకూడదు, వేరే వాళ్ళు, వాళ్ళ శరీరాలు ఏమైనా పర్లేదు, చేసేది బ్రోకర్ పని, కానీ సమాజ సేవ అన్నట్టు బిల్డప్ ఏంటి మేడం, మీరు చేసేది బ్రోకర్ పని దానికి మీకు

డబ్బులు ముడుతున్నాయి, ఎంత తీసుకుంటారు ఏంటి?" అంది అఖిల.

"ఒక సరోగసి కి మీనా నలభై వేలు ఇస్తుంది" అంది జోయా మేడం. "శర్వా ఇదేదో బాగుంది కదా, కేవలం మనుషులిని చూపించి డబ్బులు సంపాదించడం కోసం బ్రోకర్ పని ఇండియా లో బెస్ట్" అన్నాడు శర్వా. "అలాగే ఉంది ఇది" అంది అఖిల.

"ఎందుకు మేడం మాట్లాడితే బ్రోకర్ బ్రోకర్ అంటారు, అలా అనద్దు" అంది జోయా మేడం. "మరి ఏం చేయాలి, నువ్వు చేసిన పని దొంగ.......డాష్ డాష్ దాన" అని తిట్టి "కంట్రోల్ కంట్రోల్" అంటూ తనని తాను ఆపుకుంది అఖిల.

"సరే కానీ, ఆ అమ్మాయిలకి ఎంత ఇచ్చావు? అంది అఖిల. "అంటే మీనా మేడం లక్ష ఇస్తారు, నా కమిషన్ ఇరవై వేలు తీసుకుని, నేను ఎనభై వేలు వాళ్ళకి ఇస్తాను" అంది జోయా మేడం.

"ఒసేయ్ ఒసేయ్... వాళ్ళ రక్తం మీద డబ్బులు సంపాదన చేస్తూ మళ్ళా వాళ్ళకి వచ్చే డబ్బు కూడా కొట్టేసి, మళ్ళా ఇది సమాజ సేవ అన్నట్టు బిల్డప్ ఇస్తావా?" అంటూ జోయా మేడం రెండు చెంపలు పర పర వాయించింది నాలుగు సార్లు.

శర్వా వచ్చి ఆపాడు ఆమెని, "ఎందుకు ఎమోషనల్ అవుతున్నావు అఖిల" అన్నాడు శర్వా. "అవ్వక... దీని లాంటి బ్రోకర్ వల్లే ఆ ఫాతిమా లాంటి వాళ్ళు దేశం లో ఆటలు ఆడుతున్నారు అసలు, ఇలాంటి వాళ్ళు అందర్నీ కలిపి ఉరి తీయాలి అసలు. వేస్ట్ ఫెలోస్ ఇలా చేస్తారు ఏంటో అసలు. ఇలాంటి వాళ్ళు దేశం లో ఉండగా బైట దొంగల కోసం విక్రమ్ ఎంత కష్టపడి ఏం ప్రయోజనం" అంది అఖిల. "ముందు మనం ఏం చేయాలి అది చూడటం బెటర్ ఏమో" అన్నాడు శర్వా.

"మేడం ఫాతిమా ఎవరు? అని అడిగింది జోయా మేడం. "ఎవరా, ఎవరా నువ్వు కష్టపడి డబ్బులు సంపాదించి పెట్టావ్ కదా ఆమెనే మీనా మేడం అలియాస్ ఫాతిమా, టెర్రరిస్ట్ ఫ్రమ్ ఐసిస్" అంది అఖిల.

"ఏంటి మీనా మేడం టెర్రరిస్ట్ ఆ...!" అని అక్కడే పడిపోయింది జోయా మేడం.

అఖిల "ఈమె చచ్చింది అంటావా? "అని అడిగాడు శర్వా. "ఏమో నాకు తెలీదు, చస్తేనే కరెక్ట్ ఎందుకు అంటే బ్రతికితే నే చంపేస్తా దాన్ని, ఆ మాయ మేడం ఎక్కడ ఉందో చూడండి,

దాన్ని చంపాలి అసలు, మరీ పిల్లల్తో వ్యాపారం చేస్తోంది అది" అంది అఖిల.

"అఖిల నిన్ను ఇంత ఆవేశంగా చూడడం ఇదే మొదటి సారి, ఎప్పుడు కూల్ గా ఆలోచిస్తూ, రొమాంటిక్ మాటలు మాట్లాడుతూ, అల్లరి చేస్తూ ఉండే నువ్వేనా ఇది" అన్నాడు శర్వా.

"నా లాంటి అమ్మాయిలే కదా వాళ్ళు, వాళ్ళకి ఇలా జరుగుతోంది అంటే చాలా బాధ వచ్చేస్తోందిరా" అంటూ అక్కడే కూర్చుని ఏడ్చింది. అప్పుడు మళ్ళా లేచింది జోయా మేడం, వెళ్ళి ఆమె డొక్కలో తన్నింది అఖిల.

"ఆగు అఖిల... నిజంగా చంపేస్తావు ఆమెని, రా..." అంటూ దూరంగా లాగాడు శర్వా. అప్పుడు శర్వా ని కోపంగా చూసింది అఖిల. "కోపంగా చూసింది చాలు పని చూడు" అన్నాడు శర్వా.

అంతే కోపంగా జోయా మేడం దగ్గరకి వెళ్ళింది అఖిల, "ఏమే..., నిన్ను వాట్సాప్ గ్రూప్ లో అందరికి మెసేజ్ చేయమన్నా చేసావా?, ఎంత మంది రెస్పాండ్ అయ్యారు నీ దగ్గర ఎంత మంది ఉన్నారు?", "నా దగ్గర పదిహేను వేల మంది ఉన్నారు, పది వేల మంది టెలిగ్రామ్ హైక్ ద్వారా, మిగతావాళ్ళు వాట్సాప్ లో ఇరవై గ్రూప్ ల ద్వారా, అందరికి మెసేజ్ పంపా మేడం" అంది జోయా మేడం.

"మంచిది" అని మళ్ళీ బుగ్గ వాచేలా జోయా ని కొట్టింది అఖిల.

"అఖిల నువ్వు మరీ హింస మార్గం లో పోతున్నావు, ఇంకా కొడితే పోతుంది ఆమె" అని అరిచాడు శర్వా.

"పోతే పోనీ, ఎవడికి కావాలి అసలు దొంగ మొహంది" అని అరిచింది అఖిల. "సరే కూల్... మన వాళ్ళు మూర్తి ని తెచ్చారు ట వాడి సంగతి చూద్దాం పద" అన్నాడు శర్వా.

"వాడినే లోపలి తీసుకురండి, ఎందుకు అంటే నాకు తిక్క వచ్చినపుడు దీన్ని తన్నాలి నేను" అంది అఖిల.

"సరే" అని జాలిగా జోయా మేడం వైపు చూసాడు శర్వా. "మరీ అంత జాలిగా చూడకు, అదేం దేశం కోసం పోరాటం చేయలేదు, దేశం నాశనము కోసం సాయం చేసింది" అంది అఖిల.

"సరే సరే అఖిల, ముందు ఆ మూర్తి సంగతి చూద్దాం పద" అన్నాడు శర్వా. "ఒక్కసారి చెప్తే అర్థం కాదా, వాడిని ఇక్కడికి తీసుకురండి" అంది అఖిల.

"అబ్బో ఈమె కోపం చాలా ఎక్కువయ్యింది, ఇన్నాలు ఎందుకో చూపించలేదు" అనుకున్నాడు శర్వా.

శర్వా బైటకి వెళ్లి మూర్తి ని తీసుకుని లోపలికి వచ్చాడు. మూర్తి, అఖిల మధ్య సంభాషణ ఇలా సాగింది.

అఖిల: మీరు ఎంత తీసుకున్నారు సార్ ఈ పనికి?

మూర్తి: ఏ పనికి ఎంత తీసుకోవడం ఏంటి?

అఖిల: అదే వీర్యం దానాలు ఇప్పిస్తారు కదా, మీరు చిన్న అబ్బాయిలిని తీసుకువచ్చి.

మూర్తి: చిన్న అబ్బాయిలిని కాదు పద్దెమిది దాటిన వాళ్లనే, అన్ని టెస్ట్ చేసి ఇప్పిస్తాను, లీగల్ గా పర్మిషన్ కూడా ఉంది.

అఖిల: అవునా, ఇంకా చిన్న వాళ్ళని తేలేదా?

మూర్తి: తేలేదు.

అఖిల: అవునా, శర్వా ఒకసారి లిస్ట్ ఓపెన్ చేసి చదువు, సార్ వింటారు.

మూర్తి: ఏ లిస్ట్ మేడమ్?

అఖిల: తమరు వైష్ణవ్ హాస్పిటలో చేసిన నిర్వాకం.

మూర్తి: ఏంటి ఆ లిస్ట్ మీ దగ్గర ఉందా?

అఖిల: అవును సార్.

మూర్తి: అయినా నాకు ఏం భయం లేదు, మా మీనా మేడమ్ కి తెలిస్తే మీరు అంత పైకే పోతారు, లేదా ట్రాన్స్ఫర్ అయిపోతారు.

అఖిల: అబ్బో ఒకసారి మీ మీనా కి కాల్ చేయి అమ్మ.

గబా గబా కాల్ చేయబోయాడు మూర్తి, మూర్తి కి జరగబోయేది తల్చుకుని జోయా మేడమ్ నవ్వుకుంది.

అఖిల: కాల్ కనెక్ట్ అవ్వడం లేదా మూర్తి గారు, ఇలా రండి ఒకసారి.

మూర్తి దగ్గర వెళ్ళడము, మూర్తి ముక్కు ముఖం ఏకం అవ్వడం ఒకేసారి జరిగాయి.

"ఎందుకు మేడమ్ అలా కొడుతున్నారు అసలు" అని అడిగాడు మూర్తి.

అఖిల: శర్వా ఇతను తెచ్చిన ఏడ వేల మందిలో పద్దెనిమిది దాటిన వాళ్ళు ఎంత మంది

ఉన్నారో చెప్పు?

శర్వా: వంద మంది.

అఖిల: మిగతా అంత ఎవర్రా?

మూర్తి: రా ఏంటి మేడం, ఇప్పటిదాకా సార్ అన్నారు కదా!

అఖిల: నువ్వు ఎదవ అని తెలిసేదాకా మాత్రమే మర్యాద ఇస్తారా నేను, తర్వాత తిట్లు వస్తాయి రా డాష్ డాష్...

మూర్తి: మేడం అన్ని తిట్లు తిట్టకండి, ఏడుపు వస్తోంది.

అఖిల: అసలే సమాజం పాడైపోయింది అని అందరు ఏడుస్తుంటే, పిల్లల్ని తీసుకెళ్లి ఏం నేర్పిస్తున్నావ్ రా నువ్వు?

మూర్తి: ఎప్పటికైనా నేర్చుకోవాల్సిందే కదా మేడం.

అఖిల: అవునా నీకు పిల్లలు ఉన్నారా?

మూర్తి: ఉన్నారు మేడం.

అఖిల: ఎంత మంది?

మూర్తి: ఇద్దరు, ఒక అబ్బాయి ఒక అమ్మాయి. అబ్బాయి తొమ్మిది, అమ్మాయి ఎనిమిది.

అఖిల: మరి వాళ్ళకి నేర్పించవా శృంగారం వీర్యం కోసం?

మూర్తి: అంటే పాడు అవుతారు అని,

"మరి మిగతా పిల్లల్ని పాడు చేస్తున్నావు కదరా? "అంటూ చేత చెడా, మడా చితక బాదింది మూర్తి ని అఖిల.

మూర్తి: అసలు ఇప్పుడు మీకు ఏం కావాలి మేడం?

అఖిల: నీ లిస్ట్ లో ఉన్న పిల్లలు అందరు వెంటనే ఇక్కడికి, కాదు కాదు వైష్ణవ్ హాస్పిటల్ కి రావాలి.

మూర్తి: అంటే అది...,

మళ్ళా మూర్తి బుగ్గలు వాచాయి.

"రప్పిస్తాను మేడం" అంటూ ఫోన్ తీసి మెసేజ్ లు మొదలు పెట్టాడు మూర్తి.

అఖిల తర్వాత శర్వాతో మాట్లాడుతూ ఉంటుంది.

శర్వా: సరే తర్వాత ఏంటి?

అఖిల: మాయ గురించి ఏమైనా తెల్సిందా?

శర్వా: ఏం తెలియలేదు అసలు, పేరుకు తగ్గట్టే మాయ లేడి లా ఉంది, తన సిమ్ కి ఇచ్చిన వివరాలు అన్ని ఫేక్.

అఖిల: అవునా మొబైల్ ఆఫ్ లో ఉందా?

శర్వా: అవును.

అఖిల: లాస్ట్ ఎక్కడ ట్రేస్ ఐంది.

శర్వా: విశాఖపట్నం కైలాసగిరి పోలీస్ స్టేషన్ దగ్గర.

అఖిల: అంత దూరం ఎందుకు పోయినట్టు?

శర్వా: ఏమో, అడ్రస్ తెలీకుండా ఎలా వెతుకుతాం.

అఖిల: అలోచించి వెతకాలి, మనం ఇంటలిజెన్స్, మనమే ఇలా అంటే ఎలా?

ఇద్దరు మాయని పట్టుకోవడం కోసం ఆలోచన చేయసాగారు.

***

“ఏంటి నవ్వుతున్నావ్, చంపితే చంపెయ్ ప్రశాంతంగా చస్తా, ఎందుకంటే అది చాలా మంచిది జీవితానికి. మీ భారత దేశంలో ఉండి పేరు మార్చుకున్నపుడు శివోహం కోసం విన్నాను, గుళ్ళు తిరిగాను కదా, అప్పుడు ఏం నచ్చలేదు, ఇప్పుడు బాగాఅర్థం అవుతోంది, చావు ప్రశాంతంగా రావడం ఎంత ముఖ్యమో” అంది ఫాతిమా.

“మంచిది, నీకు ఖచ్చితంగా ప్రశాంతంగా చావు వచ్చేలా చేస్తా, కానీ ఇంకా నువ్వు నాకు సమాచారం ఇవ్వాలి” అన్నాడు విక్రమ్.

“హలో మాస్టర్ జరిగింది మొత్తం ఇచ్చా, ఇంకేం సమాచారం ఇవ్వాలి, నా మాటలు వినాలనుకుంటున్నావా ఏమి?” అంది నవ్వుతూ ఫాతిమా.

“అబ్బో మేడం రొమాన్స్ మూడ్ లో వెళ్తున్నారు, నీకు అంత సీన్ లేదు కానీ, నువ్వు ఇంకా చెప్పవల్సినవి ఉన్నాయ్” అన్నాడు విక్రమ్.

“విక్రమ్ నీకు నేను ఏదయినా చెప్తా, ఎందుకంటే చావు గొప్పతనం కోసం నాకు చెప్పావు. నువ్వు నమ్మినా, నమ్మకున్నా ఈ కొన్ని గంటల నిశ్శబ్దం నన్ను చాలా మార్చింది” అంది

ఫాతిమా.

"సరే, ఒకటి అడుగుతా చెప్పు, నువ్వు ఇక్కడ లేకుంటే నీ ప్లేస్ లో ఎవరైనా వస్తారా?" అని అడిగాడు విక్రమ్.

కాసేపు ఆలోచన చేసిన తర్వాత "వస్తారు, కానీ ఒకరు వస్తే మాత్రం మీ జీవితాలు గల్లంతు అవుతాయి" అంది ఫాతిమా.

"అవునా, ఎవరో మరి మమల్ని గల్లంతు చేసేవాళ్ళు"; అని అడిగాడు విక్రమ్.

"ది గ్రేట్ అలీ, తూర్పు ఆసియా దేశాల్లో మేము చెప్పినట్లు రాజ్యాలు నడుస్తూ ఉన్నాయ్ అంటే అది అలీ వల్లనే. పిడి గుద్దులతో మనుషులిని చంపేస్తాడు. అసలు వాడి అడుగుల శబ్దానికే భయం వేస్తుంది. జనాబ్ ఒక సారి పొగిడితే చాలు, ఆయన చెప్పిన దేశాన్ని వణికించి వస్తాడు. అతని ఆపడం మనుషుల వల్ల కాదు, ఎందుకు అంటే వాడో మృగం" అని చెప్పింది ఫాతిమా.

"ఓహో మరి అతను ఒక్కడే వస్తాడా?" అని అడిగాడు విక్రమ్. "లేదు ఒక వంద మంది జనాబ్ మిలిటెంట్స్ వస్తారు" అంది ఫాతిమా.

"ఏంటి వాళ్ళ ప్రత్యేకత?"; అన్నాడు విక్రమ్. "వాళ్ళు కమాండర్ ఆర్డర్ పాటిస్తారు, అయన చెప్తే మానవ బాంబు లా మారి అరాచకాలు సృష్టిస్తారు" అంది ఫాతిమా.

"ఎలా వస్తారు వాళ్ళు?" అని అడిగాడు విక్రమ్. "తెలీదు, తెలిసినా చెప్పను" అంటూ కాళ్ళు మీద కాళ్ళు వేసి విక్రమ్ కళ్ళలో సూటిగా చూస్తూ చెప్పింది ఫాతిమా.

"ఏంటో మేడం గారి మాట, తీరు మారింది" అన్నాడు విక్రమ్.

"ఏంటి అంటే మా వాళ్ళు ఇండియా లో అలీతో పాటు దిగినట్టు నాకు అనిపిస్తోంది" అంది ఫాతిమా.

"మళ్ళా పాత ఫాతిమా వచ్చింది అన్నమాట, మాట భలే మారుస్తావ్ కదా, నేను మాత్రం మాట తప్పను ఎందుకంటే నేను భారతీయుడను కదా" అన్నాడు విక్రమ్.

"అవునా" అని ఫాతిమా అనేలోపు ఆమె శరీరం లోకి పదకొండు బుల్లెట్స్ దిగాయి.

"థాంక్ యు విక్రమ్, గొప్ప యోధుడు" అంటూ చనిపోయింది ఫాతిమా.

బులెట్ శబ్దం విని వాన్ ఆపాడు ముస్తాక్, వాన్ దిగారు వాళ్ళు, సరిగా వైష్ణవ్ హాస్పిటల్ వచ్చింది.

వైష్ణవ్ నీ ఆఖరి చూపు కోసం తీసుకొచ్చారు, బాగా ఏడ్చాడు. వైష్ణవ్ దగ్గరకి వచ్చి "నీ పిల్లల్ని నీ దగ్గర చేర్చడానికి నా వంతు సాయం చేస్తా" అన్నాడు విక్రమ్. దండం పెట్టాడు వైష్ణవ్.

అప్పుడే అఖిల అక్కడికి వచ్చింది.

విక్రమ్ టీం అందర్నీ కాన్ఫరెన్స్ హాల్ లోకి తీసుకువెళ్లాడు.

"ఫాతిమా ఎలా చనిపోయింది అన్నది మీకు నేను చెప్పాలి" అని జరిగింది చెప్పాడు విక్రమ్.

"ఇప్పుడు ఏం చేద్దాం అనుకుంటున్నావు?" అని అడిగాడు భగత్.

"మనం రెండు విషయాలు ఛేదించాల్సి ఉంటుంది సార్. ఒకటి అలీ ఇండియా ఖచ్చితంగా వస్తాడు నా ఉద్దేశం కరెక్ట్ అయితే ఈ పాటికి ఇండియా చేరుకొని ఉంటాడు. ఒక్కడు ఎక్కడికి వెళ్ళడు, వంద మంది మానవ బాంబు లతో అని చెప్పింది ఫాతిమా. అంటే మనం ఎంత జాగ్రత్త గా ఉండాలి, ఏ మార్గం లో ఎవరు వస్తున్నారో కూడా తెలీదు". అని ఆపాడు విక్రమ్.

"రెండవ విషయం ఏంటో చెప్పండి సార్" అంది అఖిల. "అది మన వాళ్ళకి నలభై వేల మందికి జన్యు నియంత్రణ లేకుండా చేసారు. అంటే పెద్ద వాళ్ళ ద్వారా వాళ్ళకి ఏ విధమైన తెలివితేటలూ రావు, తర్వాత తరాలు అన్ని జ్ఞానం లేకుండా పోతాయి, అలా మన విజ్ఞానం లేకుండా చేయడానికి వాళ్ళు పెద్ద ప్లాన్ వేశారు. మంచి విషయం ఏంటి అంటే, ఇది మనకి ముందే తెలియడం" అన్నాడు విక్రమ్.

"సరే ఇప్పుడు దానికి విరుగుడు ఏంటి అసలు? మన వాళ్ళని దీని నుంచి ఎలా కాపాడాలి?" అన్నాడు సమీర్.

"మనం చైనా వెళ్ళాలి, చైనా లో ఉన్న ల్యాబ్ వివరాలు, ఎవర్ని కలిసిందో మనకి ఫాతిమా చెప్పింది కాబట్టి వెళ్లి వాళ్ళ దగ్గర నుంచి సమాచారం తెల్సుకోవాలి". అన్నాడు విక్రమ్

"సార్... ఊరుకోండి సార్, అసలు చైనా వెళ్లి బ్రతికి వచ్చిన "రా" ఏజెంట్ ఎవరైనా ఉన్నారా. మీకు తెలియని విషయం కాదు, శర్వా వాళ్ళ నాన్నగారు చనిపోయింది కూడా చైనా లోనే "అన్నాడు సారథి.

"అయితే ఇప్పుడు ఏంటి? ప్రాణాల కోసం ఆలోచన చేసి దేశం భద్రతా వదిలేయాలా, భవిష్యత్తు జనరేషన్ మొత్తం మైండ్ లేకుండా తిరగాలా, దేశం లో జ్ఞానం మొత్తం పోగుట్టుకోవాలా, అసలు అది మంచి పనేనా, ఇప్పుడు మన ప్రాణాల కోసం చూస్తామా? దేశం

కోసం చూస్తామా?" అన్నాడు విక్రమ్.

"ఖచ్చితంగా దేశం కోసమే సార్" అంటూ లోపలి వచ్చింది ఒకామె. ఆమెని చూస్తూనే అంతా ఆశ్చర్య పోయారు.

ఎందుకంటే ఆమె అంత అందంగా ఉంది. డార్క్ బ్లూ కోట్, వైట్ ఓపెన్ టాప్ బ్లూ షర్ట్, బ్లాక్ కలర్ షార్ట్ స్కర్ట్ వేసుకుంది. కళ్ళు కూడ ఆకర్షణీయంగా ఉన్నాయ్, బుగ్గలు ఎర్రగా ఉండి నున్నగా ఉన్నాయ్ పెదవులు చెర్రీస్ కంటే ఎర్రగా ఉన్నాయ్, ముక్కు శిల్పి చెక్కినట్టే ఉంది, ఇంకా ఆ రంగు అయితే పాలరాయి కూడ అంత తెల్లగా ఉంటుందా అనిపించక మానదు.

"మీరు ఎవరు?" అంది అఖిల.

"నే చెప్తా అఖిల, ఆమె నేను మొదట పని చేసిన టీం లో వర్క్ చేసేది. ల్యాబ్ మోడల్స్ లో స్పెషల్ ట్రైన్డ్, ఆమె పేరు శ్వేతా. ఇక్కడ ఉన్న అందరికి ఆమె కొత్తే నాకు, భగత్ సార్ కి తప్ప" అన్నాడు విక్రమ్.

"ఓహో అవునా, హాయ్ శ్వేతా" అంది అఖిల. కానీ శ్వేతా మాత్రం విక్రమ్ ని చూసే పనిలో పడింది. ఆమెని చూసినప్పటినుంచి పైనుంచి కింద దాక స్కాన్ చేస్తున్న మాధవ్ అదే పని లో ఉన్నాడు.

అఖిల కి వళ్ళు మండిపోయింది, అసలు ఏం చేయాలా అని మాధవ్ కేసి చూసింది. మాధవ్ ని చూసి ఒక ఐడియా వచ్చింది అఖిలకి వెంటనే "ఒరేయ్ అన్నయ్య ఇక్కడ నువ్వు ఆమెని స్కాన్ చేస్తున్నావ్ సరే, అక్కడ ఆమె ఎవర్ని స్కాన్ చేస్తోంది చూడు" అంది.

అది చూసిన మాధవ్ కి తిక్క లేచి "ఒరేయ్ బావ, ఎవర్నీ వదలవా, అందరు నీకే కావాలి అంటే నేను ఏమవ్వాలి?" అన్నాడు మాధవ్.

"అయ్యో బావ నీకోసమే శ్వేతతో చెప్తున్నా రా, నువ్వు శ్వేత చైనా వెళ్తున్నారు. శ్వేత కి ల్యాబ్ లో కావల్సినవి తెచ్చి ఇచ్చే బాధ్యత నీది" అన్నాడు విక్రమ్. "బావ అదేంటిరా చైనా నువ్వు రావా?" అన్నాడు మాధవ్. "లేదు, చైనా ఆపరేషన్ లీడ్ చేసేది నువ్వే" అన్నాడు విక్రమ్.

భయంగా చూసాడు మాధవ్, "అయినా నువ్వే కదరా అన్నావ్, అన్నింటికి నేను వద్దు అని" అన్నాడు విక్రమ్.

"వద్దు అంటే మాత్రం, అంత కష్టమైన పనికి నన్ను పంపుతావా?" అన్నాడు మాధవ్.

"తప్పదు రా" అన్నాడు విక్రమ్. అప్పుడు అఖిల నవ్వుతోంది. వెంటనే "పోనీ నా చెల్లి అఖిలని కూడా నాతో పంపు" అన్నాడు మాధవ్.

"కుదరదు, ఇక్కడ మేము అలీ మీద ఆపరేషన్ చేయబోతున్నాం, దానికి అఖిల నాతో పాటు ఉంటుంది" అన్నాడు విక్రమ్. "అవునా, సరే అయితే" అన్నాడు మాధవ్. అఖిల ఆనందానికి అవధులు లేవు.

"ఒక్క విషయం అందరు గుర్తు పెట్టుకోండి, ఈ రెండు ఆపరేషన్లు కూడా కష్టతరమైనవి. ఎందుకంటే, అలీ వంద మంది మానవ బాంబ్ లని తీసుకుని మన మీదకి వస్తున్నాడు, ఎవరు ఎప్పుడైనా ఎటాక్ చేయచ్చు ముందు అలీ ని ఆపాలి".

"రెండు మన వాళ్ళు చైనాలోకి వెళ్లి విషయం తెల్సుకోవాలి. "రా" అని తెలిస్తే వాళ్ళు వదలరు. రేపు మాధవ్, శ్వేతా ఇంకా పది మంది చైనా చూడటానికి టూరిస్ట్ వీసా మీద చైనా వెళ్తారు. అక్కడ అందరు మాధవ్ ఆర్డర్ ఫాలో కావలసిందే, టీం లీడ్ చేసేది అతనే" అన్నాడు విక్రమ్.

"ఓకే మాధవ్, శ్వేతా మీరు ఇక్కడ నుండి వెళ్లి చైనా ఏర్పాట్లు చూస్కోండి" అన్నాడు విక్రమ్ "సరే" అని కదిలారు ఇద్దరు.

అప్పుడు ఖతార్ నుంచి ఇంటలిజెన్స్ ద్వారా వచ్చిన అలీ పిక్ చూపించాడు అందరికి విక్రమ్.

"అఖిల నువ్వు ఈరోజే హైదరాబాద్ ఎయిర్ పోర్ట్ వెళ్లి మన నిఘా వర్గాల సమాచారం ప్రకారం అలీ ఒక పది మంది తో ఎయిర్పోర్ట్ వస్తాడు. వాళ్ళ వివరాలు, ఎటు వెళ్తున్నారు ఏంటి, ఎప్పటికప్పుడు నీ టీం ఫాలో కావాలి. తర్వాత సమీర్, నువ్వు కలకత్తా వెళ్ళు, బంగ్లాదేశ్ మీదుగా వచ్చే అవకాశాలు లేకపోలేదు. నీకు అక్కడ డీలింగ్స్ ఉన్నాయ్ కాబట్టి, టీం తో కొత్త వాళ్ళు ఎవరు వచ్చిన మీరు అరెస్ట్ చేయండి. ఇంకా సారధి, శర్వా మీరు ఇద్దరూ వడోదర వెళ్ళండి, ముంబై కంటే అది సేఫ్ అని వాళ్ళు అనుకోవచ్చు" అన్నాడు విక్రమ్.

"మేము?" అన్నాడు సారధి. విక్రమ్ భగత్ కేసి చూసాడు. "సరే వాళ్ళకి సాయం నేను కూడా వెళ్తాను" అని అన్నాడు భగత్.

"మరి నువ్వు ఎక్కడ ఉంటావ్ బావ?" అంటూ గోముగా అడిగింది అఖిల. "ఏంటి అఖిల నువ్వు, అకస్మాత్తుగా మారిపోతావా, ఇప్పటిదాకా బానే ఉన్నావు కదా! అన్నాడు విక్రమ్. ఏమైంది

నీకు?", "అయ్యో నేను బానే ఉన్నా, బ్రెయిన్ కూడా బానే పని చేస్తోంది, అందుకే మీరు ఎటు పోతున్నారు అని అడిగా సార్" అంది అఖిల.

"మీ టీం లు అన్ని డివైడ్ చేసాక నేను ఒకడినే మిగిలాను, నేను తత్తుకోడై పోర్ట్ వెళ్తాను, అది శ్రీలంక కి చాలా దగ్గర" అన్నాడు విక్రమ్. ఎవరికీ ఏం అర్థం కాలేదు.

"ఆ మూలకి ఎందుకు?" అన్నాడు భగత్. "ఎందుకంటే, చైనా నుంచి హాంకాంగ్ ద్వారా సరకు రావచ్చు కానీ, ఈమధ్య చైనా వాళ్ళు శ్రీలంక తో పోర్ట్ ఒప్పందాలు కుదుర్చుకుని ఉన్నారు. కొంచెం దూరం అయినా సెక్యూరిటీ తక్కువ అని అటు పంపవచ్చు, అంతే కాక మనుషులు కూడా ఎక్కువ అటే రావడానికి అవకాశం ఉంది" అన్నాడు విక్రమ్.

"మరి నువ్వు ఒక్కడివే వెళ్తా అంటున్నావ్?" అన్నాడు భగత్.

"అయ్యో సార్, విక్రమ్ సార్ ఏ బడ్డీ కొట్టు అతనో లేదా ఏ ఇస్త్రీ పెట్టె అతనో దొరక్క పోతాడా బుల్లెట్స్ అందించడానికి" అంటూ నవ్వింది అఖిల.

"ఇది జోక్ టైం కాదు" గట్టిగానే అన్నాడు విక్రమ్. "అబ్బా... ఓకే సార్, కోపం వద్దు" అంది అఖిల.

అక్కడే ఉన్న శర్వా ఒక్కసారి "ఫేస్ టర్న్ చేయి అమ్మ ఇటు, కోపం వద్దా" అన్నాడు. "హీహీహీ" అని పళ్ళు బైట పెట్టింది అఖిల.

"చాలా చేసావ్ కానీ, ఇంకా ఆ పళ్ళు లోపల పెట్టు" అన్నాడు శర్వా.

"అది ప్లాన్, ఫాలో అవ్వండి" అన్నాడు విక్రమ్. "ఒక సమస్య ఇంకా ఉంది" అన్నాడు శర్వా.

***

చైనా నుంచి నెక్స్ట విడత సరకు షిప్ ఎక్కించి, ఫ్లైట్ లో బయలుదేరాడు అలీ.

***

"ఏంటా సమస్య శర్వా?" అని అడిగాడు విక్రమ్. "అన్న అది, మాయ మేడం ఇంకా దొరకలేదు, తన ద్వారా పది వేల మంది ఇంకా మనకి దొరకాల్సి ఉంది. తన చివరి మొబైల్ ట్రేస్ విశాఖపట్నం లో చూపిస్తోంది" అన్నాడు శర్వా.

"సరే ఒక్క నిమిషం, మన సీనియర్ శివ అని ఒకరు అక్కడే ఉంటున్నారు, ఇప్పుడు రిటైర్ అయ్యారు, ఆయన హెల్ప్ అడుగుదాం" అని కాల్ చేసాడు విక్రమ్.

ఫోన్ రింగ్ అయింది, కాల్ ఎత్తాడు శివ. “హలో శివ సార్, నేను విక్రమ్ ని. మాకు ఒక సాయం కావాలి” అన్నాడు విక్రమ్. వెంటనే కాల్ కట్ చేసాడు శివ.

ఏమి అయి ఉంటుందా అని అందరూ ఆలోచిస్తున్నారు. అప్పుడు వేరే నెంబర్ నుంచి కాల్ వచ్చింది విక్రమ్ కి, కాల్ ఎత్తాడు విక్రమ్.

“హలో విక్రమ్ నేను శివ ని” అన్నాడు శివ. సార్ ఒక్క నిమిషం టీం అంతా ఉన్నారు, ఫోన్ స్పీకర్ లో పెడుతున్నా” అని స్పీకర్ లో పెట్టాడు విక్రమ్.

“ఏమయ్యా విక్రమ్ ఎన్ని సార్లు చెప్పినా బుద్ధి రాదా నీకు, ప్రోటోకాల్ ఫాలో అవ్వాలి కదా. పర్సనల్ నెంబర్ కి చేస్తావు, డిపార్ట్మెంట్ ఇన్ఫర్మేషన్ సింపుల్, మొబైల్ ద్వారా మాట్లాడాలి అని నీకు ఎన్ని సార్లు చెప్పాను” అంటూ విక్రమ్ ని తిడుతూ ఉన్నాడు శివ.

అందరికి నవ్వు వస్తోంది. భగత్ అయితే “నీకు ఆ శివ నే కరెక్ట్ రా” అంటున్నాడు. “సార్ కొంచెం ఆగండి, అర్జెంటు మిషన్ మీద ఉన్న కంగారులో చేశా, చూసి చూడనట్టు వదిలేసి సాయం చేయండి సార్” అన్నాడు విక్రమ్.

“సరే చెప్పు” అన్నాడు శివ. “సార్ ఆమె పేరు మాయ, సిమ్ తీసుకోవడానికి ఇచ్చిన డీటెయిల్స్ అన్నీ తప్పు” అన్నాడు విక్రమ్.

“సరే ఆమె ఫోటో ఉందా?” అని అడిగాడు శివ. “ఉంది” అన్నాడు విక్రమ్. “సరే ఒక పని చేయండి, విశాఖపట్నం కమీషనర్ ని లైన్ లోకి తీసుకుని బస్సు స్టాండ్ రైల్వే స్టేషన్ సీసీ ఫ్యూటేజీ చెక్ చేయండి. ఒకవేళ ఆమె ఊరు వదిలి పోతే తెలుస్తుంది, ఆమె మొబైల్ లాస్ట్ లొకేషన్ ఎక్కడ చూపించింది?” అని అడిగాడు శివ.

“కైలాస గిరి సార్” అని చెప్పాడు విక్రమ్. “సరే ఆమె పిక్ నాకు పంపు, పంపమన్న కదా ఆండ్రాయిడ్ నెంబర్ ఉంది అని దానికి పెట్టేవు, ఫ్యాక్స్ చేయి నా పర్సనల్ అకౌంట్ కి” అని వార్నింగ్ ఇచ్చాడు శివ. “సరే” అన్నాడు విక్రమ్. “నే వెళ్లి కైలాస గిరి లో చూస్తా” అని పెట్టేసాడు శివ. విక్రమ్ ఫోటో ఫ్యాక్స్ చేసాడు శివ కి.

మాయ పిక్ చూసి మతి పోయినంత పని అయింది శివ కి, అసలు నమ్మబుద్ధి కాలేదు. ఏదో ఒకటి తేల్చుకోవాలి అని బయలుదేరాడు.

అందరు వారికి ఇచ్చిన పనులు చేయడానికి బయలుదేరారు.

***

అలీ చైనా నుంచి ఖతార్ వెళ్ళాడు. అక్కడ తన కోసం ఎదురు చూస్తున్న పది మంది తో కలిసి హైదరాబాద్ వెళ్లే విమానం ఎక్కాడు. చైనా లో అలీ మాట్లాడక ముందే కార్గో షిప్ శ్రీలంక ద్వారా ఇండియా రావడానికి బయలుదేరింది. వాళ్ళు ముందే శ్రీలంక నౌక బోర్డర్ లో దాన్ని ఉంచాలి అని, ఇండియాకి పంపమని ఆర్డర్ రాగానే పంపాలి అని, ప్లాన్ వేశారు. అలీ తో మాట్లాడటం అవ్వగానే షిప్ ఇండియా బయలుదేరింది.

అఖిల అలీ కోసం హైదరాబాద్ ఎయిర్పోర్ట్ లో ఎదురు చూస్తోంది. అలీ అమ్మాయిల విషయం లో వీక్ ఉంటాడు అని విక్రమ్ చెప్పింది గుర్తు చేసుకుంది అఖిల. “వీడ్ని ఫాలో చేయడం కంటే, పడేయడం మంచిది ఏమో” అనుకుంది కాసేపు. “సరే బావ ఫాలో కమ్మనాడు కదా, ఫాలో అవుదాం” అనుకుంది.

అయినా బావ కి ఏమైనా మంత్రాలూ తెలుసా, వాడు కరెక్ట్ హైదరాబాద్ కే ఎందుకు రావాలి, అన్ని ప్లేసెస్ తెలిసినట్టే మనుషులని పంపాడు, ఒక్క గెస్ తప్పు అయినా మొత్తం నాశనమే కదా అనుకుంది అఖిల.

అఖిల అలా అనుకుంటున్నపుడు అలీ ఫ్లయిట్ దిగి బైటకి వస్తున్నాడు. అంతే... అఖిల “బావ ఒక్క విషయం లో కూడా టార్గట్ మిస్ అవ్వవు కదా నువ్వు” అనుకుంది.

పది మంది బైట వచ్చి కాబ్స్ కోసం చూసారు. అక్కడే కాబ్ డ్రైవర్ వేషం లో ఎదురు చూస్తున్న పోలీస్ డ్రైవర్ ముస్తాక్ వాళ్ళ దగ్గరకి వచ్చాడు. “అవుట్ స్టేషన్ వస్తావా?” అని అడిగాడు అలీ మనిషి. “ఏ ఊరు సార్?” అని అడిగాడు ముస్తాక్. “తమిళనాడు బోర్డురు తూత్తుకుడై” అన్నాడు అతను. “సార్ పాతిక వేలు ఇస్తే వస్తా, దాదాపు వేయి కిలోమీటర్స్” అన్నాడు ముస్తాక్. సరే, నీ ఫ్రెండ్ వేరే డ్రైవర్ ఉంటే పిలువు” అన్నాడు అతను. అఖిల టీం కోసం పంపిన ఇంకో అతను డ్రైవర్ లా వచ్చాడు.

అఖిల, శర్వా, విక్రమ్, సమీర్ శర్వా తయారు చేసిన GPS కనెక్టర్ వాయిస్ ట్రాక్ అండ్ ఎక్స్చేంజి డివైస్ ద్వారా కనెక్ట్ అయి ఉన్నారు. అక్కడ జరిగింది చెప్పింది అఖిల. “గుడ్ అఖిల, అతన్ని ఫాలో కండి అనుమానం రానివ్వద్దు” అన్నాడు విక్రమ్ సార్.

"అక్కడ పరిస్థితి ఏంటి సమీర్?" అని అడిగాడు విక్రమ్. "ఇప్పుడే ఒక కొత్త షిప్ కోల్కతా పోర్ట్ లోకి వచ్చింది సార్, ఢాకా నుంచి వ్వచినట్టు తెల్సింది" అన్నాడు సమీర్.

"నువ్వు అందరి పాస్పోర్ట్ చెక్ చేయి, మన వాళ్ళని తీసుకుని పోర్ట్ ఆఫీసర్స్ తో పాటు ఉండు. నేను పంపిన ఇరవై మంది లో ఎవరు కనపడ్డా అక్కడే కాల్చేయ్" అన్నాడు విక్రమ్.

విక్రమ్, "సరే శర్వా నువ్వు కూడా నేను పంపిన ఫోటో లో ఎవరు కనపడ్డా కాల్చేయ్" అన్నాడు. "సార్ నేను ఇప్పటిదాకా ఫైర్ చేయలేదు సార్" అన్నాడు శర్వా. "అదేంటి ట్రైనింగ్లో మీ బ్యాచ్ లో నువ్వే షూటింగ్ లో టాప్ అన్నారు" అన్నాడు విక్రమ్. "అవును సార్, కానీ నేను మనుషుల మీద ఎప్పుడు చేయలేదు, నాకు ఇష్టం ఉండదు కూడా, కేవలం కంప్యూటర్ ఆపరేషన్ పోస్ట్ అని ఇందులో వచ్చా సార్" అన్నాడు శర్వా.

"ఒకటి చెప్తా విను, మీ నాన్నగారు "రా" లో ఎంతో ముఖ్యమైన ఆఫీసర్. ఆయన జన్యు బలం నీలో కూడా ఉంది. అలాగే ఇప్పుడు వచ్చే లాంటివాళ్లే మీ నాన్నగారిని కాల్చి చంపారు. షూటింగ్ లో టాప్ వచ్చిన నువ్వు కాల్చలేవా వాళ్ళని" అని అడిగాడు. వెంటనే "నే షూట్ చేస్తా సార్ వాళ్ళని" అన్నాడు శర్వా. "సరే విషయం భగత్ సార్ కి సారధి కి చెప్పు. హాంకాంగ్ షిప్ వచ్చిందా?" అని అడిగాడు విక్రమ్. "లేదు సర్ ఇంకో మూడు గంటలు పట్టచ్చు" అన్నాడు శర్వా.

"మీరు వడోదర సమీపంలో ఉన్న దహేజ్ పోర్ట్ లో ఉన్నారు కదా" అని అడిగాడు విక్రమ్. "అవును సార్" అన్నాడు శర్వా. "సరే మిత్రులారా..., దేశం మీదకి వచ్చిన ఆపద ని మనం అందరం రూపు మాపి దేశం ని అత్యున్నత స్థానం లో నిలబెడదాం" అన్నాడు విక్రమ్. "ఎస్ సర్" అన్నారు అందరు.

"బావ ఒక విషయం అడగనా?" అంది అఖిల. "వద్దు అంటే ఆగవు కదా కానీ..." అన్నాడు విక్రమ్. "పది మంది నా దగ్గరకి వచ్చారు, ఇరవై మంది సమీర్ దగ్గరికి వచ్చారు, ఇరవై మంది శర్వా దగ్గరికి వస్తారు, ఇంకా యాభై మంది ఉన్నారు, నీ వైపే కదా అంత, మరి నీ దగ్గర ఎవరు లేరు కదా బావ" అంది అఖిల.

"అవును" అన్నాడు సమీర్. "పిచ్చి అంటారు బావ దీన్ని, ఉన్న వంద మంది మా అందరి తో పంపి హీరో లా ఒక్కడివి ఎటాక్ చేయడానికి పోయావా" అని అరిచింది అఖిల. "మళ్ళా నువ్వు హీరో అనుకో, అయినా అవసరం అయితే తప్ప ఎందుకు హీరో ప్రయోగాలు నీకు" అంది అఖిల.

నవ్వాడు విక్రమ్.

“ఇంతకీ ఎక్కడ ఉన్నావు బావ” అంది అఖిల. “నేను ఇప్పుడే తూత్తుకుడై వచ్చాను అఖిల, నేను ఒకడ్ని లేను నాతో పాటు నా ఫ్రెండ్ మణికందన్ ఉన్నాడు” అంటూ చెప్పాడు విక్రమ్.

“ఎవరు ఆ మణికందన్?” అని అడిగారు అంతా విక్రమ్ ని.

“మణికందన్ నా పాత మిత్రుడు. ఇద్దరం ఒకే కాలేజీ లో చదివాం. ఇక్కడ అతను, అతని టీం నాకు సపోర్ట్ చేయడానికి ఉన్నారు, మీరు కంగారు పడకండి” అన్నాడు విక్రమ్.

“ఇంతకీ సార్ ఏ డిపార్ట్మెంట్ అన్నాడు?” శర్వా,.“విద్య శాఖ” అన్నాడు విక్రమ్. “అర్థం కాలేదు సార్” అంది అఖిల. “తాను స్కూల్ టీచర్” అన్నాడు విక్రమ్. “ఏంటి స్కూల్ టీచర్, ఇప్పుడేంటి టీచర్స్ సహాయం తో మిలిటెంట్స్ ని చంపుతావా బావ” అని అంది విక్రమ్.

“మనం ఇప్పుడు ఏ స్థితి లో ఉన్నా దానికి కారణం టీచర్సే ., మనల్ని తయారు చేసిందే వీళ్ళు, మనకి కష్టం వస్తే సాయం చేయలేరా” అన్నాడు విక్రమ్.

“నిజమే కానీ టీం ఎలా సార్” అన్నాడు సమీర్. “మణికందన్ గణితం మరియు స్కౌట్ టీచర్, వాళ్ళ స్కౌట్ టీం అంత నాకు సపోర్ట్ గా పోర్ట్ కి వచ్చారు, ఇక్కడ నేవీ టీం ఇరవై మంది ఉన్నారు” అన్నాడు విక్రమ్.

“సార్ అక్కడ నేవీ కి పెద్దగా అర్మ్స్ లేవు సార్. పైగా వాళ్ళకి అర్మ్స్ వాడాల్సిన అవసరం వచ్చి ఉండదు, పిల్లల చేతే అర్మ్స్ ప్రయోగం చేయడం అంత మంచిది కాదేమో” అన్నాడు శర్వా.

“అందరు నాకు సాయం చేస్తారు, నేను తప్ప ఎవరు అర్మ్స్ వాడరు” అని అన్నాడు విక్రమ్.

“సరే సార్” అన్నారు అంతా ఒకే సారి. “సార్ మిలిటెంట్స్ ఒక్కొక్కరు వస్తున్నారు, ఎటాక్ చేస్తున్నా” అన్నాడు సమీర్. “ఒక్క నిమిషం నీతో మన వాళ్ళు ఎంత మంది ఉన్నారు” అని అడిగాడు విక్రమ్. “పాతిక మంది సార్” అన్నాడు సమీర్. “అయితే అందరూ ఒక్కసారే పోసిషన్ తీస్కోండి, అందరు ఒక్కసారే పోవాలి, అంతా ప్రశాంతంగా జరగాలి” అన్నాడు విక్రమ్.

“సరే సార్” అన్నాడు సమీర్. వెంటనే సమీర్ “అందరిని విక్రమ్ చెప్పినట్టు అలెర్ట్ చేసాడు, అందరు ఒక్కసారే ఫైర్ చేసారు, ఇరవై మంది పోయారు సార్” అన్నాడు సమీర్. “మొత్తం ఇరవై బాడీ లు కలెక్ట్ చేసి అందర్నీ వెరిఫై చేసి హైదరాబాద్ తీసుకుని రా, మొత్తం అందర్నీ ఇంటలిజెన్స్

ఆఫీస్ కి" అన్నాడు విక్రమ్. "ఓకే సార్" అని ఆ పనిలో పడ్డాడు సమీర్. "ఏంటి అఖిల ఎక్కడ దాక వచ్చారు?" అని అడిగాడు విక్రమ్. "హైదరాబాద్ నుంచి రెండు వందల కిలోమీటర్స్ వచ్చాము, బెంగళూరు హై వే లో పోతున్నాం, ఏంటి చెన్నై కదా" అంది అఖిల.

"అఖిల మీరు బెంగళూరు హై వే లో వెళ్లి, హెబ్బల్ దగ్గర కోయింబత్తూర్ ఊటీ హై వేకి, మరి అలా కన్యాకుమారి హై వే మీదుగా తూత్తుకోడై పోర్ట్ కి వస్తారు" అన్నాడు విక్రమ్.

"ఓహ్ అవునా సార్, సరే సార్" అంది అఖిల. నవ్వాడు విక్రమ్. అప్పుడే శర్వా "సార్ షిప్ వచ్చినట్టుగా ఉంది" అన్నాడు. "శర్వా మీరు ఎంత మంది ఉన్నారు?" అని అడిగాడు. "నాతో కలిపి యాబై మంది సార్" అన్నాడు శర్వా. "మీరు కూడా ఆపరేషన్ చేయండి, ఒకసారి ఫైర్ చేయండి ఎవ్వరు మిస్ అవ్వకూడదు" అన్నాడు విక్రమ్.

"వాళ్ళు మాత్రం టీం అంతా ఒకేసారి ఫైర్, మీరు మాత్రం ఒక్కరే చేస్తారా సార్" అంది అఖిల. "అఖిల వాళ్ళు ఉన్న పోర్ట్ చాలా పెద్దవి, పైగా జనసంచారం ఎక్కువ, ఒక్కసారే కాల్పులు జరగకపోతే మనం చాలా ప్రజల్ని నష్టపోతాం. వాళ్ళకి ఎదురు కాల్పులు చేసే ఛాన్స్ ఇవ్వకూడదు. నేను ఉన్న చోట వాళ్ళు కార్గో కంటైనర్ దింపడానికి ఎంచుకున్నారు, దాని అర్థం ఇక్కడ జన సమాచారం తక్కువ అని, నకిలీ మందులు అని, ఇంకేదో స్మగ్లింగ్ సామాను అని, ఇక్కడ నేవీ వాళ్ళని మేనేజ్ చేద్దాం అనుకున్నారో ఏమో. పైగా అలీ డైరెక్ట్ ఇక్కడికి వస్తున్నాడు, మాట వినకుంటే చంపేద్దాం అనుకోవచ్చు. అందుకే ఇక్కడ పెద్ద ఫైర్ జరిగినా వచ్చే నష్టం ఏం లేదు" అన్నాడు విక్రమ్.

"సరే సార్, ఇక్కడ ఎంత మంది వచ్చారు వాళ్ళ పిక్స్ పేర్లు అన్ని మీకు ఎలా తెలిసాయి" అన్నాడు సమీర్. "మన నిఘా వర్గాలు తెలిపారు" అన్నాడు విక్రమ్. "మనకి ఇంత మంచి నిఘా వర్గం ఉందని నాకు తెలీదు సార్" అన్నాడు శర్వా. "తెలుసుకుంటావ్ లే కానీ, కాల్పులు ఎక్కడ దాక వచ్చాయి?" అన్నాడు విక్రమ్. "నాది అయింది, టూ సెకండ్స్ లో అందరివీ అవుతాయి" అన్నాడు శర్వా. "మళ్ళా అందరివీ అయ్యాయి సార్" అన్నాడు శర్వా. "ఓకే శవాలు పట్టుకుని హైదరాబాద్ వచ్చేయి" అన్నాడు విక్రమ్.

"ఓకే సార్" అన్నాడు శర్వా. అప్పుడే స్కౌట్ పిల్లలు వచ్చి, "ఏం చేయాలి సార్ మేము ఇప్పుడు?" అని అడిగారు విక్రమ్ ని. "నేను చెప్తా" అని వాళ్ళని దగ్గరలో ఉన్న కొండ మీదకి వెళ్ళాడు విక్రమ్.

***

చైనా లో ల్యాండ్ అయ్యారు శ్వేతా, మాధవ్ ఇంకా మిగతా పది మంది. అందరు "సార్ రిపోర్టింగ్ సార్" అని మాధవ్ కి చెప్తుంటే భలే ఆనందంగా ఉంది మాధవ్ కి.

"సార్ అంటూ దగ్గరగా వచ్చింది శ్వేతా, నోటా మాట రాలేదు మాధవ్ కి. "ఏమైంది సార్ చలిగా వుందా? అలా వణుకుతున్నారు" అని చేయి పట్టుకుంది శ్వేతా. "అవును నువ్వు పట్టుకున్నావ్ గా వేడి పుట్టి చలి పోతుంది లే" అన్నాడు మాధవ్. "భలే మాట్లాడతారు సార్ మీరు" అంది శ్వేతా. "నా మాటలు భలే అనిపించిన మొదటి అమ్మాయి నువ్వే అనుకుంటా". "అయినా ఈ "రా" ఆఫీసర్స్ కి పులిహోర కలపడం రాదేమో అందుకే ఇంత అందమైన అమ్మాయిని ఇలా వదిలేసారు" అనుకున్నాడు మాధవ్.

"సార్ ఇప్పుడు మన నెక్స్ట్ స్టెప్ ఏంటి?" అంది శ్వేతా. "శ్వేతా మా బావ ఏదో నోరు తిరగని పేరు చెప్పాడు ఏంటి అది?" అని అడిగాడు మాధవ్.

"గుయాంగ్జౌ ల్యాబ్ సార్" అంది శ్వేతా. "సరే వెళ్దాం అక్కడికి" అన్నాడు మాధవ్. "సార్ అది టూరిజం ప్లేస్ కాదు, అక్కడికి వెళ్తే పట్టుకుంటారు" అన్నాడు మాధవ్ టీం లో ఒక అతను. "మరి ఎలా శ్వేతా అసలు ఎలా వెళ్ళాలి ఇప్పుడు" అన్నాడు మాధవ్.

"సార్ ఒకలా వెళ్లొచ్చు ఆ దగ్గరికి కానీ, ల్యాబ్ లోకి ఎలా వెళ్ళాలి తెలియదు నాకు" అంది శ్వేతా.

"మొత్తం చెప్పు శ్వేతా" అన్నాడు మాధవ్. "అక్కడికి దగ్గర్లో బోధి ధర్మని ఆలయం ఉంది. చైనా కి మంచి చేసిన ఆయన్ని విషం పెట్టి చంపినా స్థలం, ఈ నేల బాగుండాలి అని వీళ్ళు కోరితే విషం అని తెల్సిన తిన్నాడు" అంది శ్వేతా. "ఇప్పుడు వీళ్లు మన మీద విషం కక్కుతున్నారు" అని మండిపడ్డాడు మాధవ్. "సరే సార్ కూల్, అక్కడికి మాత్రం ఇండియన్స్ ని వెళ్లనిస్తారు చైనా వాళ్ళు" అంది శ్వేతా. "సరే అక్కడికి వెళ్దాం, ల్యాబ్ కి ఎలా వెళ్ళాలి అని నాకు ప్లాన్ ఉంది" అన్నాడు మాధవ్.

"అలా అయితే ఓకే సార్" అంది శ్వేతా. "ఇక్కడ కార్స్ రెంట్ కి ఎక్కడ దొరుకుతాయి" అని అడిగాడు మాధవ్. "ఎందుకు సార్" అని అడిగింది శ్వేతా. "మనం వచ్చే ముందు మన ఇద్దరికీ ఇంటర్నేషనల్ డ్రైవింగ్ లైసెన్స్ ఇచ్చాడు విక్రమ్. ఎందుకు అంటే ఇలాంటివి వచ్చినపుడు బ్రెయిన్ వాడటానికి" అన్నాడు మాధవ్. "సార్ విక్రమ్ సార్ మా పది మందికి కూడా ఇంటర్నేషనల్ లైసెన్స్ ఇప్పించారు సార్" అన్నారు మిగతావాళ్ళు.

"సూపర్ అలా అయితే మొత్తం అందరికి ఉన్నాయ్ కదా, సూపర్ రా బావ నువ్వు" అనుకుని, "శ్వేతా మన దగ్గర ప్లాన్ రెడీ గా ఉంది, ఇద్దరు వెళ్లి వెహికల్స్ రెంట్ కి తీస్కోండి" అన్నాడు మాధవ్. "ఓకే సార్" అని వెళ్లారు వాళ్ళు.

"మన ఇద్దరికీ ఒక కాబ్ బుక్ చేయి" అన్నాడు మాధవ్. "అలా ఎందుకు సార్?" అంది శ్వేతా. "శ్వేతా కాబ్ లో చెప్తా, ముందు బుక్ చేయి" అన్నాడు మాధవ్. "సరే" అని కాబ్ బుక్ చేసింది శ్వేతా.

కాబ్ ఎక్కాక శ్వేతా మాధవ్ ఇలా మాట్లాడుకున్నారు.

శ్వేత: ఇప్పుడు చెప్పండి సార్, మీ ప్లాన్ ఏంటి, ఎందుకు వాళ్ళు డ్రైవింగ్ కార్ లో, మనం కాబ్ లో వెళ్తూ ఉన్నాం...

మాధవ్: ఎందుకంటే ఒకసారి కాబ్ డ్రైవర్ ని చూడు.

శ్వేత చూసింది.

"హలో మేడం నేను రాజు ఇండియా నుండి".

శ్వేత: ఇండియా వాళ్ళకి చైనా లో జాబ్స్ ఇస్తారా? అదీ డ్రైవర్ లాగా?

రాజు: నేను, మాధవ్, అఖిల, అఖిల్ ఒకే కంపెనీ లో సాఫ్ట్వేర్ ఇంజనీర్స్.

శ్వేత: అఖిల్ ఎవరు?

మాధవ్: విక్రమ్.

శ్వేత: ఓహ్ విక్రమ్ సార్, ఫైన్ రాజు చెప్పండి.

రాజు: మా కంపెనీ వాళ్ళు ఆన్ సైట్ అడిగితే చైనా పంపారు మేడం. ఇంకా తప్పదు అని వచ్చేశా. ఇక్కడ ఫుడ్ తినలేకున్నా, మన ఫుడ్ కావాలంటే చాలా రేట్, అందుకే పార్ట్ టైం కాబ్ డ్రైవర్ అవతారం ఎత్తాను.

శ్వేత: ఓహ్ సూపర్.

మాధవ్: చైనా వస్తున్నాం అని తెలిసి మనవాడికి విక్రమ్ మెయిల్ చేసాడు. అలాగే నేను కాంటాక్ట్ అయ్యాను. ఇప్పుడు మన వాళ్ళు దారిలో చైనా వాళ్ళని యాక్సిడెంట్ చేస్తారు, అప్పుడు అక్కడ పెద్ద గొడవ జరిగి ట్రాఫిక్ ఆగిపోతుంది. ట్రాఫిక్ క్లియర్ చేయడానికి ఒకే దారి ల్యాబ్ మీదుగా వెహికల్స్ వెళ్లడం, మనం వెనక కాబ్ లో వెళ్తాము, కరెక్ట్ గా ల్యాబ్ కి పది అడుగుల ముందు కాబ్ ఆగిపోతుంది. అక్కడ ఎవరు ఉండకూడదు కాబట్టి సెక్యూరిటీ వస్తారు, వాళ్ళని కార్ లోకి ఎక్కించి మత్తులోకి దింపి వాళ్ళ యూనిఫార్మ్స్ మనం ఇద్దరం వేసుకుంటాం.

శ్వేత: ఆ డ్రెస్ నాకు బాగుంటుందా సార్?

ఆ డైలాగ్ తో రాజు కి మతి పోయింది.

మాధవ్: శ్వేత మనం ఏమైనా ఫ్యాషన్ షో కి వచ్చామా? డ్రెస్ బాగుండక పోతే ఏంటి, పని అవ్వడం ముఖ్యం.

ఆ టైం లో బ్లూ టూత్ హార్ట్ కనెక్టర్ తో రాజు మనకి కనెక్ట్ అయ్యి ఉంటాడు, వాళ్ళు ఎవరైనా ఆపితే మనవాడు సమాధానం చెప్తాడు.

శ్వేత: ప్లాన్ అదిరింది సార్.

మాధవ్: ఎప్పుడు సార్ ఎందుకు? మాధవ్ అని పిలువు శ్వేతా.

శ్వేత: నాకు అలా పిలవాలని ఉంది సార్, మీరు ఏమి అనుకుంటారో అనుకున్నా, మీరు నాకు బాగా దగ్గరవాళ్ళలా అనిపించారు.

మాధవ్: సూపర్ నాకు కూడా భార్య వరస అవుతావేమో అనిపించింది.

శ్వేత: అవునా థాంక్ యు మాధవ్ నా మనసులో కూడా అదే ఉంది.

"ఒరేయ్ బావ! చైనా పంపుతుంటే నన్ను చంపడానికి ప్లాన్ ఏమో అనుకున్న, కానీ నా పెళ్ళికి ముహూర్తం సిద్ధం చేసావ్ అనుకోలేదు, థాంక్స్ బావ" అనుకున్నాడు మనసులో అని అనుకుని పైకి అనేశాడు.

మాధవ్ ని కౌగిలి లో బంధించింది శ్వేతా.

అప్పుడే రోడ్ మాధవ్ టీం లో ఇద్దరు వెళ్లి ఒక చైనా లోకల్ వెహికల్ ని గుద్దేశారు, అక్కడ గొడవ ఆపడానికి పోలీస్ వచ్చారు, మాధవ్ అనుకున్నట్టే రూట్ ల్యాబ్ వైపు మారింది. కానీ అది

మాధవ్ చూడలేదు, ఎందుకు అంటే అప్పుడు శ్వేతా మాధవ్ ఇద్దరు కౌగిల్లో మునిగి ఉన్నారు.

"బాబు మాధవ నీ వేషాలు ఇంటికి వెళ్ళాక వేయచ్చు, ల్యాబ్ దగ్గర పడుతోంది రెడీ అవ్వండి" అన్నాడు రాజు. "అసలు ఇండియా వెళ్తాం అంటావా, మళ్ళా మాధవ్ హగ్ మిస్ అవుతా కదా రాజు" అంది శ్వేత.

"మేడం శ్వేత గారు, మా వాడి కౌగిలికి ఫాన్స్ ఉంటారని చూడడం ఇదే ఫస్ట్ టైం, ఎంత మంది వెనక తిరిగినా అందరూ వీడిని మోసం చేసారు తప్ప ప్రేమించలేదు" అన్నాడు రాజు.

"అవునా బేబీ నాకోసమే మోసం చేసి ఉంటారు లే, నువ్వు ఫీల్ కాకు" అని గుండెలకి హత్తుకుంది శ్వేత.

"నా ఖర్మ" అనుకుని అకస్మాత్తుగా బ్రేక్ వేసాడు రాజు. "ఎందుకు అంత కోపం" అని గట్టిగా అన్నాడు మాధవ్. "కోపం కాదు మాధవా, ల్యాబ్ వచ్చింది. వచ్చిన పని చూస్తే అప్పుడు మిగతా విషయాలు మాట్లాడుకోవచ్చు" అన్నాడు రాజు.

"అవునా సరే ఏం చేస్తావు ఇప్పుడు?" అన్నాడు మాధవ్. రాజు కార్ గేరు ని చేతితో కష్టపడి విరగొట్టాడు.

ల్యాబ్ ముందు కార్ దిగి అటు ఇటు చూసాడు రాజు, ఇద్దరు సెక్యూరిటీ వాళ్ళు వచ్చారు. వాళ్ళు ఇద్దరు లోపలికి రాగానే కర్రతో వాళ్ళని కొట్టాలి అని రెడీ గా ఉన్నాడు మాధవ్. వాళ్ళు వస్తూనే ఒకర్ని మెడ నలిపి, ఇంకొకరిని డొక్కలో పొడిచి చంపేసింది శ్వేత.

"అలా ఎలా చంపేసావు, ఎందుకు చంపేసావు?" అని అడిగాడు మాధవ్. "లేదంటే వాళ్ళు మధ్యలో లేస్తే అని, నాకు మర్మ కళ వచ్చు" అంది శ్వేత. "నా మీద వాడవు కదా" అన్నాడు మాధవ్. "అది నువ్వు నడుచుకునే విధానం బట్టి ఉంటుంది, అయినా ఐ లవ్ యు కదరా బుజ్జి" అంది శ్వేతా.

వాళ్ళు ఇద్దరు డ్రెస్ అక్కడే మార్చుకుని కిందకి దిగారు, సెక్యూరిటీ వాళ్ళలా, ట్రాఫిక్ అంతా ల్యాబ్ వైపు రావడంతో సెక్యూరిటీ వాళ్లంతా రోడ్ వైపు వెళ్లారు, కంట్రోల్ చేయడానికి లోపలి వెళ్లడం ఐడి కార్డు తో ఈజీ అయ్యింది. "విక్రమ్ సార్ చెప్పిన ప్రకారం సెకండ్ ఫ్లోర్ లో ల్యాబ్ ఉంది" అంది శ్వేత.

పైకి వెళ్లారు ఇద్దరు, అక్కడ ఓన్లీ సెక్యూరిటీ యాక్సిస్ ఉన్నవాళ్లకే అనుమతి ఉంది. వీళ్ళ

ముఖాలు చైనా వాళ్ళలా లేకపోవడం తో ఒక డాక్టర్ కి అనుమానం వచ్చి వీళ్ళ వైపు వచ్చాడు. అతన్ని కొట్టి చంపి బాత్రూం లో పడేసాడు మాధవ్. "నువ్వు కూడా చంపుతున్నావ్ కదా" అంది శ్వేత. "నా దేశం కోసం తప్పడం లేదు" అన్నాడు మాధవ్.

అతని యాక్సిస్ కార్డు లాక్కుని లోపలికి వెళ్లారు ఇద్దరు. "అక్కడ ఆరు గురు డాక్టర్స్ ఉన్నారు. నేను ముగ్గురు, నువ్వు ముగ్గురు ఓకే నా" అని పక్కకి చూసాడు మాధవ్, అక్కడ శ్వేతా లేదు, వెళ్లి ఆల్రెడీ ఇద్దర్ని చంపేసింది. అక్కడ ఉన్న కత్తులు, ల్యాబ్ లో ఉన్న రసాయనాల్తో విధ్వంసం సృష్టించి ఇంకో ఇద్దర్ని చంపేసింది. అంతే మాధవ్ కి మతి పోయింది. "రోజూ దీని పక్కన ఎలా పడుకోవాలి, కమిట్ అయ్యాం కదా తప్పదు" అనుకున్నాడు మాధవ్.

మాధవ్ వాళ్ళ దగ్గరికి వెళ్లేసరికి అక్కడ ఉన్న ఇద్దర్ని కట్టేసి, కత్తులతో వాళ్ళ తొడ భాగాలు మాంసపు ముద్దలా కోస్తోంది. "చెప్పండి ఇండియా మీద ఎటాక్ చేసే వైరస్ ఇన్ఫర్మేషన్ ఎక్కడ ఉంది?" అని అడుగుతూ కోస్తూ ఉంది. "ఇప్పుడే ప్రేమ దేవత లా మాట్లాడి ఇలా తయారు అయింది ఏంటి?" అనుకున్నాడు. "ఇందుకు రా బావ దీన్ని నాతో పంపావు, పైగా నేను ఆపరేషన్ లీడర్ అన్నట్టు బిల్డప్" అనుకున్నాడు మాధవ్.

వాళ్ళు బాధ తట్టుకోలేక ఫైల్ డీటెయిల్స్ ఇచ్చారు వెంటనే, ఫోన్ లో స్కాన్ చేసి టీం కి విక్రమ్ కి మెయిల్ చేసింది శ్వేత.

వాళ్ళు కిందకి వచ్చి కార్ ఎక్కారు డ్రెస్స్ మార్చుకున్నారు, అప్పటికే కార్ రిపేర్ చేసి ఉంచాడు రాజు. ఎవరు లేని ప్రదేశం లో కార్ ఆపి శవాలు విసిరేశారు. అప్పటికే టికెట్ బుక్ చేసి ఉండడంతో ఇంకో గంటలో ఇండియా కి వెళ్లే ఫ్లయిట్ కోసం ఎయిర్ పోర్ట్ కి వెళ్లారు వీళ్ళు, ఆ గొడవ ని సద్దుమణిగేలా చేసి మిగతా వాళ్ళు ఎయిర్పోర్ట్ కి వచ్చారు.

కరెక్ట్ గా గంట అయ్యే సమయానికి చైనా వాళ్ళకి శవాలు విషయం తెల్సింది, వీళ్ళు ఎయిర్పోర్ట్ కి వచ్చారు అని తెలుసుకుని అథారిటీ తో కలిసి ఆపేటట్టు ప్రయత్నం చేసారు, కానీ అప్పటికే ఫ్లయిట్ గాలిలో ఉంది.

శ్వేత "నువ్వు సూపర్" అంటూ మాధవ్ ని ముద్దులతో ముంచింది. ఇదంతా తన ప్లాన్ వల్ల అని మాధవ్ కి నమ్మ బుద్ది కావట్లా, పైగా శ్వేత వాళ్ళ శరీర మాంసాన్ని కోసిన తీరు గుర్తొచ్చి

భయం కూడా వేస్తోంది. మొత్తానికి అందరు ఢిల్లీ లో ల్యాండ్ అయ్యి ఊపిరి పీల్చుకున్నారు.

***

ఇంటికి వచ్చింది మాయ అప్పుడే, అమ్మ రాగిణి అని పిలిచాడు శివ.

చెప్పండి నాన్న అంది మాయ. "హైదరాబాద్ లో నువ్వేమి చేసేదానివి?" అని అడిగాడు శివ. "అక్కడ నేను టీచర్ నాన్న".

"అక్కడ నీ పేరు ఏంటి అమ్మా?" అని అడిగాడు శివ. ఒక్కసారి అలా ఉండిపోయింది మాయ (రాగిణి).

"నాన్నా! చూస్తుంటే మీకు నిజం తెలిసినట్టుగా ఉంది, నేను హైదరాబాద్ లో టీచర్ గా ఉన్నమాట నిజమే, కానీ నేను చాలా తప్పులు చేశాను, ఎందుకంటే చిన్నప్పటి నుంచి మీరు సంపాదించింది చాలా తక్కువ, ఇంటి పట్టున ఎక్కువ ఉండరు, పెద్దయ్యాక మీరు దేశం కోసం పని చేసారు అని, నాకు అమ్మకి తెలిసినా, ఎవరికీ చెప్పుకోలేని పరిస్థితి. ఉండడానికి ఈ ఇల్లు తప్ప ఏం లేదు, అందుకే డబ్బు సంపాదించాలి అనుకున్నా. అందుకే మాయ లా పేరు మార్చుకున్నా, స్కూల్ టీచర్ గా జాయిన్ అయ్యా. పదమూడు, పదిహేను ఏళ్ళ పిల్లలికి ఇంజక్షన్ ఇచ్చి, అండాలు విడుదల చేసి అమ్ముకునే హాస్పిటల్ తో టై అప్ అయ్యి నా స్కూల్ స్టూడెంట్స్ తో ఈ పని చేయించే దాన్ని. లైఫ్ లో ఎంజాయ్ ముఖ్యం అని వాళ్ళని నమ్మించి, డబ్బు మత్తులో వాళ్ళకి పార్టీస్ అలవాటు చేసి, వాళ్ళ ద్వారా సొమ్ము చూసుకునేదాన్ని. నేను ఎంజాయ్ చేసేదాన్ని, కానీ ఒకసారి ఇద్దరు అమ్మాయిలు ఒకే సంవత్సరం లో ఆరు ఇంజక్షన్ ఇవ్వడం వల్ల చనిపోయారు. అప్పుడు నాకు డబ్బు కాదు ప్రాణం ముఖ్యం అని తెల్సి, అక్కడ వన్నీ వదిలేసి ఇక్కడ వచ్చి ఉంటున్న పూర్తిగా మారిపోయి" అంది రాగిణి (మాయ).

లాగి గూబ మీద కొట్టాడు శివ కూతూరును. అలాగే "ఆమె నా దగ్గరే ఉంది" అని "తీసుకు వస్తున్నా" అని మెసేజ్ విక్రమ్ కి ఇంకా ఆఫీస్ కి పెట్టాడు.

***

స్కౌట్ బాయ్స్ ని తీసుకుని కొండ ఎక్కిన విక్రమ్ అక్కడ ఉన్న ఇరవై మందికి కూడా బైనాక్యులర్స్ ఇచ్చాడు. మీరు ఇరవై మంది కూడా షిప్ పెద్ద కార్గో తీసుకు వస్తు ఉంటే మాకు చెప్పాలి, అంటే అది మీ కంటికీ స్పష్టంగా కనిపించేంత దూరం వచ్చేవరకు అన్నాడు విక్రమ్.

"అలాగే అన్నా" అన్నారు వారు అంతా. కింద ఇంకో ముప్పై మంది ఉన్నారు. వాళ్ళ దగ్గరికి వచ్చిన విక్రమ్ ఎదురుగా ఉన్న రాకెట్ లాంచేర్ షిప్ ని చూపించి "వాళ్ళు సిగ్నల్ ఇవ్వగానే మీరు ముప్పై మంది కలిసి, ఇక్కడ ఉన్న బటన్ ని సముద్రం వైపు లాగాలి" అన్నాడు విక్రమ్.

"లాగితే రాకెట్ లాంచర్ షిప్ ఉండే దిశలో కదులుతుంది, దాన్ని మీద నేను గన్ ఫైర్ చేస్తా, అది వెళ్లి షిప్ మీద పడుతుంది. రెండు సార్లు మనం దీన్ని ప్రయోగం చేయాలి" అన్నాడు విక్రమ్.

"ఓకే సార్" అన్నారు అందరు, అందరు వాళ్ళ వాళ్ళ పొజిషన్ లో ఉన్నారు. మణికందన్ విక్రమ్ పక్కనే ఉన్నాడు, కొండ మీద నుంచి సిగ్నల్ వచ్చింది, రాగానే రాకెట్ లాంచ్ చేయడానికి ప్రయత్నం చేసారు పిల్లలు. ముందు వాళ్ళ వల్ల కాలేదు. అందరు నా దేశం కోసం అంటూ మళ్ళా చేసారు, ఈసారి లాంచ్ అయింది. వెంటనే ఫైర్ చేసాడు విక్రమ్. వెంటనే రాకెట్ ఫైర్ చేసుకుంటూ వెళ్లి కార్గో షిప్ ని తగలపెట్టింది. జనం నీళ్లలో దూకారు. ఆ మెడిసిన్ లో వాడిన రసాయనాల వల్ల ఆ విస్ఫోటనం చాలా భారీగా జరిగింది. వెనక వస్తున్న షిప్ లో వున్న మిలిటెంట్స్ కి ఏం జరుగుతోందో అర్థం కాలేదు. కానీ ఎందుకు అయినా మంచిదని వాళ్ళు అంతా షిప్ లోంచి దూకేశారు యాభై మంది. అంతే మళ్ళా రాకెట్ లాంచ్ అవ్వడం, రెండు షిప్స్ తగలపడటం జరిగాయి, కానీ మిలిటెంట్స్ అంతా మాత్రం తీరానికి ఈదుకుంటూ వచ్చారు.

మళ్ళా మిలిటరీ డ్రెస్ వేసాడు విక్రమ్, లోడ్ చేసిన మెషిన్ గన్ తీసుకున్నాడు, ఒక్కో బులెట్ లోడ్ చేసాడు. యాభై అవ్వగానే లోడింగ్ ఫినిష్ చేసాడు. నెమ్మదిగా నడుచుకుంటూ తీరానికి వచ్చాడు. అప్పటికే ఈత కొట్టి ఆయాసం తో వస్తున్న యాభై మంది మిలిటెంట్ మీదకి గన్ గురి పెట్టి కాలుస్తున్నాడు. మనిషికి ఒక బులెట్ చొప్పున యాభై మందికి, యాభై బుల్లెట్స్ వాడేసాడు, ఒక్కరు కూడా మిగలకుండా.

"మణికందన్ సార్ లెక్క సరిపోయిందా?" అని అడిగాడు విక్రమ్. "సరిపోయింది సార్" అని అక్కడే అందర్నీ లెక్కపెట్టాడు మణికందన్. ఫొటోస్ మ్యాచ్ చేసి చూసుకున్నాడు విక్రమ్.

అందరు ఫోటో లో ఉన్నవాళ్లు చచ్చారు అని నిర్ధారణ చేసుకున్న స్కౌట్స్ అందరు కలిసి వచ్చి సెల్యూట్ చేసారు విక్రమ్ కి. "అన్న మేము కూడా మీలా అవుతాం" అన్నారు వాళ్ళు. "అవ్వాలని రాసి ఉంటే తప్పక అవుతారు, కానీ ముందు ఇంకా స్కూల్ కి వెళ్లి చదవండి జై హింద్" అని వాళ్ళని, మణికందన్ ని పంపి అలీ కోసం అక్కడే వేచి ఉన్నాడు విక్రమ్.

అప్పుడే చైనా నుంచి శ్వేత నుంచి ఫైల్ అందుకున్నాడు మెసేజ్ లో విక్రమ్. అలాగే మాయ ని తాను తీసుకువస్తా అని మెసేజ్ చూసాడు. ఇంకా అప్పుడు చాలా ఆనందంగా ఉన్నాడు కానీ, మాధవ్ టీం చైనా దాటాలి అని టెన్షన్ పడుతున్నాడు విక్రమ్, కానీ వారు ఢిల్లీ లో దిగారు అని మెసేజ్ చూసాక మొత్తం టెన్షన్ పోయి వేయి ఏనుగుల బలం వచ్చినట్టుంది. అలా ఆనందంగా అలీ కోసం ఎదురు చూస్తూ ఉన్నాడు విక్రమ్. అలా రెండు గంటల రూటు తర్వాత వచ్చాడు అలీ. కొండా మీద కూర్చుని వాళ్ళ రాక కోసం ఎదురు చూస్తూ ఉన్నాడు, "వచ్చావా స్వామి రా" అనుకున్నాడు విక్రమ్.

అక్కడ షిప్ ఉంటుంది, తన వాళ్ళు ఉంటారు అనుకుంటే షిప్ ముక్కలు ముక్కలు అయి ఉండడం, కార్గో ఆనవాళ్లు కూడా లేకపోవడం అసలు ఏం జరిగింది అని అంచనా వేయడానికి పది నిముషాలు పట్టింది.

సరే అని అక్కడ అంత వెతికి చూసాడు అలీ, ఎవరు కనపడలేదు. ముస్తాక్ ఇంకో డ్రైవర్ ని వెనక్కి వెళ్ళమని మెసేజ్ చేసాడు విక్రమ్, వాళ్ళు వెనక్కి వెళ్లారు. అప్పుడు అనుమానం వచ్చింది, పాతిక వేలు అడిగిన డ్రైవర్ తీసుకోకుండా వెళ్ళాడు అని. వాళ్ళకి అఖిల టీం తో ఎదురు అయింది. "ఒరేయ్ పట్టుకోండి రా ఆ డ్రైవర్స్ ని(قبض عليهم)" అరబిక్ లో అరిచాడు అలీ.

వాళ్ళు డ్రైవర్ కేసి పరుగు పెట్టారు, అంతే బుల్లెట్స్ మళ్ళా లోడ్ చేయడం మొదలు పెట్టాడు విక్రమ్. వాళ్ళు దాటే లోపు మొదటి షాట్ పడింది. అది ఎక్కడ నుంచి వచ్చింది చూసేలోపు పది షాట్స్ పడ్డాయి విక్రమ్ గన్ నుంచి.

నెమ్మదిగా దిగాడు కిందకి విక్రమ్, అప్పటికే అక్కడ కూర్చుని ఉన్నాడు అలీ. "ఏంటి అలీ సార్ అలా డీలా పడ్డారు? మీరు ధీరులు, శూరులు అని చెప్పింది మీ ఫాతిమా, వంద మంది మానవ బాంబులు పట్టుకు వచ్చావ్, నీ కళ్ళ ముందు అరవై మంది చచ్చి పడి ఉన్నారు, మిగతా నలభై మంది శవాలు చూస్తావా?" అని ఫోన్ లో చూపించాడు.

విక్రమ్ అలీతో మాట్లాడుతు ఉండగా అఖిల తన టీం తో వచ్చింది. దూరంగా ఆగమన్నాడు, "ఎవరు ఇచ్చారు వాళ్ళ గురించి సమాచారం నీకు, ఎవరు నీ ఫాన్స్ నా రాజ్యం లో?" అన్నాడు అలీ.

"వాళ్ళు ఫాన్స్ కాదు భక్తులు, అయినా నాకు కాదు, దేశానికి. భారత దేశంకు భక్తులు

అలానే ఉంటారు".

"ఎవరో చూస్తావా?" అని అడిగాడు విక్రమ్. "సరే చూడు" అని కాల్ చేసాడు విక్రమ్ వీడియో కాల్. "హలో అబ్దుల్ సార్, ఎక్కడ ఉన్నారు?" అని అడిగాడు విక్రమ్. "కాబుల్ ఎయిర్పోర్ట్, ఐదు నిమిషాల్లో ఫ్లయిట్ స్టార్ట్ అవుతుంది" అన్నాడు అవతల వ్యక్తి. ఎవరో చూడాలి అన్న కుతూహలం పెరిగింది అలికి, "సార్ ఒకసారి అలీకి కనపడండి" అని అటు తిప్పాడు ఫోన్.

"ఖురేషి నువ్వా?" అన్నాడు అలీ. "జనాబ్ రైట్ హ్యాండ్ ఖురేషి మన మనిషే నా" అని ఆశ్చర్య పోయింది అఖిల కూడా. "సార్ అబ్దుల్ ఖురేషి గత నలభై సంవత్సరాలు గా ఇండియా "రా" ఏజెంట్. అందులో ముప్పై సంవత్సరాలు ఐసిస్ తో ఉన్నారు దేశం కోసం. నీతో పాటు వంద మంది మిలిటెంట్స్ ని పంపారు, కానీ వాళ్ళ సమాచారం నాకు పంపారు. ఆయన ఇప్పుడు ఎందుకు వస్తున్నారో తెలుసా? రేపు ఆయన రిటైర్ అవుతున్నారు అందుకు" అన్నాడు విక్రమ్. "అవునా, సరే నిజంగా ఈ మట్టి అంత గొప్పది అయితే నాతో ముఖాముఖి పోరాడు ఆ గన్ పడేసి, వాళ్ళని రావొద్దు అని చూద్దాం, ఏ మట్టి గొప్పది అని" అన్నాడు అలీ. "అయ్యో అలీ సార్ దెబ్బలు తిని చావాలి అని అంత కోరికగా ఉందా?" అన్నాడు విక్రమ్. "సరే" అన్నాడు విక్రమ్. ఒక్కసారిగా విక్రమ్ దగ్గరకి వచ్చి పిడి గుద్దులతో మొదలు పెట్టాడు అలీ. "అయ్యో అలా కొడుతున్నాడు" అన్నాడు ముస్తాక్. "నువ్వేమి భయపడకు, బావ ముందు అవతల్లవాళ్ళకి అవకాశం ఇస్తాడు, తర్వాతే తాను బాదుతాడు" అంది అఖిల.

అప్పుడే తాను ఎటాక్ చేయడం మొదలు పెట్టాడు విక్రమ్. కానీ బలమైన అలీ కి చీమ కుట్టినట్టు కూడా లేదు. అప్పుడు భారతదేశ ప్రాచీనమైన మర్మ కళ ప్రయోగం చేసాడు, రెండు వేళ్ళతో పక్కటెముక్కల్లో పొడిచాడు, అలా రెండు మూడు చోట్ల పొడిచి అలీ ని కింద పడుకోబెట్టాడు. అతని శరీరం లో కాళ్ళు విడిగా తీసేసాడు, కళ్ళు, చెవులు, ముక్కు, నాలుక, శరీరం మాంసం మొత్తం ముక్కలుగా చేసి పెట్టాడు. ఆ దృశ్యం చుసిన అఖిల కి అక్కడే వాంతులు అయ్యాయి, ప్రాణం చివరగా తీసాడు గుండె వేరు చేసి.

తర్వాత రోజు ప్రెస్ మీట్ పెట్టారు ప్రధాని. భగత్ మాట్లాడారు "చైనా వాళ్ళు, ఐసిస్ కలిసి చేసింది జనాబ్ కోసం, అలాగే "రా" ఏజెంట్ ఎలా అందర్నీ చంపిందీ, అలాగే ఎలా అలీని చంపాడో, వాళ్ళ టీం వర్క్ కోసం మాట్లాడారు. అలాగే రిటైర్ అయినందున అబ్దుల్ ఖురేషి ని

మీడియా ముందుకు తీసుకువచ్చి రివార్డ్ ఇచ్చారు. మాయ, జోయా, మూర్తి ని అరెస్ట్ చేసారు, వాళ్ళ ద్వారా ఎఫెక్ట్ అయిన అందరికి విరుగుడు ఇచ్చారు.

లోపల ప్రధాన మంత్రి గారు విక్రమ్, అఖిల, సమీర్, శర్వా ఇంకా మిగతా టీం కి బహుమతి ఇచ్చారు, కానీ అవి బయటకి చెప్పకూడదు అని చెప్పాడు విక్రమ్. ఎందుకంటే మనం "రా" అయితే చనిపోయాక లేక రిటైర్ అయ్యాక మాత్రమే ఐడెంటిటీ బైట పెట్టాలి అన్నాడు విక్రమ్. ముఖం మాడ్చుకుంది అఖిల. "బాధ పడకు" అన్నాడు విక్రమ్. "థాంక్ యు విక్రమ్ సార్, అయినా నువ్వు, నీ సాహసం వేరే బావ. కానీ నాకో సందేహం" అంది అఖిల. "మళ్ళా మొదలు పెట్టింది" అన్నాడు శర్వా. అందరు నవ్వేశారు.

--------------------మొదటి భాగం సమాప్తం--------------------

రెండవ భాగం పరిచయం

ప్రధాన మంత్రి ఆఫీస్ నుంచి వస్తూ ఉన్న అఖిల, విక్రమ్ కి దారిలో నవ్వుకుంటూ మాట్లాడుతున్న రాజేష్, రాధిక కనిపిస్తారు. "ఏమైంది బావా, ఎందుకు ఏడుస్తున్నావ్?" అంది అఖిల. "అక్క పక్క ఉంది ఎవరు?" అని అడిగింది. "అతని పేరు రాజేష్, రిపోర్టర్ అతను కూడా, మేము ఇద్దరం విడిపోవడానికి అతనే కారణం" అని చెప్పాడు విక్రమ్. అఖిల ఆలోచనలో పడింది.

***

చైనా లో వాళ్ళు వేసిన ప్లాన్ విఫలం కావడం తో, ఇంకో ప్లాన్ ఎలా వేయాలి? ఏ దారి వెతకాలి? అని ఆలోచనలో పడ్డారు చైనా యూనియన్ లీడర్ ఇంకా మిగతా ప్రముఖులు.

***

అలీ చనిపోవడం, ఖురేషి లేకపోవడం వల్ల తూర్పు ఆసియా దేశాల మీద పట్టు మొత్తం పోయింది జనాబ్ కి. అటు కూతురు పోయి, అలీ పోయి, ఇటు ఖురేషి మోసం తో గుండె పోటు వచ్చింది జనాబ్ కి. అప్పుడు వచ్చింది ఫైజా, జనాబ్ మీరు డీలా పడకండి ఐసిస్ మళ్ళా పుంజుకుంటుంది నేను చూసుకుంటాను, ప్రపంచం కి రాజు మీరే అంది, మళ్ళా జనాబ్ ముఖం లో నవ్వు వచ్చింది.

***

"విక్రమ్ - దేశానికీ గర్వం"

కోసంవేచి ఉండండి

రచయత పరిచయం

తేజోరామ్ తెలుగులో 500 కవితలు, 10 నవలలు (వెబ్) మరియు 50 కథలు రాశారు. విక్రమ్ ద్విభాషా (తెలుగు మరియు ఇంగ్లీష్) భాషలలో ముద్రించబడిన అతని మొదటి నవల. అతని మునుపటి పుస్తకాలు నిన్ను కోరి, ఇంద్రాణి కళ్యాణం, పోతి, ప్రేమలోకం తెలుగులో ఉన్నాయి.

KASTURI VIJAYAM

www.kasturivijayam.com

+91 9515054998

SUPPORTS

- PUBLISH YOUR BOOK AS YOUR OWN PUBLISHER.

- PAPERBACK & E-BOOK SELF-PUBLISHING

- SUPPORT PRINT ON-DEMAND.

- YOUR PRINTED BOOKS AVAILABLE AROUND THE WORLD.

- EASY TO MANAGE YOUR BOOK'S LOGISTICS AND TRACK YOUR REPORTING.

www.ingramcontent.com/pod-product-compliance
Lightning Source LLC
LaVergne TN
LVHW032334230825
819404LV00040B/1035